I0563388

मीरेच्या प्रेमतीर्थावर

ओशो

अनुवाद
स्वाती चांदोरकर

मेहता पब्लिशिंग हाऊस

MEERECHYA PREM TEERTHAVAR

Published by Mehta Publishing House

Marathi Language Translation Copyright © 2010
Osho International Foundation.

Copyright © 1977, Osho International Foundation
All rights reserved.

Originally Published in Hindi under the title :
'Maine Ram Ratan Dhan Payo.' (Chapters 1 to 5)
Licence of the Marathi Translation with Mehta Publishing House

Translated into Marathi Language by Swati Chandorkar

मीरेच्या प्रेमतीर्थावर

अनुवाद : स्वाती चांदोरकर, बी-२, ओम पुष्पांजली सोसायटी,
वीरा देसाई रोड, अंधेरी (प.), मुंबई – ४०००५८.
© ०२२-२६७६२९८६

प्रकाशक : सुनील अनिल मेहता, मेहता पब्लिशिंग हाऊस,
१९४१ सदाशिव पेठ, माडीवाले कॉलनी, पुणे – ३०.

अक्षरजुळणी : इफेक्ट्स, २१/६ब, आयडिअल कॉलनी, कोथरूड, पुणे – ३८.

मुखपृष्ठ : फाल्गुन ग्राफिक्स

प्रथमावृत्ती : जुलै, २०१० / पुनर्मुद्रण : फेब्रुवारी, २०१३

ISBN 978-81-8498-129-2

प्रस्तावना

प्रस्तुत लेखन 'पग घुंघरू बांध' हा ओशोंद्वारे वेळोवेळी मीराने रचलेल्या पदांवर विस्तृतपणे दिलेल्या प्रवचनांचा संग्रह आहे. ओशोंच्या मतानुसार ही प्रवचनं नाहीत, तर आपल्या सर्वांना मीराच्या प्रेमाच्या सरोवरातील नौका विहारासाठी पाठवलेलं आमंत्रण आहे. हे प्रेमाचं सरोवर अद्भुत आहे, अनुपम आहे. कारण ह्या सरोवराचं पाणी सर्वसाधारण नाहीये. हे तर मीराच्या अश्रूंचं मानसरोवर आहे आणि हे इतकं शुद्ध, निर्मळ आहे, की कदाचित गंगेचं पाणीही तसं असू शकणार नाही.

मीराला समजणं खूप कठीण आहे. काव्य, तर्क, ज्ञान ह्या दृष्टिकोनांतून मीराला समजण्याचा प्रयत्न केला तर चूक होणारच. कारण मीरा ना कविता आहे, ना शास्त्र, ना तर्क. ती तर दुखऱ्या प्रेमाची एक अतिशय सुंदर अशी अनुभूती आहे. मीरा शरीराने अस्तित्वात नाहीये, ना होती. मीराच्या रूपाने भक्तीने शरीर धारण केलं नी अस्तित्वात आली.

'निराकार जब तुम्हें दिया आकार
स्वयं साकार हो गया।'

प्रेमाच्या ह्या साकार प्रतिमेच्या डोळ्यांमधील एक एक अश्रू, एक एक पद आहे आणि एक एक पद म्हणजे एक एक खंडकाव्य आहे. जशी मीरा तिच्या गिरिधर-गोपाळपर्यंत पोहोचण्यासाठी लोकलज्जा, मानमर्यादा, कुळाचार, घरदार सर्व सोडून धावली, तसंच, ज्ञानाचं सूत्र, तर्कवितर्क, काव्याचे सारे प्रकार आपण जोपर्यंत सोडून देत नाही, विसरत नाही तोपर्यंत आपण मीरापर्यंत पोहोचू शकत नाही. हे युगानुयुगे चालत आलेले ह्या काव्य शास्त्राचे नियम मीराच्या पदापर्यंत पोहोचण्यासाठी फोल आहेत. मीराने अश्रूंनी प्रेमाचे इतके विविध रंग रंगविले, खुलविले, उधळले की ते मोजता येणार नाहीत. ना वजनाने, ना काव्यशास्त्राने. ह्या प्रेमाच्या पदपथावरून ती इतकी दूरपर्यंत पोहोचली आहे की तिला तिच्या स्वत:च्या अस्तित्वाची जाणीव नाही—

'हम तेरी चाह में ऐ यार वहां तक पहुंचे
होश ये भी न जहां है कि कहां तर पहुंचे।।'

'असणं' हे जोपर्यंत जाणवतं तोपर्यंत 'नसणं' म्हणजे काय हे जाणू शकत

नाही. ते तेव्हाच शक्य आहे जेव्हा–

'वो न ज्ञानी, न वो ध्यानी, बिरहमन, न वो शेख
वो कोई और थे जो तेरे मकां तक पहुंचे।।'

ज्ञान, ध्यान, जोगी, भोगी, जात-पात, पंथ-संप्रदाय, जागृती ह्या सर्व गोष्टी ज्याने सोडून दिल्या आहेत, तोच 'त्या' मुक्कामापर्यंत पोहोचू शकतो, त्या घरापर्यंत पोहोचू शकतो. मीरासुद्धा ह्या सर्व बंधनांना तोडूनच 'त्या' घरापर्यंत पोहोचू शकली. मीराला जाणण्यासाठी आपल्याला ही सर्व बंधनं तोडून देऊन फक्त प्रेमाचं बंधनच बांधायला हवं. आणि नेमकं हेच आपल्यापाशी नाहीये. आपल्यापाशी आहे, शब्द, सूत्र, शास्त्र, तर्क वगैरे वगैरे. हे सर्व सोपं आहे. ही सर्व स्वस्त बंधनं आहेत. पण मीराचे पद अनमोल आहेत, आपण त्यांना व्यवहाराच्या पातळीवर मोजू शकत नाही. पारखू शकत नाही. म्हणूनच आपण ह्या मीराला समजू शकत नाही. आपणच कशाला? मोठमोठे विद्वान, आचार्य, मुनीसुद्धा मीराच्या पदांचं मर्म समजण्यामधे चुका करतात. गाता-नाचताना जी वेदना थरथरते तिचंच दुसरं नाव मीरा आहे. मीरा गाते, 'हेरी मैं तो दर्द दीवानी, मेरा दरद न जाने कोय' खरंच, कुणाला भिडणार आहे हे दुःख? आम्ही दुःख म्हणजे इतकंच समजतो की ज्यामुळे आम्ही रडतो. पण मीराचं दुःखं काही वेगळंच आहे. ते फक्त रडवत नाही, ते गाणंही म्हणतं. गावातल्या गल्ल्यांमधून नाचतं, मंदिरात घंटा घुमघुमवतं आणि सुळीवर प्रियकराबरोबर बिछानाही घालतं. असं कुठलं प्रेमाचं मद्य मीराने प्यायलं आहे की 'युगानुयुगं तमाम दुनिया तिथे पोहोचू शकणार नाही, तिथे एका घोटातच प्रेमी जाऊन पोहोचतात.' मीरा दुःखामुळे घायाळ आहे आणि वेडीही आहे. घायाळ ते वेडं होण्यापर्यंत, मस्तीपासून हस्ती (अस्तित्व) संपवण्यापर्यंत, असण्यापासून नसण्यापर्यंत आणि अश्रू ते संगीतापर्यंत– हा जेवढा प्रवास आहे, हाच प्रवास मीराच्या पदांची काव्ययात्रा आहे.

हिंदी भाषेमधे कवि जे भक्त आहेत, ह्यांची खूप मोठी परंपरा आहे. भक्तांच्या ह्या मोत्यांच्या माळेत मीरा 'कौस्तुभ मणी' आहे. तिची प्रतिभा सर्वांत मोहक, सर्वांत प्रखर-तेजस्वी आणि सर्वांत जिवंत अशी आहे. भक्ती ही कधीच संतुष्ट होत नाही; जिथे स्व येतो.

ह्या मंदिरात जो जातो तो परतताना ना शरीर घेऊन येतो ना मन. इथे तन-मन अर्पण केल्याशिवाय काम होत नाही. पुरुष मूलतः कठोर स्वभावाचा असल्याकारणाने तो संपूर्णपणे स्वाहाः होऊ शकत नाही. संपूर्णपणे 'स्व' सोडू शकत नाही. विसर्जित करू शकत नाही. पण स्त्री मूलतः स्वभावाने दानशील, कोमल. निसर्गानेच तिला तसं बनवलंय. प्रेमाच्या दाहात ती मेणबत्तीसारखी संपूर्णपणे विरघळून जाते. म्हणूनच भक्तिमार्गात स्त्री अग्रगण्य ठरते आणि पुरुष थोडे मागे पडतात. स्त्री जेव्हा

प्रेम करते तेव्हा ती संपूर्णपणे प्रेम करते, एक कणही काही मागे ठेवत नाही. जी स्त्री संपूर्ण प्रेम करत नाही, समजावं तिथे प्रेम नाहीये– 'यह आग का दर्या है और डूब के जाना है!'

मीरा– लोक गातात, गुणगुणतात; पण फार थोडे जण तिच्या पदाच्या आत्म्यापर्यंत पोहोचतात. ओशो हे एकच– एकमेव व्यक्ती! ज्यांनी मीराच्या अश्रूंच्या मानसरोवरात डुंबून स्नान केलं. हे शक्य आहे कारण त्यांचं जीवन, प्रेमाचं एक महाकाव्य आहे, जसं मीराचं. प्रेमच त्यांची दुलई आणि प्रेमच त्यांची चटई. त्यांचं संपूर्ण अस्तित्व म्हणजे प्रेमाची तहानलेली हाक! हृदयातलं एक खोल असं मंदिर, दालन, जिथे मीराने तिच्या गोपालाला मिळवलं होतं, जे ओशोंनी बघितलं, अनुभवलं. त्यांचं मंदिर, ओशो मंदिर प्रेमाचं मंदिर आहे, तिथे जर यायचं असेल तर काही नियम आहेत.

'यह प्यासों को प्रेम नगर है, यहां संभलकर आना जी...'

जर तुम्ही मरण्यासाठी तयार असाल, तर तुम्ही तुमचं नाव, गाव, डिग्री, हुद्दा, नाती सर्व कपडे उतरवून टाकण्यासाठी तयार आहात. ज्याची नशा जन्मोजन्मी उतरत नाही असं मद्य प्यायला तयार असाल, तर स्वागत आहे तुमचं अशा प्रेम मंदिरात, ओशोंच्या मंदिरात. तुम्ही या. नक्की या.

गोपालदास 'नीरज'

जनकपुरी, मेरिस रोड,
अलीगढ (उत्तर प्रदेश)

सहा

अनुक्रम

प्रेमाच्या सरोवरात नौकाविहार

प्रवचन पहिले

सूत्र

बसौ मेरे नैनन में नंद-लाल ।
मोहनी मूरत सांवरी सूरत, नैनां बने बिसाल ।
मोर मुकुट मकराकृति कुंडल, अरुण तिलक शोभे भाल ।
अधर सुधारस मुरली राजति, उर वैजंति माल ।
छुद्र घंटिका कटितट सोभित, नूपुर सबद रसाल ।
मीरां प्रभु संतन सुखदाई, भक्त बच्छल गोपाल ।

हरि मोरे जीवन प्राण आधार ।
और आसिरो नाहिं तुम बिन, तीनूं लोक मंझार ।
आप बिना मोहि कछु न सुहावै, निरखौ सब संसार ।
मीरा कहै मैं दास रावरी, दीज्यौ मति विसार ।

मेरे तो गिरधर गोपाल, दूसरो न कोई ।
जाके सिर मोर मुकुट, मेरो पति सोई ।
छाड़ि दई कुल की कानि, कहा करि है कोई ।
संतन ढिंग बैठि बैठि लोकलाज खोई ।
अंसुवन जल सींचि सींचि, प्रेम-बेलि बोई ।
अब तो बेलि फैल गई, आनंद फल होई ।
भगत देख राजी हुई, जगत देख रोई ।
दासी मीरा लाल गिरधर, तारो अब मोहि ।

स्वागत आहे! आपण ह्या प्रेमाच्या सरोवरात नौकाविहार करू. असं सरोवर मनुष्याच्या इतिहासात नाही, जसं मीराचं सरोवर आहे. मानसरोवरसुद्धा इतकं स्वच्छ नाही.

आणि ह्या मीराच्या सरोवरात जर विहार करायचा असेल तर हंसाची गती हवी. हंस बनू शकणार असाल, तरच ह्या सरोवरात उतरा. हंस झाल्याशिवाय ह्या सरोवरात उतरता येणार नाही.

आणि हंस व्हायचं म्हणजे नक्की काय व्हायचं?

हंस व्हायचा अर्थ असा, की मोती ओळखण्याची नजर हवी. मोती मिळवण्याची आकांक्षा, अभिलाषा हृदयात हवी. हंस फक्त मोतीच टिपतो.

बाकी कुठल्या गोष्टींना मान्यता देऊ नका. जे क्षुद्र आहे, कमी दर्जाचं आहे, ते मान्य केलंत तर जे विराट आहे, सृष्टी व्यापून उरलं आहे ते मिळवण्यासाठी असमर्थ होऊन जाल. नदी-नाल्याचं पाणी प्राशन करून जे तृप्त होतात, ते मानसरोवरापर्यंत पोहोचू शकत नाहीत. आणि तिथपर्यंत पोहोचण्याची त्यांना आवश्यकताही वाटत नाही. मीराच्या ह्या मानसरोवरात मी तुम्हाला आमंत्रण देतो. मीरा नौका बनू शकते. मीराचे शब्द तुम्हाला बुडू देणार नाहीत, वाचवतील. त्या शब्दांच्या मदतीने तुम्ही पार पोहोचू शकाल.

मीरा तीर्थ आहे. तिचं शास्त्र प्रेमाचं आहे. ह्याला 'शास्त्र' म्हणणं कदाचित अयोग्य ठरेल.

नारदाने भक्तिसूत्रं सांगितली, ती शास्त्र होती. तिथे तर्क आहे, एक व्यवस्था आहे. सूत्रबद्धता आहे. तिथे भक्तीचं दर्शन आहे.

मीरा स्वतःच भक्ती आहे. म्हणूनच तुम्ही एका नियमाप्रमाणे, बद्धतेप्रमाणे तर्क करून काही मिळवू शकणार नाही. एक साचेबंद, एक पठडी तुम्हाला मिळत नाही. तिथे तर हृदयात सळसळणारी, झळाळती वीज आहे. जे आपलं घर जाळू शकतात, त्यासाठी तयार आहेत, त्यांनाच, आणि त्यांचाच संबंध मीराशी जुळू शकतो.

प्रेमाशी संबंध जुळतो, तो फक्त अशांचाच, जे विचार-आचार विसरू शकतात, हरवू शकतात, जे वेळप्रसंगी शीर तुटलं तरी पर्वा करत नाहीत. उलट शीर तोडण्यासाठी उत्सुक असतात. हे भक्तीचं मूल्य आहे. काही संपूर्णपणे मिळवायचं तर संपूर्णपणे काही द्यावंही लागतं, तसं. जे हे मूल्य देऊ शकत नाहीत ते फक्त भक्तीबद्दल विचारतात, आणि विचार करतात, पण ते भक्त होऊ शकत नाहीत.

म्हणूनच मीराच्या शास्त्राला शास्त्र म्हणणं योग्य नाही. शास्त्र कमी आणि संगीत जास्त. पण संगीतच तर भक्तीचं शास्त्र होऊ शकतं. जसं तर्क हे ज्ञानाचं शास्त्र होऊ शकतं, तसंच संगीत भक्तीचं शास्त्र होऊ शकतं. गणित जसं ज्ञानाचा आधार, तसं काव्य हे भक्तीचा आधार. ज्ञानी माणूस नेहमी सत्य शोधत राहतो. भक्त सत्य शोधत फिरत नाही, तो सौंदर्य शोधतो. भक्तासाठी सौंदर्य हेच सत्य आहे. ज्ञानी म्हणतो– 'सत्य सुंदर आहे.' भक्त म्हणतो, 'सौंदर्य हेच सत्य आहे.'

रवींद्रनाथजींनी म्हटलंय, ब्युटी इज ट्रूथ. सौंदर्य सत्य आहे. रवींद्रनाथजींकडेही तसंच हृदय आहे जसं मीराकडे. पण रवींद्रनाथ पुरुष आहेत. ते द्रवत राहतील, द्रवत राहतील पण तरीही पुरुषांच्या अडचणी ज्या असतात त्या राहतातच. मीरासारखे नाही द्रवू शकत. खूप द्रवले. एक पुरुष जितका द्रवू शकतो अगदी तितके; तरी पण मीरा सारखे नाही द्रवू शकले.

मीरा स्त्री आहे. स्त्रीसाठी भक्ती साधी, सोपी आहे. पुरुषांसाठी जसे तर्क-विचार साधे सोपे आहेत.

वैज्ञानिक म्हणतात, मनुष्याचा मेंदू दोन भागात विभाजन केला गेला आहे. डाव्या मेंदूच्या भागात विचार, गणित, तर्क, नियम असे सर्व जणू काही साखळीने बांधल्यासारखे आहेत. आणि उजव्या मेंदूच्या भागात काही विचार नाहीत. तिथे आहेत भाव-भावना, अनुभव, अनुभूती. तिथे संगीत जखमा करतं, गुंजतं, हेलावून सोडतं. तिथे तर्क प्रभावित होत नाही. तिथे लय, ताल पोहोचतो. तिथे नृत्य पोहोचतं, सिद्धांत नाही.

स्त्री नेहमी उजव्या मेंदूने जगते आणि पुरुष नेहमी डाव्या. आणि त्यामुळे स्त्री आणि पुरुष ह्यांच्यात संवाद होणं कठीण जातं. त्यांची मतं जुळणं कठीण पडतं. पुरुष काही बोलतो आणि स्त्री काही वेगळं बोलते. पुरुषाची विचार करण्याची प्रक्रिया वेगळी आणि स्त्रीची वेगळी. त्यांचा ढंग वेगवेगळा. स्त्री विचार करून मुद्देसूद वागत, बोलत नाही. सरळ एक टोक गाठते. निष्कर्षावर पोहोचते. पण पुरुषाचं तसं

होत नाही. तो एक एक मुद्दा विचारात घेतो, क्रमाक्रमाने जातो आणि नंतर निष्कर्षापर्यंत पोहोचतो.

प्रेमात हे असं काही नसतं. क्रम नसतो, मुद्दा नसतो. प्रेमाचा काय क्रम आणि कुठला मुद्दा! बस्स, ते फक्त होतं, झळाळत्या विजेसारखं. झालं की झालं. आणि जर झालं नाही, तर होण्यासाठी कुठलाही उपाय नाही.

पुरुषांनी भक्तिगीतं रचली, गायली; पण मीराशी तुलना होऊ शकत नाही त्यांची. कारण मीरासाठी, ती स्त्री असल्याने जे अगदी सहज आहे, तेच कारण पुरुषांसाठी आरोपित असं आहे. पुरुष भक्त झाले, ज्यांनी स्वत:ला परमात्म्याची प्रेमिका मानलं, पत्नी मानलं. तरीही ते मानणं जरा अडचणीचं. अशा भक्तांचा संप्रदाय आहे. बंगालमध्ये असे पुरुष आजही आहेत, जे स्वत: पुरुष असूनही स्वत:ला कृष्णाची पत्नी मानतात. रात्र झाली की स्त्री करते तसा शृंगार करतात आणि कृष्णाच्या मूर्तीला छातीशी धरून झोपी जातात. पण ह्या अशा गोष्टींमध्ये एक तऱ्हेचं वेडेपण दिसतं. ही गोष्ट सर्वसामान्यजण मान्य करू शकत नाहीत. जमतच नाही ही गोष्ट. हे असलं वेडेपण तेव्हाही वाटतं, जेव्हा तुम्ही, जी गोष्ट जिथे असायला नको, तिथे जबरदस्तीने लादता, प्रयत्न करता त्या गोष्टीला नको असणाऱ्या जागी बसवण्याचा, तेव्हा.

पुरुष हा पुरुषच आहे. त्यासाठी स्त्री होणं हे ढोंग आहे. आतून तर त्यालाही माहीत असतं की तो पुरुष आहे. वरून तुम्ही स्त्रीचे कपडे घाला, दागिने घाला, कृष्णाच्या मूर्तीला हृदयाशी कवटाळून बसा, पण म्हणून तुम्ही तुमच्या आतल्या पुरुषाला इतक्या सहजतेने विसरू शकणार नाही. हरवू शकणार नाही. हे सहजी होणं शक्य नाही.

स्त्रियाही झाल्या आहेत अशा, ज्यांनी भक्तिमार्ग सोडून पुरुषांप्रमाणे ज्ञानमार्ग स्विकारला. पण इथेही गोष्टी अगदी वेगळ्या थराला गेल्या. वेड्यासारख्या. जसं हे पुरुष वेडे वाटतात आणि विचार येतो की हे काय करताहेत? वेडे तर झाले नाहीयेत ना? अशीच एक वेडी घटना काश्मिरमधे घडली. एक स्त्री महावीरच्या विचारांसारखी विचार करू लागली. तिने वस्त्र फेकून दिलं, नग्न झाली. हे वेडेपण! जे शोभा देत नाही. हिला 'ओशो' 'लल्ला' म्हणतात. लल्लामधे पण न शोभणारं असं काही आहे. स्त्री स्वत:ला लपवते आणि हे अगदी साहजिक आहे. हेच तर स्त्रीचं खरं रूप– लज्जा आहे. ती स्वत:ला उधळून देत नाही, उघडत नाही. तसं जर तिने केलं तर ती वेश्या होते.

लल्लाने हिंमत दाखवली आणि अंगावरचं वस्त्र फेकून दिलं. ती असाधारण स्त्री झाली. ही गोष्ट स्वाभाविक वाटत नाही. पण महावीरांसाठी नग्न होणं, आणि समाजापुढे तसं वावरणं हे अस्वाभाविक नाही वाटत, उलट स्वाभाविक वाटतं. हा फरक आहे.

मीरामधे भक्तीची भावना इतकी सहजतेनं झाली आहे, तशी कुठेच नाही. भक्त तर खूप झाले, पण सगळेजण मीरापेक्षा खूप मागे राहिले, मीरा खूप पुढे निघून

आली ह्या भक्तीमार्गात. मीरा ही तर झगमगता तारा. आपण सर्वजण या. ह्या ताऱ्यापर्यंत चालू या. मीराच्या ह्या मधुर भक्तिरसाचे दोन चार थेंब जरी शिंपडले गेले, जीवनात बरसले तरी तुमच्या वाळवंटात फुलं उगवतील. जर तुमच्या हृदयात थोडे जरी तसेच अश्रू पाझरले, जसे मीराच्या हृदयात पाझरले, आणि जर तुमच्या हृदयात थोडंसं राग-संगीत छेडलं गेलं, जसं मीराच्या हृदयात छेडलं, जरासं, थोडंसं का होईना, एक थेंब का असेना, तो एक थेंब तुम्हाला रंगवून टाकेल, नवीन करेल, ताजं, तृप्त करेल.

तर मीराला तर्क आणि बुद्धी ह्या मार्गाने ऐकू नका. मीराचं तर्काशी, बुद्धीशी काहीही नातं नाहीये. मीराला भावनेने ऐका, भक्तीने ऐका, श्रद्धेच्या नजरेने पहा. तर्क वगैरे विसरून जा. तुम्ही आखलेली रेषा पुसून टाका. थोड्या वेळेसाठी मीराच्या बरोबरीने वेडे व्हा. ही मस्त-मस्त असणाऱ्यांची दुनिया आहे. ही प्रेमिकांची दुनिया आहे. असे मस्त झालात, स्वत:ला झोकून देऊ शकलात तरच काही समजू शकाल. नाही तर चुकाल हे नक्की.

खूप वेळा संधी मिळाली, मीराबद्दल बोलण्याची, पण टाळत गेलो. कारण मीराबद्दल बोलणं कठीण आहे. महावीर ह्यांच्याबद्दल बोलणं सोपं आहे. बुद्धाबद्दल बोलणंही खूप सोपं आहे. पतंजलिवर बोलणं सुद्धा सोपं आहे. मीरा– बोलणं कठीणच आहे. कारण मीराबद्दल काही बोलणं, बोलण्यासारखी ही गोष्ट नाहीच, ही तर होण्यासारखी आहे. सहजी उत्स्फूर्त, अगदी आतून. कारण हा भाव आहे. मीराला गुणगुणू शकतो, तिच्यावर बोलायचं काय? मीरा गाणं म्हणून गाऊ शकतो, तिच्यावर बोलायचं काय? मीरा नाचणं, नृत्य होऊ शकतं, तिच्यावर बोलायचं काय?

म्हणून तुम्हाला सांगतो, या. ह्या गौरीशंकरावर जाऊ या. प्रेमाच्या गौरीशंकरावर चढू या. त्या उंचावर पंख पसरूया. तेच भरारी घेऊ शकतील जे तर्कवितर्कांचं ओझं झटकून आले आहेत.

मीराजवळ तुम्हाला देण्यासारखं खूप काही आहे. मीरा मेघ आहे, जेव्हा बरसेल, तेव्हा बरसेल. तर तुम्ही तेव्हा तृप्त होऊन जाल.

तरानों में मुहब्बत का तराना ले के आया हूं
फसानों में हकीकत का फसाना ले के आया हूं
तलाशे बर्के आदम सोज में निकला हूं जन्नत से
जलाने ही को आखिर आशियाना ले के आया हूं
जमाने से अलग हूं अहले सोहबत के लिए लेकिन
नया हक्को अमल का इक जमाना ले के आया हूं
उठ और तय दो जहां की मंजिलें एक गाम में कर ले
जनूने अर्शो पैमां वालहाना ले के आया हूं ।

ऊठ! जागा हो!

उठ और तय दो जहां की मंजिलें एक गाम में कर ले!

मीराच्या बरोबरीने सारा प्रवास एका पावलात होऊ शकतो. तर्क मात्र बरीच पावलं चालायला लावतो. कारण तो पायरी-पायरीने चालतो. एक एक पाऊल सावधानतेने टाकतो. मीरा मात्र उडीच मारते.

उठ और तय दो जहां की मंजिलें एक गाम में कर ले!

म्हणूनच तुम्हाला सांगतोय की तुम्ही या, एकाच पावलात. एकच पाऊल टाकायचं आहे, की यात्रा पूर्ण होणार आहे. प्रवास संपणार आहे.

जनूने अशों पैमां वालहाना ले के आया हूं ।

मीरा मस्तीने भरलेलं मद्य घेऊन उभी आहे. तुम्ही त्याचा आस्वाद घ्या. मीरा जणू मद्य आहे, तुम्ही प्राशन करा. समजून घेणं राहू द्या, प्राशन करा. तिचं गाणं हे प्रेमाचं गाणं आहे.

मला तुम्ही संधी द्या, तुमच्या हृदयातली वीणा मी छेडू इच्छितो. तरंग, लहर निर्माण करू इच्छितो. तरच तुम्ही हे सर्व समजू शकाल.

मीराची गीतं, वचनं जे आपण ऐकू, चर्चा करू, गुणगुणू, त्यात अक्षरश: डुंबून जाऊ. ह्या गाण्यात, वचनात वरवर पाहता कुठलंही तारतम्य नाहीये. ही तर भक्तीची सजावट आहे. भक्तीचा स्पर्श, अनुभव आहे. पण आतून मात्र तारतम्य आहे. वरून दिसणार नाही की ह्यात किती गहिरेपणा आहे, कसला संबंध आहे. मीराने रामाचं चरित्र लिहिलं नाहीये, की ज्याची सुरुवात बालकापासून, बालवयापासून सुरू होईल. ही तर भाव-भावनेची विराटता आहे, विशालता आहे. जेव्हा हे भाव उभरतील, तिने गाणं म्हटलं. जसे भाव भावत गेले, तसं गाणं गायलं गेलं. आणि ही गाणी लोकांसमोर म्हणून गायली गेलेली गाणी नाहीयेत. ही गाणी त्या जिवाभावाच्या प्रिय अशासमोर गायली गेलेली गाणी आहेत. ह्या गाण्यांमधे कुठलेही फेरफारही केले गेले नाहीयेत, सुधारणा केली गेली नाहीये. कवी जेव्हा एखादं काव्य लिहितो तेव्हा त्यात सुधारणा करतो, संशोधन करतो. मीराची गाणी कच्ची, कोरी करकरीत जणू काही खाणीतून हिरे मिळतात, निघतात तशी. ना त्यांना पैलू पाडले, ना पॉलिश केलं, ना मुद्दामहून चमकवलं.

मीराला कसली काळजीच नाहीये. लोक ह्याला काव्य म्हणतील का? त्यांना ह्या गीतांमध्ये चुका आढळतील. कवितांचे काही नियम असतात, यमक वगैरे, ते जुळेल की नाही. तिला ह्या हिशोबाशी काही कर्तव्य नाही.

तुम्ही जेव्हा तुमच्या प्रेमापुढे-प्रियकरापुढे गाणं गाता, तेव्हा ह्या सर्व गोष्टींची थोडीच काळजी घेता? तुमचे भाव त्याच्यापर्यंत पोहोचायला हवेत. बास! प्रेमी, तुमचा परिक्षक कुठे असतो? की तुम्ही विचार कराल गीताची भाषा शुद्ध आहे ना?

व्याकरण बरोबर आहे ना? मात्रा-यमक जुळतात ना? गीत पूर्ण आहे ना? नाही. हे सर्व नाही बघितलं जात. बघितलं जातं ते एवढंच की, गाणं हृदयापासून उमटत आहे की नाही. जेव्हा मद्याने काठोकाठ भरलेला पेला समोर असेल तेव्हा त्या पेल्याचा आकार कसा आहे, हे कुणी बघतं का?

जर तुम्ही प्यायलात तरच तुम्हाला समजेल. आणि तारतम्य सुद्धा कळेल. पण तारतम्य वरून दिसणार नाही. जसं, अगदी उदाहरणच द्यायचं झालं तर, गुलाबाच्या फुलांचं झाड आहे. खूप सारे गुलाब उमलले आहेत. गुलाब दिसतात, पण ते एकमेकांशी जोडलेले आहेत हे दिसत नाही. सगळे वेगवेगळ्या ढंगाने फुललेले गुलाब. काही लहान, काही मोठे. आणि जर माळी कसबी असेल तर काही पांढरे, काही लाल आणि पिवळे दिसतात. पण सगळे जोडले आहेत एकाच मुळाशी. ही मुळं जर तुम्हालाही दिसली तर तुम्ही नक्की मीराबरोबर नौकाविहार करू शकाल.

मीराच्या शब्दांमध्ये, काव्यामधे उतरण्या अगोदर, मीराच्या संबंधात काही गोष्टी करणं आवश्यक आहे.

पहिली गोष्ट, मीराचं कृष्णावरचं प्रेम ज्याप्रमाणे मीरा आहे, त्याप्रमाणे सुरू झालेलं नाही. प्रेमाची इतकी अपूर्वाई तशी सुरू होऊ शकतही नाही. ही गोष्ट तर खूप जुनी आहे. ही मीरा कृष्णाच्या जुन्या गोपिकांमधली एक गोपिका आहे. मीराने स्वत:नेच तसं सांगितलंय, पण पंडित हे मान्य करत नाहीत. कारण इतिहासात ह्या संदर्भात कुठलेही पुरावे नाहीत. मीरा स्वत:च सांगते की कृष्णाच्या वेळेस मी एक गोपिका होते. माझं नाव ललिता होतं. पण विद्वान, पंडित ही गोष्ट मान्य करण्याचं टाळतात. उलट असं सांगतात की, 'ही दंतकथा आहे. गोष्टच आहे, आम्ही हे असं मान्य करू शकत नाही.' मी पंडित, विद्वान नाहीये. आणि हजारो पंडितांनी जरी मला हे पुन्हा पुन्हा सांगितलं तरी त्यांच्या ह्या विधानाला, समजण्याला मी कवडीचंही महत्त्व देत नाही. जे मीरा स्वत: सांगते, ते मी मान्य करतो. काय खरं नि काय खोटं ह्याचा ताळमेळही मला घालायचा नाही. इतिहासात काय उल्लेखलेलं आहे ह्याचा काहीही परिणाम होणं शक्य नाही. मीरा सांगते, मी मान्य करतो. ती स्वत:च हे सांगते, बास. गोष्ट संपली! मग कुणा इतरांनी ह्यावर प्रश्न निर्माण करण्याची गरजच उरत नाही. आणि हे ज्या तऱ्हेचे प्रश्न निर्माण करतात, त्यांना 'मीरा' समजू शकत नाही.

इंग्रजी भाषेत एक शब्द आहे– 'देजावुह'. ह्याचा अर्थ आहे, पूर्वी केव्हा तरी घडून गेलेल्या गोष्टी अनपेक्षित, अचानक आठवतात. कधी कधी तुम्हालाही 'देजावुह' होतो.

काल रात्रीच एक तरुण संन्यासी माझ्याशी बोलत होता. त्याने मला अनेकवेळा पत्रं लिहिली. तो त्रासलेला होता. त्रास असणारच होता. त्याला खूप वेळा असं वाटायचं की इथे अनेक गैर वस्त्रधारी संन्यासिनींबरोबर त्याची उठबस होत होती,

जणू आधीही कधी तो अशा स्थितीमध्ये होता. आधी म्हणजे पूर्वीच्या कुठल्या तरी जन्मात. ह्या वाटण्यामुळे, अशा विचित्र भासामुळे बेचैनी येणं स्वाभाविक आहे. कधी कधी काही काही घटना अशा घडतात की वाटावं दुसऱ्यांदा घडत आहेत. बेचैनी येणारच मग. आणि पश्चिमेकडून आलेला युवक आहे, तर ही बेचैनी स्वाभाविकही आहे. त्याने मला खूप वेळा पत्रं लिहिली. काल तो माझा निरोप घ्यायला आला होता. आता तो परतून जात होता. मला विचारू लागला, 'मी काय करू, हे सांगितलं नाहीत आपण? मला सतत असं जाणवत रहातं.' तर मी त्याला सांगितलं की देजावुह हे सर्व जीवनाचं, पूर्व अनुभवाचं स्मरण, ही एक वास्तवता आहे. बेचैनी तर येणारच. कारण ह्या गोष्टीचा आणि तर्काचा काहीही संबंध नाही.

आपण इथे नवीन नाही आहोत. आपण प्राचीन काळापासून प्रवास करतोच आहोत, करतोच आहोत. असा कुठलाही काळ, अशी कुठलीही वेळ नव्हती, की तुम्ही नव्हताच. अशी कुठलीही वेळ नव्हती, जेव्हा मी नव्हतो. अशी वेळ कधी नव्हती, आणि पुढेही कधी असणार नाही की तुम्ही नसाल. राहणार, कायम राहणार. राहणारच. रूप बदलेल, रंग बदलेल, खुबी, शैली बदलेल, पण अस्तित्व कायम राहणार, कारण ते शाश्वत आहे. जे शाश्वत आहे, तेच सत्य आहे. बाकी सत्य जे बदलत जातं, ते आवरण आहे. जसं कुणी पेहराव, वस्त्रं बदलतात. रामकृष्णजींनी मरताना सांगितलं, 'रडू नका. मी फक्त वस्त्र बदलत आहे.' आणि रमणीजींनी मरताना सांगितलं– जेव्हा त्यांना कुणी विचारलं, की तुम्ही कुठे निघालात, कुठे जाणार. आम्हाला सोडून कुठे जात आहात, तर त्यांनी सांगितलं, 'बंद करा तुमची बडबड. मी कुठे जाणार? मी इथे होतो आणि इथेच राहणार. जायचं कुठे आहे? हेच तर एकमेव अस्तित्व आहे.'

रूप बदलतं. बी वृक्ष होते आणि वृक्ष बी होऊन जातो. गंगा सागर होते. सागर सूर्यकिरणामुळे बाष्प होऊन ढग बनतो, आणि हे ढग परत गंगेत बरसतात. परत गंगा सागर होते. ह्या एवढ्या प्रवासात एक थेंबही हरवला नाहीये. पाणी तेवढंच आहे, जेवढं आधी होतं. आणि एकही आत्मा कुठे हरवलेला नाही.

म्हणून मी त्या युवकाला सांगितलं, 'बिलकुल घाबरू नकोस. असं होऊ शकतं की पूर्वी तू कधी माझ्याजवळ बसला नसशील. होऊ शकतं असं, कारण हे जग अनंत आहे. असंही होऊ शकतं की आपण एकमेकांना कधीच भेटलो नसू, परंतु एक गोष्ट मात्र निश्चित की, माझ्यासारखा दुसरा कुणी तुला भेटला असणार. तू कुणा बुद्धाच्या डोळ्यांत डोकावला असशील. तू कुणा सद्गुरूंच्या चरणांशी बसला असशील. मग तो कोण होता? मोहम्मद की कृष्ण की ख्राइस्ट, ह्याने काही फरक पडत नाही. कारण सद्गुरूंचा स्वाद एक आहे आणि त्यांच्या नजरेतील दृश्यही एकच आहे.' तर कधी जर अडीच हजार वर्षांपूर्वी तुम्ही बुद्धाबरोबर रहात होतात,

तर आत्ता माझ्यापाशी असताना एका क्षणात तुम्हाला ही अनुभूती मिळेल. क्षणात असं वाटेल, 'हे तर सर्व तसंच होतंय, जसं पूर्वीही कधी झालं होतं.' त्या एका क्षणात तुम्ही तिथून हरवून जाल आणि पूर्वी घडलेल्या घटनांमध्ये सामावाल. जणू एक पडदा पडला होता. आणि अचानक तुम्हाला जाणवेल, हे तर सर्व पूर्वी घडलेलंच घडतंय. असं होऊ शकतं का, की मी जे आज तुम्हाला काही शब्दरूप करतोय ते पूर्वी कधी बुद्धानेही केले असतील. आणि ही सुद्धा शक्यता आहे की केव्हा तरी तुम्ही माझ्याबरोबर होतात. सर्व काही शक्य आहे. ह्या जगात अशक्य असं काही नाही.

मीराने सांगितलं, ती ललिता होती. कृष्णाबरोबर नाचली, वृंदावनात कृष्णाबरोबर गायली. हे प्रेम जुनं आहे; नवं प्रेम नाहीये. आणि ह्याची सुरुवात अशा पद्धतीने झाली, की ही सुरुवातच दाखला देते की पंडित चुकीचे असणार आणि मीरा बरोबर आहे. आणि पंडित जरी कितीही बरोबर वाटले, तरीही ते बरोबर नाहीत, कारण त्यांची विचार करण्याची पद्धत मुळातच चुकीची आहे. ते प्रमाण मागतात. आता ह्यात प्रमाण काय असणार? न्यायालयाचा शिक्का मारलेले कागदपत्रं मीराने दाखवायला हवेत की ती कृष्णाच्या वेळेस होती म्हणून? कुठून असं प्रमाणपत्र आणणार ती? साक्षीदार कुठून मिळवणार? तिचा अंतरभाव हाच दाखला, हेच प्रमाण.

मीरा लहान होती. चार पाच वर्षांची असेल. तेव्हा एक साधू मीराच्या घरी पाहुणा म्हणून आला. आणि पहाटे उठून साधूने त्याच्या गाठोड्यातून पूजा करण्यासाठी कृष्णाची मूर्ती काढली, जी त्याने लपवून ठेवली होती. त्याने त्या मूर्तीची पूजा केली आणि मीरा एकदम वेडी झाली. देजावुह झाला. पूर्वी घडलेल्या गोष्टीची आठवण झाली. ती मूर्तीच अशी होती की चित्रावर चित्रं असल्यासारखे एक एक प्रसंग तिच्या नजरेसमोर तरळू लागले. ती मूर्ती अशी होती, त्यातून पुन्हा सुरुवात झाली एका कहाणीची. ती मूर्ती केवळ निमित्त ठरली. त्यामुळे जखम झाली. कृष्णाची छबी पुन्हा आठवली. परत तो सावळा चेहरा, ते मोठ्ठाले डोळे, मुकुटामध्ये विराजमान झालेलं ते मोराचं पीस, तो मधुर बासरी वाजवणारा कृष्ण! मीरा हजारो वर्षं मागे गेली, रमली आठवणींमध्ये. रडायला लागली. साधूकडे त्या मूर्तीची मागणी करू लागली. पण साधूलासुद्धा फार प्रेम होतं त्या कृष्णाच्या मूर्तीचं. त्याने ती मूर्ती देण्यास नकार दिला. आणि तो निघून गेला. मीराने अन्न-पाणी सोडून दिलं.

पंडितांसाठी देजावुहचा हा पुरावा होऊ शकत नाही. पण माझ्यासाठी मात्र प्रमाण आहे, हाच पुरावा आहे. चार-पाच वर्षांची मुलगी. हां, तसं तर लहान मुलं खेळणं मिळवण्यासाठी हट्ट करतात पण तासाभराने विसरूनही जातात. संपूर्ण दिवस सरला, ना तिने काही खाल्लं, ना पाणी प्यायली. तिच्या डोळ्यांमधून अश्रू ओघळतच राहिले. ती रडत राहिली, रडत राहिली. तिच्या घरची माणसं हैराण झाली की आता काय करायचं? साधू तर गेला. त्याला शोधायचं कुठं? आणि जरी

पुन्हा भेटला तरी तो मूर्ती देईल ह्याची शक्यता कमीच.

आणि ती कृष्णाची मूर्ती नक्कीच फार सुंदर होती. घरच्या माणसांनाही ती फार आवडली होती. त्यांनी अनेक मूर्ती बघितल्या होत्या, पण ह्या मूर्तीत काही तरी वेगळं होतं. जिवंत असं, जणू ती मूर्ती बघतीय, जागृत आहे. त्या मूर्तीचे तरंगच काही वेगळे होते. कुणी तरी नक्कीच अतिशय प्रेमाने तिला घडवली होती. व्यवहार, पैसा मिळावा म्हणून नाही. निरतिशय भावनेने कुणी बनवली होती. ज्याने बनवली त्याने सर्व प्रार्थना, त्याची सर्व पूजा त्या मूर्तीत समर्पण केली; किंवा ज्याने कृष्णाला बघितलं होतं, त्याने ती मूर्ती बनवली असणार. त्यात गोष्ट अशी होती, ती मूर्ती अशी होती की मीरा सर्व विसरली. सर्व जगच विसरली. तिला ती मूर्ती हवीच, नाही मिळाली तर ती मरून जाईल. ह्या विरहाची सुरुवात झाली चार पाच वर्षांच्या वयात!

रात्री त्या साधूने स्वप्न बघितलं. तो दूर दुसऱ्याच गावी जाऊन झोपला होता. रात्री स्वप्न पडलं. कृष्ण त्याच्यासमोर उभे होते. त्यांनी सांगितलं, जिची मूर्ती आहे, ती तिची तिला देऊन टाक. तू ती खूप दिवस सांभाळलीस. ती ठेव होती. ही तुझी नाहीये. आता तू विनाकारण ओझं वाहू नकोस. तू परत जा. मूर्ती त्या मुलीला दे. तिची आहे तिला दे. तिचीच होती, ही तुझी जबाबदारी आता संपली. तुझं काम झालं. जिथे तुला पोहोचवायची होती, तिथे तू पोहोचवून दे. आता ही जबाबदारी संपली. गोष्ट संपली.

मूर्ती त्याची आहे, ज्याच्या हृदयात त्या मूर्तीसाठी प्रेम आहे. मग अजून कुणाची ही मूर्ती? साधू घाबरला. कृष्णाचं तर त्याला कधी दर्शनही होणार नव्हतं. वर्षं वर्षं प्रार्थना-पूजा करत आला. वर्ष वर्ष ह्या मूर्तीला सोबत घेऊन हिंडला. फुलं वहात होता. घंटी वाजवत होता. तरी कृष्णदर्शन कधी झालं नाही. तो खरोखरच खूप घाबरला. तो मध्यरात्रीला उठून धावत सुटला. मध्यरात्रीलाच पोहोचला. त्याने सर्वांना उठवलं. म्हणाला. 'मला क्षमा करा. माझी चूक झाली.', त्या लहानशा मुलीच्या पाया पडला आणि मूर्ती तिला देऊन तो माघारी फिरला.

ही जी चार-पाच वयाची असताना घटना घडली, त्याने सर्व दृश्य खुललं. परत प्रेमाची चाहूल लागली, परत प्रवास सुरू झाला. मीराच्या जीवनामधे कृष्णाच्या संगतीशी पुन्हा बांधल्या गेलेल्या प्रेमाच्या गाठीची ही सुरुवात आहे. पण हे नातं मात्र जुनंच होतं. नाहीतर कठीण होतं. कृष्णाला बघितलं नसेल, कृष्णाला जाणलं नसेल, कृष्णाचा सुगंध घेतला नसेल, कृष्णाचा हात पकडून नृत्य केलं नसेल, तर लाखो उपाय करा, तुम्ही कृष्णाला जिवंत अनुभवू शकणार नाही, म्हणूनच जिवंत गुरूच सहयोगी असतो.

तुम्ही पण कृष्णाची मूर्ती घेऊन बसू शकता, पण तुमच्या आत भावनेचा उद्रेक होणार नाही. भावनेचा उद्रेक होण्यासाठी तुमच्या आत कृष्णाशी संबंध हवा. तुमच्या आत समांतर अशी भावदशा हवी.

मीराचं भजन तुम्ही सुद्धा गाऊ शकता. पण जोपर्यंत तुमच्या मनात कृष्णाशी नातं जुळत नाही तोपर्यंत ते फक्त भजन राहील; नातं निर्माण होणार नाही. हृदय मिळणार नाही. सेतू बांधला जाणार नाही.

ती चार-पाच वयाची असताना एक घटना घडली. योगायोग – आणि क्रांती झाली. मीरा मस्त राहू लागली. जणू एक मद्य मिळालं. दोन वर्षानंतर शेजारच्या घरात कुणाचा विवाह झाला. आणि ह्या सात-आठ वर्षांच्या मुलीने आपल्या आईला विचारलं, 'सर्वांचा विवाह होतो, माझा केव्हा होणार? आणि माझा वर कोण आहे?'

आणि आईने थट्टेने सांगितलं, की तुझा वर कोण आहे? हा गिरिधर गोपाळ! हा गिरिधर लाल! हाच तर तुझा वर आहे. कारण ती तेव्हाही कृष्णाची मूर्ती हृदयाशी लावून, घट्ट धरून उभी होती, अजून काय हवं? हे तर थट्टेत चाललं होतं. त्या बिचाऱ्या आईला काय ठाऊक की कधी कधी थट्टेत बोललं गेलेलंही क्रांती करू शकतं. आणि क्रांती झाली.

नाहीतर कितीही गंभीरतेने तुम्हाला काही सांगितलं जातं, तरी काही होत नाही. कारण तुम्हाला आतपर्यंत काही जाणवत नाही. काही असेल तर जाणवेल. बी दगडावर टाकलंत तर ते अंकुरत नाही, पण जर बरोबर जमिनीत पेराल-टाकाल तर अंकुरतं. ती योग्य जमीन होती. आईला खरोखरच कल्पना नव्हती. ती विचार करायची, लहान आहे. लहान वयातलं खेळणं आहे. कृष्ण म्हणजे जणू एक बाहुलं. मिळालंय हिला खेळायला. मूर्ती सुरेख आहे. म्हणून नाचते, गुणगुणते, ठीकच आहे. स्वत:त रमते, दंग होऊन जाते. ह्यात काही हरकत घेण्यासारखंही नाही. थट्टेत म्हटलं होतं, ह्याच्याशिवाय तुझा दुसरा नवरा कुठला? हे गिरिधर गोपाळ आहेत. हे नंदलाल आहेत.

पण तिचं मन त्याच दिवशी भरून आलं. असं झालं. कधी कधी योगायोग महान आरंभ होऊन जातात, महान पथावर चालण्यासाठी. तिने तर मानूनच टाकलं. ते छोटंसं, कोमल, भोळं-भाबडं मन, त्याने मानलं, की हेच तिचे पती. त्यानंतर क्षणासाठी, एका पळभरासाठीही ही गोष्ट खोटी वाटली नाही. क्षणभरासाठीही ही गोष्ट विसरली गेली नाही.

खरं तर लहान वयात जे काही मनावर ठसतं, ते कायम स्वरूपी राहतं. ही गोष्ट तशीच मनात ठसली. त्यानंतर तिने तिचं सर्व प्रेम कृष्णावर उधळलं. जितकं जितकं प्रेम ती कृष्णावर उधळत गेली, तितके तितके कृष्ण जिवंत होत गेले. आधी एकटीच बोलत बसायची, नंतर कृष्णही बोलू लागले. आधी एकटी डोलत होती, नंतर कृष्णही डोलू लागले. हे नातं आता भक्त आणि मूर्ती एवढंच राहिलं नाही. भक्त आणि भगवान असं झालं.

ह्यानंतर ज्या घटना घडल्या त्या निश्चित विचार करण्यासारख्या आहेत. ज्या महत्त्वाच्या आहेत.

मीरावर ज्यांनी ज्यांनी पुस्तकं लिहिली, ते सर्व लिहितात, 'दुर्दैवाने मीराची आई मरण पावली, जेव्हा ती छोटी होती. त्यानंतर तिच्या वडिलांनी तिची देखभाल केली. मग तेही मरण पावले. मग ती सतरा-अठरा वर्षांची झाल्यानंतर तिचा विवाह केला गेला. मग तिचे पती मरण पावले. मग तिचा सांभाळ सासऱ्यांनी केला. आणि मग तेही मरण पावले. आणि मग तिच्या वडिलांनी तिला आसरा दिला, नंतर तेही मरण पावले. असे पाच मृत्यू झाले. जेव्हा मीरा बत्तीस-तेहेतीस वर्षांची होती तेव्हापर्यंत तिच्या आयुष्यात ज्या ज्या कुणी महत्त्वाच्या व्यक्ती होत्या, त्या सर्व निधन पावल्या. ज्यांना ज्यांना तिने आपलं मानलं, प्रेम केलं ते सर्व मरण पावले.'

जे लेखक, जे लोक मीरावर पुस्तकं लिहितात, ते म्हणतात, 'दुर्दैवाने' असं मी म्हणूच शकत नाही. हे तर सौभाग्य म्हणून झालं. ते लिहितात दुर्भाग्य. कारण मृत्यूला सर्व जग दुर्भाग्य मानतं. दुर्दैव मानतं. पण हेच तर मीराच्या जन्माचं कारण बनलं. ज्या कुठल्या ठिकाणी प्रेम होतं, ते तिथून आटत गेलं. ते सारं प्रेम ती कृष्णावर उधळत गेली. आईवर प्रेम होतं– ती गेली. जे आईबद्दलचं प्रेम होतं, ते गोपालाच्या चरणी वाहून दिलं. मग बाबांनी सांभाळ केला. ते गेले. त्यांच्यावर प्रेम होतं, ते गोपालाच्या चरणी ठेवलं. असा संसार लहान लहान होत गेला. आकसत गेला. आणि परमात्मा वाढत गेला. म्हणून मी 'दुर्दैव' असं म्हणत नाही. मी म्हणतो, 'सौभाग्य'. कारण 'मृत्यू'बाबत मला 'दुर्दैव' असा भाव नाहीये. मृत्यूच्या रूपाने तो एक आवश्यक अशा रूपात अभिशाप आहे. सर्व तुमच्या विचारांवर, ह्या घटनेकडे बघण्याच्या नजरेवर अवलंबून आहे. मीराने ह्याचा योग्य उपयोग केला. जिथून, ज्या ज्या ठिकाणांहून प्रेम उडत गेलं, मुळापासून उखडलं गेलं, प्रेम करण्याचं कारणच नष्ट झालं, ते त्यांच्या वाटणीचं प्रेम ती परमात्म्यावर वाहू लागली.

शेवटचं कारण होतं– वडिलांचं असणं. तेही निघून गेले. नवरा गेला, वडील गेले, पाच मृत्यू एका मागोमाग एक. जगाशी संबंधच संपला. तुटला. ह्याचा तिने योग्य तो उपयोग केला. जगाशी तुटत जाणाऱ्या संबंधांमुळे तिने जगाविषयी वैराग्य धारण केलं. जगाशी तुटलेलं प्रेम तिने परमात्म्याला बहाल केलं. ती कृष्णाच्या रागात, संगीतात बुडून गेली.

ह्या सर्व मृत्यूंनी अजून एक सौभाग्याचं काम केलं. त्यांनी शिकवलं की ह्या जगात सर्व क्षणभंगुर आहे. जर तुम्हाला प्यारं, प्रेमाचं कुणी शोधायचं असेल, तर जे शाश्वत आहे, त्यामध्ये शोधा. इथे 'आपलं' असं काहीच नाहीये. इथे हरवू नका. स्वत:ला हरवू देऊ नका. इथे सर्व सुटणार आहे. कायमचं बांधलेलं असं इथे काहीही रहाणार नाही. इथे सर्वत्र मृत्यूच मृत्यू आहेत. इथे मसणघाट आहेत. इथे कायमच वास्तव्य करायचं असा विचार करू नका. इथे कुणीही कायमचं वास्तव्य करू शकलं नाही.

तिने स्वत:च्या नजरेने एकेकाला मरण पावताना बघितलं. बत्तीस-तेहेतीस वय

म्हणजे फार काही मोठं वय नाही. तरुण होती. तरुण वयातच इतके मृत्यू बघितले की मृत्यूचा काटा तिला अगदी स्पष्ट दिसला होता. जो सांगत होता जीवन हे क्षणभंगुर आहे. आणि तेव्हा तिचं मन विरक्त झालं. जो जीवनातून विरक्त होतो, तोच परमात्म्याच्या जवळ पोहोचतो.

दोन राग एकाच वेळेस गाता येत नाहीत. दोन नौकांवर एकाच वेळेस पाय ठेवू शकत नाही. तर जेव्हा मी तुम्हाला सांगतोय की, 'या, प्रेमाच्या सरोवरात नौकाविहार करूया.' तेव्हा मी तुम्हाला असं सांगत असतो की तुम्ही आता तुमच्या संसाराच्या नावेतून उतरा, आणि परमात्म्याला नाव बनवा. 'या, प्रेमाच्या गौरीशंकरावर चढू या.' तर जेव्हा मी असं सांगत असतो की काळोख्या घाटांतून जो तुमचा प्रवास चालू आहे, ह्या प्रवासाची जी ओढ, माया तुम्हाला आहे, ती सोडा. कारण तिथे मृत्यू शिवाय अजून कुणीही येत नाही. ज्याला तुम्ही घर समजता आहात, ते स्मशान आहे. ज्यांना तुम्ही आपलं समजलं आहे, दोन क्षणांची सोबत मिळाली आहे, ते सगळे परके आहेत. आज नाही तर उद्या, सगळे दूर होणार आहेत. तुम्ही एकटे आलात आणि एकटेच जाणार आहात. आणि तुम्ही एकटेच आहात. ह्या जगात फक्त एकच संबंध असू शकतो, आणि तो संबंध परमात्म्याशी आहे. बाकीचे सर्व संबंध बनतात आणि अदृश्य होतात, संपतात. सुख घेऊन हे संबंध येतात खरे, पण सुखापेक्षा दुःखच जास्त देऊन जातात. सुखाची केवळ आशा राहते, पण मिळत नाही. अनुभव जो येतो तो दुःखाचाच. फक्त दुःखाचाच.

हे जे पाच मृत्यू घडले ते म्हणजे पाच पायऱ्या किंवा शिडी. आणि एक एक मृत्यू मीराला संसारापासून विन्मुख करत गेला आणि कृष्णाला सन्मुख. संसाराकडे पाठ फिरली आणि कृष्णाकडे तोंड वळलं. पहिल्या पहिल्यांदा मीरा कृष्णाची मूर्ती घेऊन घरातल्या घरात नाचत होती. मग पुरासारखं. प्रेमाचा पूरच होऊन गेला. घर तिच्यासाठी अपुरं पडू लागलं. मग गावातल्या मंदिरात, साधू-संन्यासी ह्यांच्यात ही नाचू लागली. आणि प्रेमाचा पूर इतका आला, येत राहिला की ती तन-मन विसरून गेली. ती मग्न झाली. ती तल्लीन झाली, कृष्णमय झाली. मुळात ती राजघराण्यातली स्त्री होती. प्रतिष्ठित कुटुंबातली होती. कुटुंबाला हे सर्व अडचणीत टाकायला लागलं. कुटुंबाला कायम अडचणी येतात. समाजात नाना तऱ्हेची चर्चा होऊ लागली कारण ही गोष्ट लोकलज्जेच्या बाहेरची होती.

तुम्ही विचार करू शकता, पाचशे वर्षांपूर्वीचं राजस्थान, जिथे डोक्यावरून पदर घेतल्याशिवाय स्त्रिया बाहेर पडत नसत. त्यांचा चेहरा कधीच दिसू शकत नसे. हे तर सामान्यांच्या स्त्रियांचं. तर राजघराण्यातील स्त्रियांची गोष्टच काही वेगळी होती. आणि ही रस्त्यावर नाचू लागली. सर्वसाधारण समाजात मिसळून नाचू लागली. जरी हा नाच परमात्म्यासाठी होता, तरी तो नाचच होता घरच्यांसाठी. त्यांना तर काही

फरक पडत नव्हता. पण तिचे जे काही जवळचे होते ते तर हयात नव्हते. तिचा दीर गादीवर बसला होता. जिथे तिथे मीराने उल्लेख केला आहे की, 'राणाने विष पाठवलं, सापाची टोकरी पाठवली, गादीवर काटे पसरले' तेव्हा तेव्हा समजून घ्या, हा राणा म्हणजे तिचा दीर. त्याचा उल्लेख आला आहे. तिचे पती तर हयात नव्हते.

तिचे दीर होते विक्रमाजीत सिंह. तो अतिशय रागीट तरुण होता. दुष्ट वृत्तीचा होता. आणि त्याच्यासाठी हे सर्व सहन करण्यापलीकडचं होतं. आणि मीराला मिळणारी प्रतिष्ठा हीसुद्धा त्याला सहन होत नव्हती. मीरा इतकी प्रतिष्ठित होत होती की दूर दूरून लोक यायला लागले होते. सर्वसामान्य लोक तर येतच असत. पण साधू-संत, जे प्रसिद्धी मिळवलेले मान्यवर लोक, तेही लांब-लांबून मीराबद्दल ऐकून येत राहिले. तिचा दरवळ सुटला. हा दरवळ, सुगंध कस्तुरीसारखा होता. ज्यांनी हा कस्तुरीचा सुगंध थोडासा अनुभवला होता तेही येत राहिले.

ही खरोखरच अजब गोष्ट आहे. देशाच्या कोपऱ्या-कोपऱ्यातून लोक येत होते. पण कुटुंबातले आंधळे लोक हे बघू शकत नव्हते. खरं बघता ह्या लोकांचं येणं हे ह्या परिवाराला अडचणीत टाकत होतं. मीराची प्रसिद्धी त्यांच्या अहंकाराला दुखावत होती. जो राणा, गादी चालवत होता, त्याला तर फारच क्लेषदायक होतं. कारण त्याच्याच कुटुंबात त्याच्याहून वरचढ कुणीतरी आहे, हे त्याला सहन होत नव्हतं. मग अनेक कारणं मिळाली. आणि ही सर्व कारणं तर्काला धरून होती. त्यात एकही चूक सापडणं कठीण. कारणंच तशी होती. जसं की, ती सामान्य लोकांत मिसळू लागली, चेहेऱ्यावरचा पदर काढून टाकलाय, रस्त्यावर नाचतेय, नाचत असताना वस्त्रांचंही भान नाही, हे सर्व शोभत नाही. राजघराण्यातली महिला अशोभनिय हे शुभ नाही.

पण जे गोष्टींतून सांगितलं गेलंय, तिथे लक्ष द्या. विष पाठवलं आणि मीराने कृष्णाचं नाव घेऊन ते प्राशन केलं. आणि सांगतात की विष अमृत झालं. असं व्हायलाच हवं. झालंच असणार. इतक्या प्रेमाने, आदराने स्वागत करून जर कुणी विष जरी पाजलं तरी त्याचं अमृत व्हायलाच हवं. आणि जर तुम्ही रागाने, त्वेषाने, तिरस्काराने, बदला ह्या भावनेने जरी अमृत प्यायलात तर त्याचं विष होणार हे नक्की.

एक गोष्ट लक्षात ठेवा, असं इतिहासात खरोखरच झालं होतं का, ह्याच्याशी मला काही मतलब नाही, प्रयोजन नाही. मी तर तुम्हाला ह्या मागची मानसिकता फक्त सांगू इच्छितो. कारण खरं महत्त्व त्यालाच आहे. जर तुमचं भांडं आतून अतिशय शुद्ध आहे, निर्मळ आहे, निर्दोष आहे तर विषसुद्धा ह्या पात्रात जाऊन निर्मळ आणि निर्दोष होऊन जाईल. हजारो वर्षं हजारो आयुष्यांची घाण गोळा करत आणली आहे, साठवली आहे. तिथे अमृत जरी घातलं तरी ते विष होईल. सर्व काही, तुमचं भांडं कसं आहे, ह्यावर अवलंबून आहे. शेवटी ह्या गोष्टीला महत्त्व नाहीये की विष होतं की अमृत? शेवटी हे अवलंबून आहे ते तुमच्या आतल्या

स्थितीवर. जे तुमच्या आत आहे तेच शेवटी निर्णायक आहे.

मीराने बघितलंच नाही की विष आहे. असा विचार नाही केला की विष आहे, राणाने पाठवलंय. जे काही मिळतं, ते पाठवणारा प्रभू आहे. राणाच्या माध्यमातून पाठवणारा तो ईश्वरच आहे. त्याच्याशिवाय दुसरा कुणीही नाही. तर ते अमृतच असणार. तिने ते अमृत समजूनच प्राशन केलं.

हे 'मानणं' एवढा फरक करू शकतं? तुम्ही संमोहन करणाऱ्याला विचाराल, तो असं म्हणेल, हो. आणि संमोनहशास्त्र शिकलेला हे जाणतो की मानवाच्या मनाच्या काम करण्याच्या वृत्ती काय आहेत. जर कुणा मनुष्याला संमोहित केलं आणि त्याच्या हातात जर जळता निखारा ठेवला आणि त्याच्या संमोहित अवस्थेत जर त्याला सांगितलं की थंडगार दगड तुझ्या हातावर ठेवला आहे, तर आगीची झळ, आगीच्या ज्वाळा त्याला जाळत नाहीत. कारण त्याचं मन ही गोष्ट स्वीकारतं की त्याच्या हातावर थंड दगड ठेवला आहे. निखारा हातात ठेवला जातो आणि चमत्कार घडतो, हात जळत नाही. ह्यावर हजारोंनी प्रयोग झालेत. ह्याच तऱ्हेने तर लोक आगीवर चालतात पण ते जळत नाहीत. ही भावनेची स्थिती आहे.

आणि याहून विरुद्ध घटनाही घडते. संमोहित व्यक्तीच्या हातावर एक दगड ठेवा. साधारण दगड, थंड दगड आणि त्याला सांगा की जळता कोळसा ठेवला आहे. तो एकदम घाबरून फेकून देईल. तो शुद्धीत नाही आणि त्याहूनही चमत्कार असा आहे की त्याच्या हातावर जळल्याचे फोड येतील. जणू काही खरोखरच हातावर जळता कोळसा ठेवला होता. जळल्याच्या सर्व खुणा अशा घटनांमध्ये घडतात. संतांच्या जीवनात जे ह्या तऱ्हेचे प्रसंग घडतात, मी अशाच मानसिकतेच्या गोष्टींबद्दल बोलत आहे. मीराने स्वीकारलं की, विष हे अमृतासारखं असतं, तर ते अमृत झालं.

तुम्ही जसं जगाला स्वीकाराल, जग तसं होऊन जातं. हे जग तुम्ही जसं स्वीकारता तसं निर्माण होतं. हे जग तुमच्या दृष्टिकोनातूनच विस्तारित होतं.

सापाला एका पेटाऱ्यात ठेवून पेटारा पाठवून दिला. विषारी साप. तिने पेटारा उघडला तर तिला सावळा कृष्णच दिसला. तिने त्याला घेतलं आणि मिठी मारली. त्या सापाने मीराला डंख केला नाही. साप इतके क्षुद्र नसतात जितका मनुष्य असतो. साप एवढे मूर्ख नसतात, जितका मनुष्य असतो. मीराचं त्याला प्रेमाने कवेत घेणं त्यालाही समजलं. इथे शत्रू कुणी नाहीये. मित्र आहे. साप तेव्हाच वार करतो जेव्हा समोर कुणी शत्रू असतो. जेव्हा कुणी जखमी करण्यासाठी, मारण्यासाठी येतं तेव्हाच साप हल्ला करतो. नाही तर नाही करत. हल्ला तर त्याच्या स्वरक्षणासाठी असतो. सापाचं तुमच्याशी काहीही वैर नाहीये. तुम्हीच जर सापावर पाय दिलात किंवा त्याला मारायला गेलात तरच आणि तेव्हाच तो हल्ला करतो. आणि तेव्हा लोक म्हणतात की एकदा का सापाशी तुम्ही वैर धरलंत तर तो आयुष्यभर तुमच्याशी

बदला घेण्याचा प्रयत्न करत राहतो. विसरत नाही. त्याची स्मरणशक्ती तीव्र असते. पण जेव्हा मीराने त्याला कवटाळलं, ती स्पंदनं त्यालाही समजली असतील, त्या प्रेमात तोही बुडून गेला असणार. ह्या स्त्रीला डंख करता येणार नाही. शक्यच नाही.

समजून घ्या, मी परत सांगतोय. इतिहासाशी मला काहीही देणं-घेणं नाही, काही प्रयोजनच नाही. इतिहासापेक्षा महत्त्वाचं आहे, ते म्हणजे ह्या घटनांच्या मागे दडलेलं मानसशास्त्र. तेच आपण समजून घेतलं, तरच उपयोग होईल. आणि ह्यात काही चमत्कारही नाहीये. हे चमत्कार घडलेत, असं तुम्हाला वाटतं कारण त्यामागचे नियम समजून येत नाहीत. नियम साधा, सरळ आहे. तुम्ही जसे आहात, जवळ जवळ तसंच जग तुमच्यासाठी होतं. तुम्ही प्रेमळ आहात तर प्रेमाचाच प्रतिध्वनी उमटत राहील. आणि तुम्ही जर परमात्म्याला संपूर्ण मनापासून स्वीकारलं असेल, सर्व रूपात स्वीकारलं असेल, तर ह्या जगतात तुमच्यासाठी नुकसान असं काहीच नाहीये.

परंतु ही गोष्ट घडली आणि मीराला गावात राहणं कठीण होऊन गेलं. म्हणून तिने राजस्थान सोडलं. ती वृंदावनात निघून गेली. आपल्या प्रियकराच्या गावी जावं असा तिने विचार केला. कृष्णाच्या गावी गेली. पण तिथेही त्रास सुरू झाला. कारण कृष्ण तर तिथे आता नव्हते. कृष्णाच्या गावात आता पंडितांचं वर्चस्व होतं. त्यांच्या अधिपत्याखाली गाव होतं. ब्राह्मण, पुरोहित, पंडित!

एक चांगली घटना आहे. जेव्हा मीरा वृंदावनाच्या सर्वांत प्रतिष्ठित मंदिरात पोहोचली, तेव्हा तिला दारातच अडवण्याचा प्रयत्न केला गेला. कारण त्या मंदिरात स्त्रियांना प्रवेश निषिद्ध होता. कारण त्या मंदिराचा पुजारी– श्रेष्ठ पुजारी स्त्रियांचं दर्शन निषिद्ध मानायचा. ब्रह्मचारी माणसाने स्त्रियांकडे पाहू नये असं तो म्हणायचा. मीरा स्त्री होती म्हणून तिला अडवण्यात आलं. पण जे लोक तिला अडवण्यासाठी दारात उभे होते ते किंकर्तव्यमूढ झाले. मीरा नाचत नाचत आली, आपल्या हातात एकतारी वाजवत आली आणि तिच्या मागे भक्तांची झुंबड आली, मद्य बरसवत चहू बाजूंनी, मदमस्त. त्या मस्तीत जे द्वारपाल उभे होते, ते सुद्धा मदमस्त झाले, अचंबित तरीही भान हरपून. ते विसरूनच गेले मीराला अडवणं. तोपर्यंत मीराने मंदिरात प्रवेश केला. ती जणू हवेच्या झुळकीसारखी होती. हवेच्या झुळकीप्रमाणे प्रवेश करती झाली. मंदिराच्या मधोमध पोहोचली. पुजारी घाबरून गेला. पुजारी कृष्णाची पूजा करत होता. त्याच्या हातातलं तबक निसटलं, पडलं. त्याने वर्षानुवर्षं स्त्रीला बघितलं नव्हतं. ह्या मंदिरात स्त्रियांना प्रवेश नव्हता. ही स्त्री, तरी सुद्धा आत कशी आली?

आता तुम्ही थोडा विचार करा. दारात उभे असलेले रखवालदारही भावनेत बुडले, पण पुजारी बुडू नाही शकला. नाही, पुजारी हे जगातले सर्वांत आंधळे लोक असतात. आणि पंडितांइतकी जडबुद्धी शोधणं कठीण. दारावरचे रखवालदार विसरले, मश्गुल झाले ह्या मदमस्त रसामधे. ही जी बेभान मीरा आली, ही जी

झुळुक आली, एक तरंगच. क्षणभर तेही विसरले की, त्यांचं काम काय आहे. लक्षात आलं असेल, जेव्हा मीरा मंदिरात पोहोचली असेल. जेव्हा जाणीव झाली, तेव्हा जे घडायचं होतं ते घडून गेलं होतं. पण पंडित जागृतच राहिला. कृष्णासमोर येऊन मीरा नाचत होती, पण पंडित कोरडा तो कोरडाच.

तो म्हणाला, 'ए बाई, तुला समजत नाही, ह्या मंदिरात स्त्रियांना यायला परवानगी नाही.'

मीराने ऐकलं. मीरा म्हणाली, 'कृष्णाच्या व्यतिरिक्त कुणी पुरुष नाही, हेच आणि असाच विचार मी करत होते. तू सुद्धा पुरुष आहेस! मी तर फक्त कृष्णालाच पुरुष मानते. बाकी सर्व जग म्हणजे त्याच्या गोपिका आहेत. त्यांच्याच बरोबर 'रास' चालू आहे. तर तू सुद्धा पुरुष आहेस? मी विचारच केला नव्हता की दोन पुरुष आहेत. तर तू प्रतियोगी आहेस?

तो घाबरला. पंडिताला समजलं नाही की ह्यावर काय उत्तर द्यावं? पंडितांजवळ ठराविक प्रश्नांची उत्तरं असतात. पण हा असा प्रश्न कधी उद्‌भवलाच नव्हता. कोणी विचारलाच नव्हता. मीराच्या अगोदर असा प्रश्न कुणी मांडलाच नव्हता.

पण अडचणींना सुरुवात झाली. ह्या घटनेनंतर मीराला वृंदावनात सहारा दिला गेला नाही. संतांबरोबर आम्ही नेहमी गैरव्यवहार केला. ते मरण पावले की आम्ही त्यांची पूजा करतो. जिवंत असताना त्यांना अपमानित करतो, छळतो. मीराला वृंदावनातून बाहेर पडावं लागलं. मग ती द्वारकेला गेली.

काही काळाने राजस्थानची राजनिती बदलली. राजा बदलला. राणा सांगाचा सर्वांत लहान मुलगा राजा उदयसिंह मेवाडच्या गादीवर विराजमान झाला. तो राणा सांगाचा मुलगा होता आणि राणा प्रताप त्याचा मुलगा होता. उदयसिंहला मीराबद्दल खूप आत्मीयता होती. त्याने बरेच निरोप पाठवले. 'मीराला परतून बोलावून घ्या. हा आमचा अपमान आहे. हा राजस्थानचा अपमान आहे की मीरा गांव-गांव फिरत राहिलेय. इथे तिथे तिला जावं लागतंय. हा कलंक, हे लांछन आमच्यावर कायम राहील. तिला घेऊन या. तिला परतून येऊ द्या. ज्या काही चुका झाल्या आहेत, त्याची आम्ही क्षमा मागतो. जे भूतकाळात घडलं ते घडलं.'

तिला समजवायला लोकं गेली, पंडितांना पाठवलं, पुजाऱ्यांना पाठवलं, पण मीरा कायम समजावून सांगत राहिली, 'आता कुठे यायचं-जायचं? जो प्राणाहूनही प्रिय आहे, त्याच्या मंदिराला सोडून आता कुठे जायचं?'

ती द्वारकेत रणछोडदासजींच्या मंदिरात मस्त होती.

मग तर उदयसिंहने खूप प्रयत्न केला. संघटित करून शंभर लोकांना पाठवलं आणि त्यांना सांगितलं, 'कसंही करून घेऊन या. नाही मानलं तर धरणं धरा, सांगा की आम्ही अन्नत्याग करू. मंदिरातच बैठक ठोका.'

आणि त्यांनी धरणं धरलं. म्हणाले, ‘यावंच लागेल, नाही तर आम्ही सगळे इथेच जीव देऊ.’

त्यावर मीरा म्हणाली, ‘असं आहे? तर मग मला माझ्या ‘प्रिया’ला जाऊन विचारावं लागेल. त्याच्या आज्ञेशिवाय मी इथून जाऊ शकत नाही. तर रणछोडदासजींना विचारून येते.’

ती आत गेली. फारच सुंदर आहे ही कथा, अगदी अद्‌भुत आणि बहुमूल्य. असं म्हणतात की ती आत गेली आणि नंतर बाहेर आली नाही. कृष्णाच्या मूर्तीत विलीन झाली.

ही गोष्ट सुद्धा ऐतिहासिक होऊ शकत नाही. पण व्हायला पाहिजे, कारण जर मीरा कृष्णाच्या मूर्तीत विलीन होणार नाही तर दुसरं कोण होणार? आणि तिने कृष्णाला स्वत:मध्ये इतकं सामावून घेतलं होतं, तर कृष्ण तिला सामावून घेणार नाही त्याच्यात, असं कसं होईल? असं जर कृष्णाने केलं नाही तर भक्ती, श्रद्धा सर्व संपुष्टात येईल. भक्ताचा विश्वासच तुटून जाईल. मीराने कृष्णाला स्वत:त इतकं सामावून घेतलं, आता कृष्णाची पाळी होती, तो ह्या भक्त मीराचं देणं लागत होता. ती शेवटची वेळ आली, महासमाधीची. मीराने सांगितलं असेल, ‘तू मला तुझ्यात सामावून तरी घे किंवा माझ्याबरोबर चल. कारण ही माणसं अन्नाशिवाय, उपाशी बसून राहतील, तर मला जावंच लागेल.’

ती शेवटची घटिका आली, जेव्हा भक्त भगवान होऊन जातो. हेच प्रतीक आहे, ही खूण आहे ह्या कथेची, की मीरा त्यानंतर कुठेच दिसली नाही. मीरा कृष्णाच्या मूर्तीत सामावून गेली. शेवटी भक्त ईश्वरात सामावून जातो.

लक्षात ठेवा, ह्यात तथ्य आहे असा विचार करत बसू नका. हे सत्य आहे आणि सत्य हे ‘तथ्य’ ह्यापेक्षा खूप भिन्न आहे. सत्य हे तथ्यापेक्षा खूप वरचढ आहे. तथ्यात काय आहे? कवडीमोलाच्या गोष्टी असतात त्यात. तथ्य हा सत्याचा शेवट नाही, तथ्य म्हणजे माणसाच्या छोट्याशा बुद्धीला जे समजतं, तेवढ्या सत्याचा एक तुकडा आहे. सत्य खूप मोठं आहे.

मला जर विचाराल, तर मी सांगेन, ‘असं झालं! असंच व्हायला हवं होतं. नाहीतर भक्ताचा विश्वास खोटा ठरला असता.’ मीराने असंच म्हटलं असणार, ‘बोला, तुमचं काय म्हणणं आहे? आता मी जाऊ? आणि जाऊ तर कुठे जाऊ? एक तर माझ्याबरोबर तू चल किंवा मला तुझ्याबरोबर घेऊन चल.’

इकबाल ह्यांचं एक पद आहे–

‘तू है मुहीते बेकरां, मैं हूं जरासी आबजू
या मुझे हमकिनार कर या मुझे बेकिनार कर।’

असं म्हणतात ते, ‘तू है मुहीते बेकरां!’ तू तर असीम, ज्याला सीमा नाही असा सागर आहेस. ‘मुहीते बेकरां!’ तुझा कुठलाच किनारा नाही, असा सागर तू आहेस.

'मैं हूं जरासी आबजू!' आणि मी एक छोटीशी नदी, छोटासा धबधबा. 'या मुझे हमकिनार कर' मला तुझ्यात सामावून घे, आणि मला तुझ्यासारखं असीम बनव. 'या मुझे बेकिनार कर,' आणि जर तुला हे शक्य नसेल तर, मला सीमितच ठेवायचं असेल तर निदान मला तुझ्याबरोबर तरी राहू दे. तू जिथे जाशील, तिथे मला येऊ दे. आणि हे शक्य नसेल, कारण तू असीम आणि मी सीमित, कशी काय तुझ्या बरोबरीने राहू शकेन, पळू शकेन. तू विराट, मी क्षुद्र. तर कशी तुझ्या बरोबरीने पळू शकेन, कुठपर्यंत पळू शकेन!

मैं हूं जरासी आबजू, मी आहे जराशी, छोटीशी नदी, एक छोटासा धबधबा, एक ओहोळ, लवकरच कंटाळेन, वाळवंटात नाहीशी होईन, दगडखाचांत हरवून जाईन. तुझ्याबरोबर कशी पळणार? या मुझे हमकिनार कर... तर मग दुसरा उपाय, 'मला तुझ्या किनाऱ्यावर जवळ घे अथवा तुझ्यात सामावून घे. मलाही असीम बनव.' मीरानेही असंच सांगितलं असणार.

तू है मुहीते बेकरां, मैं हूं जरासी आबजू
या मुझे हमकिनार कर या मुझे बेकिनार कर.

आणि कृष्णाने तिला बेकिनार केलं. कारण हमकिनार तर करता येण्यासारखं नाही. छोटीशी नदी, ओहोळ सागराबरोबर कुठे आणि कसा पळणार? थकेल, तुटेल, अस्तित्वच संपेल, कोरडा होईल. हे होणं शक्य नाही. मीराला बेकिनार केलं, स्वतःमध्ये सामावून घेतलं.

मेरे दिल को दोस्तने लालाज़ार कर दिया
ये ख़िज़ाजादा चमन पुरबहार कर दिया
देखते ही देखते बर्के शोला पाश को
इक निगाहे लुत्फ से आबशार कर दिया
अब मुझे दिया दिखा मौत से परे है क्या
ज़िन्दगी का राज़ सब आशकार कर दिया
होशियार को दिया इक जनूने जावदां
मस्त उसे बनाके फिर होशियार कर दिया,
आबजू जरा-सी थी ऐ मुहीते-बेकरां,
तूने करके हमकिनार बेकिनार कर दिया ।
मेरे दिल को दोस्तने लालाज़ार कर दिया...

मीराला कृष्णाने स्वतःमध्ये घेतलं. सगळीकडे फुलं फुलविली. ती वैराग्यात, संसारात वैराग्याने सुकून गेली होती, जी परमात्म्याच्या विरहात होरपळत होती, रडून रडून जिचे डोळे दगड झाले होते. आणि नंतर वसंत ऋतू आला.

देखते ही देखते बर्के शोला पाश को

इक निगाहे लुफ्त से आबशार कर दिया ।

ती प्रेमाची एक नजर पुरेशी आहे. त्याच नजरेत मीरा बुडून गेली असणार. एका क्षणी एक शाश्वत उत्तर आलं असणार त्या मूर्तीच्या स्वरूपात. ते मूर्तीचे निर्जीव डोळे, क्षणासाठी जिवंत झाले असतील. एक वीज चमकली असेल. त्या मूर्तीचे दगडासारखे डोळे एका क्षणासाठी दगडाचे राहिले नसतील. एका क्षणासाठी सजीव झाले असतील.

इक निगाहे लुफ्त से आबाशार कर दिया
बस वह एक प्रेम की नजर उसे मुक्त कर गयी होगी ।

देह से छुडा ले गयी होगी।

खुल गये होंगे उसखे पंख अनंत आकाश में।

अब मुझे दिया दिखा मौत के परे है क्या
जिंदगी का राज सब आशकार कर दिया
होशियार को दिया एक जनुने जावदां।

जो सावध होता, त्याला एक अनंत वेडेपण दिलं. असं बेहोष केलं की कधीच शुद्धीत येणार नाही.

मस्त उसे बनाके होशियार कर दिया।

हे पण काही अजबच केलं, आधी मस्त केलं, बेहोष केलं, वेडेपण दिलं आणि नंतर सावध केलं.

ही परमात्म्याची मदिरा अशी आहे, पहिल्यांदा माणूस त्यात बुडतो आणि नंतर तरंगतो. पहिल्यांदा बेहोष होतो आणि नंतर शुद्धीत येतो.

आबजू जरासी थी ऐ मुहिते बेकरां।

मी तर एक छोटीशी नदी होते. तू सागर आहेस.

तूने करके हमकिनार बेकिनार कर दिया।

तू मला सोबत घेतलंस आणि माझे किनारे सुटले. मला किनारा राहिला नाही. जेव्हा सागराची साथ मिळते तेव्हा किनारे पुसून जातात. सीमा रहात नाही. मैत्री करायची ती भव्यतेशी करा. सीमा नसलेल्याशी– अथांगतेशी मैत्री करा. क्षुद्रांबरोबर स्वत:ला बांधून घेतलंत तर क्षुद्रच रहाल. जो ज्याच्या बरोबर मैत्री करतो तो तसा होऊन जातो.

तुम्ही बघितलं असेल, रुपया-पैशांचं वेड असलेला माणूस हळूहळू रुपया-पैशांसारखाच होत जातो. त्याच्या चेहेऱ्यावर फक्त पैशांचीच सावली, पैशांचाच छाप दिसतो. जे कामवासनेने पछाडलेले असतात, त्यांच्या चेहेऱ्यावर तेच भाव असतात, घृणास्पद भाव. रामावर प्रेम करणारे, त्यांना राममय व्हायला होतं. म्हणजे असं की मुळात तुमचं जे प्रेम असतं, तुम्ही तेच होऊन जाता.

विचारपूर्वक प्रेम करा. सावधानतेने मैत्री करा. कारण ही मैत्री म्हणजे साधारण

गोष्ट नाहीये. मीराने कृष्णाशी दोस्ती केली आणि शेवटी त्याच्या मूर्तीत सामावून गेली. ही गोष्ट मला अगदी योग्य वाटते. असंच व्हायला पाहिजे होतं. असंच होतं.

आता मीराचं भजन –

'बसौ मेरे नैंननमें नंदलाल'

मीरा सांगते, हे नंदलाला, तू माझ्या डोळ्यांत बस. माझ्या डोळ्यांत फक्त तूच रहा. माझे डोळे, तुझं घर बनू दे. झोपून उठेन, तर तुला बघेन, झोपेन तर तुला बघेन. डोळे उघडताच तू दिस, डोळे बंद करून स्वप्न बघू तर तुझंच बघू.

'डोळ्यांत बसणं' म्हणतात ते ह्यालाच. मी तुला सोडणारच नाही. तू माझ्यात रहायला लाग.

'बसौ मेरे नैनन में नंदलाल'

'मोहनी मूरत सांवरी सूरत'

एक गोष्ट लक्षात ठेवा. सौंदर्याच्या माध्यमातून परमात्म्याचा शोध भक्त घेत असतो. 'मोहनी मूरत, सांवरी सूरत...', ही गोष्ट सुद्धा लक्षात ठेवा, की आपल्या ह्या देशात आम्ही कृष्णाला आणि रामाला सावळा म्हटलं आहे. कधी कधी पाश्चिमात्य देशातल्या लोकांना आश्चर्य वाटतं की आम्ही सुंदरातल्या सुंदर व्यक्तीला सावळं का म्हणतो, गोरं का नाही? कारण आहे. सावळ्या रंगात एक खोली असते, जी गोऱ्या रंगात, गोरेपणात नसते. गोरेपण जरासं उथळ वाटतं. जसं नदीचं पाणी वर अंगाने झुळझुळ वाहतं, तेव्हा पाणी पांढरं दिसतं. पण जेव्हा नदी खोल होत जाते तेव्हा तिचं पाणी निळं होत जातं. सावळं होतं जातं.

कृष्ण सावळा होता असं नाही. आम्ही त्याला सावळं म्हणून इतकंच सांगितलं की त्याच्या सौंदर्यात खोली आहे. जशी खोल नदीमधे असते. जिथे पाणी सावळं होतं जातं. हे सौंदर्य फक्त देहाचं सौंदर्य नव्हतं, हा आमचा अर्थ आहे. असा विचार करू नका की कृष्ण सावळा होता. तो सावळा असेल-नसेल, ह्या गोष्टीला महत्त्व नाहीये. पण सावळा हे आमचं प्रतीक आहे, की हे सौंदर्य शरीराचंच नाही तर हे सौंदर्य मनाचं होतं. मनाचंही नाही, हे सौंदर्य आत्म्याचं होतं. हे सौंदर्य इतकं खोल होतं, त्या खोलीमुळे चेहऱ्यावर सावळेपण आलं. उथळ सौंदर्य नाहीये तर खोल सौंदर्य आहे. अनंत असं सौंदर्य आणि त्याची खोली.

'मोहनी मूरत सांवरी सूरत, नैना बने विशाल' ही तुझी छबी, हे तुझे मोठे डोळे कायम माझा पाठपुरावा करू देत. हे सतत मला बघू देत, माझ्यात डोकावू देत.

'मोर मुकुट मकराकृति कुंडल'... हा मोराच्या पंखांनी, मोरपिसांनी बनलेला तुझा हा सुरेख मुकुट, ज्यात सर्व रंग सामावलेले आहेत. हे प्रतीक आहे. मोरपंखांनी बनवला गेलेला तुझा मुकुट प्रतीक आहे ह्या गोष्टीचा की कृष्णात सर्व रंग सामावलेले आहेत. महावीरमधे एक रंग आहे, बुद्धात एक रंग आहे, रामात एक

रंग आहे, कृष्णात सर्व रंग आहेत. म्हणून कृष्णाला आम्ही 'पूर्णावतार' म्हणतो... सर्व रंग आहेत. ह्या जगातील कुठलीच गोष्ट कृष्णाला सोडावी लागली नाही. सर्वांनाच त्याने आत्मसात केलं आहे. कृष्ण इंद्रधनुष्य आहे, ज्यात प्रकाशाचे सर्व रंग शामिल आहेत. कृष्ण त्यागी नाहीये, भोगी नाहीये. कृष्ण असे त्यागी आहेत जे भोगी आहेत. कृष्ण असे भोगी आहेत, जे त्यागी आहेत. कृष्ण हिमालयात नाही पळून गेले, ते बाजारात आहेत, युद्धाच्या रणावर आहेत. आणि तरीही कृष्णाच्या हृदयात हिमालय आहे. तसाच एकांत, तशीच शांती, तशीच अपूर्व नि:स्तब्धता.

कृष्ण अद्‌भूत अद्वैत आहे. कृष्णाने काहीच निवड केली नाही. सर्व रंगांना स्वीकारलं. कारण सर्व रंग परमात्म्याचे आहेत.

'मोर मुकुट मकराकृती कुंडल, अरुण तिलक दिये भाल।'

हा तुझा लाल टिळा! ही तुझी मासोळीच्या आकाराची कुंडलं! हा तुझा मोरपिसांनी सजलेला मुकुट! हे तुझे विशाल नेत्र!

'बसो मेरे नैनन में नंदलाल।'

'अधर सुधारस मुरली राजति'... ही तुझ्या खालच्या ओठांवर ठेवलेली बासरी, ह्या बासरीची ही सुंदर बसण्याची जागा. ह्याहून सुंदर जागा तिला ठेवण्यासाठी, बसण्यासाठी दुसरी कुठली मिळालीही नसती. *'अधर सुधारस मुरली राजति'*... आणि ही मुरली, बासरी काही सर्वसाधारण नाहीये. ह्यातून जेव्हा तू गीत गातोस तेव्हा जणू मध बरसवतोस. अमृत बरसवतोस.

कृष्ण रंग आहे, राग आहे. महावीरमधे काही राग नाही. महावीर संगीतशून्य आहे. कृष्ण जीवनाच्या संगीताने भरलेले आहेत. तर महावीरमधे शुष्कता आहे. तसं स्पष्ट दिसतं, कारण स्वभावत: त्यांचा एकच रंग आहे. एक स्पष्ट दिशा आहे. कृष्णामधे जत्रा आहे, सर्व रंगांची. मुळात महावीरांच्या वक्तव्यात खूप तर्क असतील कारण त्यांचा एकच रंग आहे. दुसऱ्या रंगाची, छटेची शक्यताच नाहीये. कृष्णाचं व्यक्तव्य विरोधाभास निर्माण करणारं, कारण सर्व रंग आहेत. असंख्य रंगांची जत्रा! महावीरांचा स्वर अतिशय स्वच्छ आहे. कृष्णाच्या स्वरांत पुढे-मागे आहे, अस्पष्टता आहे, अडखळणारे आहेत.

'अधर सुधारस मुरली राजति'...

कृष्ण सेतू आहे, जोडणार आहे संसार आणि परमात्म्याला. कृष्णाने दोघांना जोडलं आहे. म्हणूनच कृष्णाच्या संगीतात अपूर्वता आहे. संगीतात बासरी आहे, जी संसाराची आहे, आणि संगीत आहे, जे परमात्म्याचं आहे. ओठांवर बासरी ठेवल्येय. ओठ देहाचे आहेत, पण जो स्वर येतो तो आत्म्याचा आहे. हे अपूर्व मिलन आहे.

'अधर सुधारस मुरली राजति ऊर वैंजतीमाला!'

तो वैजयंतीमाला घातलेला आहे. ही माला पाच रंगांनी बनते. पाच इंद्रियांनी

जे दिलं आहे, ते सर्व कृष्णाने सामावून घेतलं आहे. कृष्णाने डोळे फोडले नाहीत, कान कापले नाहीत, हात तोडले नाहीत. कृष्णाने इंद्रियांना नष्ट केलं नाही. कृष्णाने सर्व इंद्रियांच्या संवेदनांना सामावून घेतलं. कृष्ण इंद्रियांचे शत्रू नाहीयेत. कृष्णामधे जीवनातील रसांचा निषेध नाहीये. विरोध नाहीये. जीवनाचा संपूर्ण स्वीकार आहे. जाणीवपूर्वक स्वीकार आहे.

कृष्णासारखी व्यक्ती संपूर्ण मनुष्यजातीत, इतिहासात शोधणं कठीण. कारण कुठे ना कुठे, कुठली ना कुठली गोष्ट कमी पडते, कमतरता जाणवते. ईसाई म्हणतात, 'जिझस कधीही हसले नाहीत.' का? कारण जीझस गंभीर आहेत. ते कसे हसणार? तर जिझस खूप गंभीर आहेत. कृष्ण खळखळून हसू शकतात. आणि त्यामुळे त्यांच्या गंभीरतेला खंड पडत नाही. हे हसणं त्यांच्या गंभीरतेला खंड पाडत नाही. उलट ह्या ज्या दोन भिन्न भावना आहेत, दोन भिन्न स्वभावपैलू आहेत ते एकमेकांच्या सहकार्याने समृद्ध होतात.

लक्षात ठेवा, जगातला कुठलाही संत कृष्णासारखा रसपूर्ण नाही. जे कुणी आहेत ते मोठ्या प्रमाणात आहेत, नाहीतर अजिबात नाहीत. म्हणून हिंदूंनी बरोबर केलं. कृष्णाला पूर्णावतार म्हटलं, बाकी कुणालाही नाही. बुद्धाला पूर्णावतार म्हटलं नाही, रामालासुद्धा पूर्णावतार म्हटलं नाही. 'अवतार' म्हटलं. परमात्मा अंशत: उतरला आहे. एका ठरावीक पद्धतीत उतरला आहे. बुद्धामधे 'ध्याना'च्या स्वरूपात, महावीरमधे 'त्यागा'च्या स्वरूपात. महावीराचा जो त्याग आहे, तेच कर्म आहे, पण बस, त्यागच फक्त. एकांगी व्यक्तिमत्त्व. बुद्धाचं ध्यान हेच कर्म. आत्म्यापर्यंत पोहोचायचा एकमेव मार्ग. पण हे ही एकांगीच.

कृष्णात समतोलता आहे. तराजूची दोन्ही पारडी एका रेषेत आली आहेत. कृष्णात काही कमतरता नाही. ह्यात धोका आहे. कारण कमतरता नसल्यामुळे सर्व काही आहे. तुम्हाला जे हवं ते तुम्ही निवडा. म्हणून कृष्णाच्या भक्तांनी त्यांना जे हवं ते निवडलं. कुणी एक गोष्ट निवडत गेलं, कुणी दुसरी गोष्ट. ज्यांनी गीता घेतली, त्यांनी भागवत सोडून दिलं. कारण 'भागवत'मध्ये त्यांना कठीणता वाटते. त्यांना गीतेतला कृष्ण आवडतो, भावतो. ज्यांनी भागवत घेतलं त्यांना गीतेत स्वारस्य नसतं. सूरदास कृष्णाच्या लहानपणीची गाणी गातात.

तुम्ही वाचलीत ना सूरदासाची गोष्ट? एका सुंदर स्त्रीला बघून त्यांनी स्वत:चे डोळे फोडले. असे सूरदास कृष्णाचे भक्त आहेत. हे असं त्यांनी करायला नको होतं. कृष्णाचा भक्त आणि असं करावं, तर मग रामाच्या भक्ताला तर आत्महत्या करावी लागेल. मग तर जगणंच कठीण होऊन जाईल. ही गोष्ट बरोबर नाही. पण त्यांनी निवड केली होती. आता ही गोष्ट कृष्णाच्या बरोबरीने कुठे जमते? जो नदीत अंघोळ करणाऱ्या स्त्रियांची वस्त्रं घेऊन झाडावर जाऊन बसत असे, त्याच्या बरोबर सूरदासांची

मैत्री होईल? एका स्त्रीला बघून त्यांनी स्वत:चे डोळे फोडले, की कदाचित कामवासना जागृत झाली तर? आणि त्यांचे गुरू, जे स्नान करणाऱ्या अपरिचित स्त्रियांचे कपडे पळवून झाडावर जाऊन बसतात. नाही. ही गोष्ट जमतच नाही. म्हणूनच सूरदासाने कृष्णाचं लहानपण निवडलं. ते त्याच्या लहानपणीच्या गोष्टी करतात. ते लहानपण, ज्या पायात पैंजण घातलेले वाजतात, बास त्याच लहानपणच्या गोष्टी करतात. त्यानंतर जी बासरी वाजली आणि अशी वाजली की स्त्रिया आपापल्या नवऱ्याला सोडून कृष्णाच्या झाल्या. ह्या गोष्टी करायला सूरदास घाबरतात. त्यांना ह्यात धोका दिसतो.

ह्या गोष्टी करणारे लोकही आहेत. जसं गीतगोविंदमधे जयदेवने ह्याच गोष्टी केल्या आहेत. मध्ययुगात रीतिकालिन कवींनी कृष्णाच्या ह्या शृंगारिक गोष्टींचीच चर्चा केली आहे. ह्या भोग-विलासी वृत्तीला खूप मोठं करून सांगितलंय.

ह्या दोन्ही गोष्टी चुकीच्या आहेत. कृष्णाला समजायचं असेल तर पूर्णत्वाने समजलं पाहिजे. एक एक अंग निवडलं नाही पाहिजे. संपूर्णपणे समजलात तरच कृष्णावर अन्याय होणार नाही. नाहीतर अन्याय होईल. मग मला वाटतं, संपूर्ण समजणं कठीण जातं कारण त्यात बरीच विसंगती आहे. एक अंग समजून घेताना संगती जाणवेल. जास्त अंगं निवडली तर विसंगती जाणवणारच. कारण मग तुम्ही ताळमेळ नाही घालू शकत. तुम्ही घालू शकणारही नाही जोपर्यंत तुम्ही कृष्णमय होत नाही. कृष्णाची चेतना जर तुमच्यात भिनली तरच तुम्ही ताळमेळ घालू शकाल. तेव्हा तुम्ही काही जाणू शकाल. ही सर्व अंगं एकमेकांविरुद्ध नाहीयेत, ही एकमेकांना समृद्ध करतात. रात्र दिवसाच्या विरोधात नाहीये. रात्रीतूनच दिवस जन्मतो. आणि दिवस रात्रीच्या विरोधात नाहीये. कारण दिवसातूनच रात्र जन्मते. जीवन-मृत्यू सर्व एकमेकांना जोडलेले आहेत.

मोर मुकुट मकराकृति कुंडल, अरुण तिलक दिये भाल
अधर सुधारस मुरली राजति, उर वैजंतीमाला
छुद्र घंटिका कटितट सोभित...

कंबरेला साखळी बांधलेली, जिला छोटे छोटे घुंगरू बांधलेत.

'छुद्र घंटिका कटितट सोभित, नूपुर सवद रसाला'

जसा गोड आवाज येत आहे.

'मीरा प्रभु संतन सुख दाई...' मीरा म्हणते, 'हे प्रभू, ज्यांच्याजवळ तुला बघू शकतील असे डोळे आहेत, त्यांच्यासाठी तू किती सुखदायी आहेस.'

'मीरा प्रभु संतन सुखदाई, भक्त बच्छल गोपाल ।'

आणि तुझ्या मनात भक्तांसाठी किती अपूर्व प्रेम आहे, वात्सल्य आहे.

'वात्सल्य' ह्या शब्दाला समजून घ्या. भक्तवत्सल गोपाल. वात्सल्याचा अर्थ

आहे, असं प्रेम जे आईला आपल्या लहान मुलासाठी असतं. का? असंच का? ह्यात विशिष्ट असं काय आहे? विशिष्ट असं आहे, की लहान मुलामधे कसलीही पात्रता नसते, योग्यता नसते. ना ते पैसा कमवून घरी आणतात, ना कुठलं युनिव्हर्सिटीचं सर्टिफिकेट आणलंय, ना कुठलं सुवर्णपदक. कसलीच पात्रता नाहीये. तरीही आई त्याच्यावर प्रेम करते. हे प्रेम कुठल्याही तऱ्हेच्या पात्रतेवर अवलंबून नाहीये. मूल संपूर्णपणे अपात्र आहे, अबोध आहे, असहाय्य आहे. मुलाकडून कुठल्याही प्रकारचं उत्तरही मिळत नाही. म्हणूनच ह्यात सौदा नाहीये. फक्त देणं आहे.

तर जेव्हा मीरा म्हणते, 'भक्त बच्छल गोपाल' तेव्हा ती सांगत्येय की, 'मी अपात्र आहे. मी असहाय्य आहे. माझी कुठलीही योग्यता नाही. उत्तर द्यायला माझ्याकडे काहीही नाही. तरीही तू देतच राहतोस.'

हे वात्सल्य आहे. वात्सल्य हे बिनशर्त प्रेमाचं दान आहे. जेव्हा एका बाजूने दिलं जातं, आणि दुसऱ्या बाजूने देण्याची गोष्ट तर राहू दे, घेण्याची योग्यताही नसते. मुलामधे योग्यताही नसते घेण्याची, ते एवढंही आईला म्हणू शकत नाही, 'आई, धन्यवाद!' धन्यवाद देण्याची क्षमताही नसते, अजून त्याला बोलताही येत नाहीये.

भक्ताची परिस्थिती अशी असते. पण भक्त रडू शकतो, बोलावू शकतो, हाक मारू शकतो. जसं लहान मूल रडतं, हाक मारतं. भक्ताचा विश्वास रडण्यात आणि हाका मारण्यात आहे.

> हम बुरे ही सही
> अच्छा भी मिलेगा अब कौन
> यूं नहीं करते है
> हर बात पर झगड़ा, देखो!

भक्त म्हणतो, 'आम्ही वाईट, तर हरकत नाही. आम्ही वाईटच आहोत आणि आजकाल चांगली माणसं मिळतात तरी कुठे? तुमच्या नजरेतून चांगली माणसं अशी आता दिसतात तरी कुठे? तुमच्या नजरेतून चांगली, तुमच्या परीक्षेला उतरणारी अशी असतीलच कशी? कुणाची योग्यता, कुणाची क्षमता, की जी परमात्म्याच्या परीक्षेला उतरतील आणि सांगू शकतील की मी योग्य आहे. हे तर अहंकाराचं रूप असेल, अहंकाराची घोषणा ठरेल.

तर भक्त असं म्हणत नाही. भक्त म्हणतो :

> हम बुरे ही सही
> अच्छा भी मिलेगा अब कौन
> यूं नहीं करते है
> हर बात पर झगड़ा, देखो!

हरि मोरे जीवन प्राण आधार।

और आसिरो नहिं तुम बिन, तीनूं लोक मंझार।

मीरा सांगते की तीनही जग फिरून बघितली, अगदी बारकाईने बघितलं. प्रत्येक दारावर आवाज दिला, ठोठावलं.

हरि मोरे जीवन प्राण आधार।

तुझ्याशिवाय माझा दुसरा कुणी आधार नाही.

और आसिरो नहिं तुम बिन, तीनूं लोक मंझार।

आप बिना मोहि कछु न सुटावे, निरखौ सब संसार।

एक एक गोष्ट पारखून घेतली आहे, सर्वत्र धोका मिळाला. ज्यांना आपलं मानलं, ते अर्ध्या वाटेवर सोडून गेले. ज्यांच्यावर विश्वास ठेवला त्यांनी विश्वासघात केला. जिथे फूल आहे असं समजले तिथे काटे मिळाले. जिथे प्रेमाची भावना दिसली, शोधलं तर फक्त तिरस्काराचं विष मिळालं. खूप धावले दगडधोंड्यांतून, मातीतून शोध घेत, पण जेव्हा हातात आली तेव्हा कोरडी वाळू होती.

आप बिना मोहि कछु न सुहावै, निरखौ सब संसार ।

मीरा कहें मैं दास रावरी...'

मीरा म्हणते, मी तुझी दासी आहे. 'दीज्यौ मति विसार।' मग अजून काय म्हणू? मी तर जेवढं शक्य आहे, तेवढं लक्षात ठेवते. पण मी लक्षात ठेवून काय होणार? जर तू मला लक्षात ठेवलं नाहीस, तर मी एकटीने लक्षात ठेवून, आठवण करून काय होणार? जर तूच विसरलास तर?

तर भक्त म्हणतो– 'मी आठवण काढतो, लक्षात तर ठेवतो, पण माझं लक्षात ठेवणं, हे माझ्यासारखंच आहे, कच्चं! माझी आठवण ही माझ्या अपात्रतेसारखी आहे. मी विसरलो तर निदान तू तरी विसरू नकोस.'

भक्त ईश्वराशी असा संवाद अखंड करत असतो. दुसरे त्याला ह्या कारणासाठी वेडं समजतात की, बसलेत आपल्याच मूर्ती समोर आणि बोलत रहात आहेत. लोकं विचारतात, कुणाशी बोलतायत? भक्त हसेल. भक्त तुम्हाला बघून हैराण होतात की जेव्हा तुम्ही तुमच्या बायकोबरोबर, तिच्यासमोर बसून बोलता, जेव्हा नवऱ्याबरोबर बोलता, तेव्हा तो हैराण होतो, विचार करतो, तुम्ही कुणाबरोबर बोलत आहात? नदी. नाव. संयोग! आम्ही त्याच्याशी बोलतो, जे कायम राहील. तुम्ही त्याच्याशी बोलता, जो आत्ता निघून जाईल आणि कळणारही नाही. हा श्वास आला आणि मग नाहीच आला. गेला. तुम्ही कुणाशी बोलत आहात? स्मशानात बसून, थडगी एक दुसऱ्याशी बोलत आहेत.

भक्त सांगतात, 'आम्ही त्यांच्याशी बोलतो, जे आहेत.'

मेरे तो गिरधर गोपाल दूसरो न कोई।

जाके सिर मोर मुकुट मेरो पति सोई।
छाडि दई कुल की कानि कहा करि हैं कोई।

ह्या वचनावर विचार करा. ज्यांनी परमात्म्याला शोधलंय त्यांनी त्यांच्या हृदयावर हे वचन कोरून ठेवायला हवं.

छाडि दई कुल की कानि कहा करि हैं कोई।

आता सर्व सोडून दिलं आहे. कुळाची प्रतिष्ठा, मान-मर्यादा, हे असं-ते तसं, नियम, सर्वकाही.

आता तर केवळ असा भाव आहे की कोणी करेल तर काय करेल? खूप लोकं वेडं म्हणतील, दिवाणी म्हणतील. ठीक आहे तर. मान्य आहे.

धन-संपत्तीवर प्रेम करण्यापेक्षा. हुद्दा, पद ह्यावर प्रेम करण्यापेक्षा परमात्म्यावर वेड्यासारखं प्रेम करणं चांगलं. ईश्वरावर प्रेम करून, त्याच्या प्रेमात वेडं झालेलं चांगलं.

संतन ढिंग बैठिबैठि, लोकलाज खोई

मीरा सांगते, संत महालयांजवळ बसून लोकलज्जेचं अवडंबर, व्यर्थ ओझं, सर्व उतरून टाकलं. संतांजवळ राहूनही जर लोकलज्जेचा मुलाहिजा ठेवला तर आपण काहीच शिकलो नाही.

म्हणूनच संत समाजापेक्षा वेगळे पडतात कारण संत समाजाची व्यवस्था तोडतात. संत एक नवी व्यवस्था आणतात. ते परमात्म्याचे किरण आणतात. ते एक मोठा नियम आणतात, एक उच्च अनुशासन. क्षुद्र अनुशासन समाजाला व्यर्थ बनवतं. हे जे शिष्टाचाराचे नियम आहेत ते औपचारिक आहेत. ते दीडदमडीचे होतात जेव्हा 'आत्म्या'चे नियम सुरू होतात.

संतांच्या जवळ बसूनही जर तुम्ही लोक काय म्हणतील, असं म्हणत राहिलात आणि सजग राहिलात तर सत्संग झालाच नाही. देहाने गेले असाल पण आत्मा तसाच राहील. पोहोचू शकणार नाही.

संतन ढिंग बैठिबैठि, लोकलाज खोई
असुंवन जल सींचि-सींचि प्रेमबेलि बोई।

अजून वेगळा कुठला मार्गही नाहीये. भक्तीची वेल लावली असेल तिला अश्रूंनीच शिंपलं पाहिजे. जसे ज्ञानीकरता ध्यान तसे भक्तांसाठी अश्रू आहेत! अश्रूंचं हेच मोल आहे भक्तीच्या मार्गावर. हाका मारायच्या, रडायचं, आपली असहाय अवस्था वारंवार प्रकट करायची. अजून आम्ही करू तरी काय शकतो? ओरडू शकतो. ह्या अरण्यात भटकतो आहोत, आवाज देऊ शकतो. कदाचित कुणी येईल, साथ देईल. आणि नक्की साथ मिळते. आवाज देणं, हाक मारलेली खरी असेल, मनापासून असेल, हार्दिक असेल तर हाक पूर्ण होऊ दे. हाक अशी नको की बघितलं तर येतील कदाचित. 'कदाचित'ने मारलेली हाक पूर्ण नसते.

म्हणून भक्तीच्या मार्गावर श्रद्धा असणं अपरिहार्य आहे. ज्ञानाच्या मार्गावर प्रयोग होऊ शकतो. भक्तीच्या मार्गावर प्रयोग नाही, वियोग आहे. भक्तीच्या मार्गाची सुरुवातच श्रद्धेने आहे. ज्ञानाच्या मार्गावर श्रद्धा ही शेवटच्या निष्पन्नावर आहे. प्रयोग करत रहा. करता करता अनुभव घ्या. अनुभव घेता घेता श्रद्धा निर्माण होईल. भक्ती मार्गावर श्रद्धा नसेल तर वियोग होत नाही. वियोग नाही तर हाक नाही, प्रार्थना नाही, अश्रूही वाहणार नाहीत. अश्रू ओघळले नाहीत तर प्रेमाची वेल सुकून जाते.

असुंवन जल सींचि सींचि, प्रेम बेलि बोई
अब तो बेलि बढ़ गई, आनंद फल होई।

मीरा म्हणते, आता तर वेल वाढली. आधी तर खूप कठीण होतं. इथे अश्रू तर वहात होते, पण वेलीचा पत्ता नव्हता. तिथे लोक म्हणत होते, 'वेडी झालीय.' पण आता काही अडचण नाही. थोडी वाट तर बघावी लागते.

बी पेरतो, तर लगेचच झाड होत नाही. एकदम लगेचच त्याला फळ धरत नाही. वाट बघावी लागते. असेच अश्रू वहायला लागतात, त्या बीला सिंचावं लागतं अश्रूंनी. मग प्रार्थनेचं फळ एक दिवस पिकतं.

अब तो बेलि बढ़ गई, आनंद फल होई।

आणि अश्रूंनी वाढवलेल्या वेलीलाच आनंदाचं फळ लागतं.

भगत देख राजी हुई, जगत देख रोई

मीरा म्हणते, लोक मला वेडं समजतात. आणि जेव्हापासून माझ्या जीवनात आनंदाची फुलं फुलायला लागली आहेत, माझी अवस्था अगदी उलट झाली आहे. *भगत देख राजी हुई...* जिथे कुठे संतांना बघते तिथे मी प्रफुल्लित होऊन जाते, आनंदित होऊन जाते. कारण तिथे जीवनाचं दर्शन होतं. तिथे परमात्म्याची झलक दिसते. कारण भक्त म्हणजे भगवानाचं, ईश्वराचं मंदिर.

भगत देख राजी हुई, जगत देख रोई

पण जेव्हा जगाकडे बघते तेव्हा रडू येतं. रडू येतं लोकांना बघून की बिचारे किती अस्वस्थ आहेत. आणि कशाकरता, कुणाकरता अस्वस्थ आहेत? कचऱ्यासाठी?

तुम्हाला दया नाही येणार? तुम्हाला रडू नाही येणार? कुणी माणूस म्युनिसिपालिटीच्या कचरा पेटीजवळ बसला आहे, अस्वस्थ, त्या कचऱ्यात काही शोधतो आहे. तुम्हाला रडू नाही येणार? तुम्ही म्हणाल, 'अरे वेड्या, ह्या कचऱ्यात तुला काय मिळणार? हे तू काय करतो आहेस? का स्वत:चं आयुष्य वाया घालवतो आहेस?'

अगदी असंच, ज्यांनी परमात्म्याला ओळखलंय, त्यांना तुम्हाला बघून अशीच दया येते.

भगत देख राजी हुई, जगत देख रोई
दासी मीरा लाल गिरधर, तारो अब मोहि।

आणि मीरा सांगते, आता तूच मला पैलतीरावर घेऊन चल. माझ्याकडून आता हे होणं शक्य नाही. हा भवसागर खूप मोठा आहे. पलीकडचा किनारा दिसत नाही. हो, जर तुझा प्रेमाचा हात माझ्या हातात देत असशील, तर मी कुठेही यायला तयार आहे. दुसरा किनारा नसेल तरीही जायला तयार आहे. तुझा हात पुरेसा आहे. तू भर मध्यात मला बुडवून टाकलंस तरीही चालेल. कारण तुझ्या हाताने बुडून जाईन पण सर्वस्व मिळवेन.

दासी मीरा लाल गिरधर, तारो अब मोहि।

भक्त एकच गोष्ट सांगतो, अगदी वेगवेगळ्या पद्धतीने, अजून वेगळी गोष्ट काही नाहीच आहे. भक्तीचा एकच स्वर आहे. ह्या वेगवेगळ्या भजनातून वेगवेगळ्या गोष्टी सांगितल्या जात नाहीत. ही भजनं वेगवेगळी आहेत, पण जे सांगितलंय ते एकच आहे.

हर लम्हा मेरे चंचल मन के अरमान बदलते हैं
किस्सा तो वही फरसूदा है उनवान बदलते रहते हैं।

गोष्ट तर तीच आहे, फक्त गोष्टीचं नाव, शीर्षक बदलत जातं.

हर लम्हा मेरे चंचल मन के अरमान बदलते हैं
किस्सा तो वही फरसूदा है...

तीच जुनी गोष्ट, पण गोष्टींची नावं बदलत जातात, पात्रं बदलत जातात, शीर्षक बदलत जातं.

दोन गोष्टी कायम आहेत. ह्या जगात दोन गोष्टी कायम राहणार. तुझं सौंदर्य आणि माझं प्रेम.

पूजा के मगर ऐ बूत तेरी सामान बदलते रहते हैं।

ह्या जगात दोन गोष्टी भक्तीमधे शाश्वत आहेत. एक परमात्म्याचं सौंदर्य आणि एक परमात्म्याच्या भक्ताचं सौंदर्यावरचं प्रेम. ह्या दोन गोष्टी पक्क्या आहेत. आणि मग ह्या दोघांमध्ये खूप काही घडतं. खूप संवाद घडतो.

पूजा के मगर ऐ बूत तेरी सामान बदलते रहते हैं।

कधी फुलांनी पूजा, कधी समई, दिव्याने, धूपाने पूजा, कधी रिकाम्या हातांनी तर कधी अश्रूंनी, कधी नाचून, तर कधी रडून, कधी गाऊन. पण ह्याने काही फरक पडत नाही.

कायम हैं जहां में दो चीजे इक हुस्न तेरा एक इश्क मेरा
पूजा के मगर ऐ बुत तेरी सामान बदलते रहते हैं।
जब जीस्त का अपना मकसद ही तेरी खिदमत करना ठहरा
फिर उसकी शिकायत क्या तेरे फरमान बदलते रहते हैं।

आणि जर आपल्या आयुष्याचं लक्ष्य एकच आहे, तुझी सेवा करणं, पूजा करणं, आराधना करणं तर काय फरक पडतो की तू आज्ञा बदलत राहतोस. कधी सांगतोस

फूल आण, कधी सांगतोस अश्रू आण. कधी सांगतोस असं कर, कधी सांगतोस तसं कर. कधी म्हणतोस इथे बस, कधी म्हणतोस तिथे बस. काही फरक पडत नाही.

जब जीस्त का अपना मकसद ही तेरी खिदमत करना ठहरा
फिर उसकी शिकायत क्या तेरे फरमान बदलते रहते हैं।
बुत पुजते हैं–मय पीते हैं–करते हैं तवाफे काबा भी
यूं अहले नज़र तेरी खातिर ईमान बदलते रहते हैं।

तू जे करवशील मशिदीत पाठवशील, मशिदीत जाईन. मंदिरात पाठवशील, मंदिरात जाईन, काशी तर काशी, काबा तर काबा. कुठेही.

बुत पूजते हैं–मय पीते हैं–करते हैं तवाफे काबा भी ।

मंदिरातील मूर्तीची पूजा करतो, तुझी मदिराही पितो, काबाला जाऊन परिक्रमाही करून येतो. पण ह्याने काही फरक पडत नाही.

यूं अहले नज़र तेरी खातिर ईमान बदलते रहते हैं
कायम हैं जहां में दो चीजे इक हुस्न तेरा एक इश्क मेरा
पूजा के मगर ऐ बुत तेरी सामान बदलते रहते हैं।

ह्या वेगवेगळ्या वचनांमधे काहीही वेगळं मिळणार नाही. एकच गोष्ट निरनिराळ्या तऱ्हेने सांगितली आहे. एकच गोष्ट. एकच हाक वेगवेगळ्या रागात गायली गेली आहे. वेगवेगळी पात्रं आहेत, शीर्षक वेगवेगळं आहे, गोष्ट जुनी आहे. पण कुणास ठाऊक तुम्हाला कुठलं नाव– शीर्षक आवडेल ते? कुठली भूमिका आवडेल? काय माहीत कुठला शब्द बाणासारखा हृदयात जाऊन भिडेल? पूजेची कुठली पद्धत कुठल्या क्षणी रुचेल? म्हणून आम्ही हे गीत गाणार. या वेगवेगळ्या गीतांच्या नावा एकाच दिशेने जाताहेत. या वेगवेगळ्या रंगांच्या असतील,र्पिण पोहोचतील एकाच ठिकाणी.

या, प्रेमाच्या ह्या सरोवरात नौकाविहार करू या. असं सरोवर तुम्हाला अजून कुठेही मिळणार नाही. हिंमत हवीच. हिंमत नसेल तर काहीही होणं शक्य नाही. ज्ञानी माणसाला हिंमतीची गरज नाही. तो स्वत:च्या ज्ञानावर विश्वास ठेवतो. भक्ताला पूर्ण हिंमत हवी. भक्ताला संपूर्ण साहस हवं. आपल्यावर काहीही नाही, आपला काही प्रश्नच नाही, सर्व 'त्याचं' आहे. ज्ञानीला निदान संकल्पाचा आसरा असतो. भक्ताकडे संकल्प नाही. त्याच्यासाठी तर फक्त गिरिधर गोपाल. तो तर बेसहारा आहे. त्याचं बेसहारा असणं हीच त्याची ताकद आहे. जे निर्बल आहेत त्याचे बल. त्याची निर्बलतेची हाक हेच त्याचं बळ आहे.

ह्या यात्रेकरता साहस हवं, धैर्य हवं. आणि सर्वांत मोठं साहस लोकलज्जा झुगारून देण्याचं. सर्वांत मोठं साहस, संतांबरोबर बसण्याचं. सर्वांत मोठं साहस, वेड्यांच्या कळपात शिरण्याचं, रममाण होण्याचं.

मी तुम्हाला आमंत्रण देतो. ही वेड्यांची जमात आहे.

कौन दुनिया पर भला तकिया करे
हैं सहारा एक तेरे नाम का
जो भी हूं, हूं तेरी रहमत के तुफैल
वर्ना था मैं आदमी किस काम का
खुम पे खुम देता चला जा साकिया
काम सोहबत में तेरी क्या जाम का
जादे राह लेकर चलें ए हमसफर
नाम हो अल्लाह का या राम का
दूर जाना हैं हमें आगे बढो
वक्त आएगा बहुत आराम का
तू उठा कर देख तो अपनी नजर
किस कदर दिलकश हैं जल्वा बाम का।

डोळे उघडून तर बघा, किती सुरेख सरोवर मीरा दाखवत आहे. डोळे उघडून बघा तर किती सुंदर सरोवराकडे मी पाहायला दाखवतो आहे!

तू उठा कर देख तो अपनी नजर
किस कदर दिलकश हैं जल्वा बाम का।

जगावर खूप विश्वास ठेवला. काय मिळवलं?

कौन दुनिया पर भला तकिया करे
है सहारा एक तेरे नाम का।

आता परमात्म्यावर विश्वास ठेवून बघू या.

जो भी हूं हूं तेरी रहमत के तुफैल

तुम्ही जे काही आहात, ते त्याच्यामुळे आहात. पण तुम्ही स्वत:वरती विश्वास ठेवून त्रास वाढूवन घेत आहात. करणारा तोच आहे. तुम्ही करत नाही आहात. तुम्ही जास्तीत जास्त अभिनय करणारे कलाकार आहात. तुम्ही बाहुलं आहात, तसेच होऊन जा. करू देत त्याला जे करायचं आहे.

जो भी हूं, हूं तेरी रहमत के तुफैल
वर्ना था मैं आदमी किस काम का
खुम पे खुम देता चला जा साकिया
काम सोहबत में तेरी क्या जाम का।

आणि ह्या येणाऱ्या दिवसात आम्ही मातीच्या भांड्यात मदिरा ओतणार नाही आहोत. तुम्हाला जेवढी प्यायची आहे तेवढीच तुम्ही प्या. इथे मातीच्या भांड्याचं काही काम नाही. माप मोजून काही द्यायचं नाही. तर ह्या मधुशालेत मी तुम्हाला आमंत्रण देतो. हिंमत करा. थोडीशी हिंमत करा. आणि चमत्कार होईल.

भक्त जेव्हा रडतो, तेव्हा तुम्ही ते त्याचं फक्त रडणं आहे, असं समजू नका. तिथे 'वसंत' लपला आहे.

मेरी वीरानी को वीरानी ए सहारा न समझ
सौं बहारे लिये दामन मैं खिजां मेरी हैं
नगम्मी गम की हैं और दर्द का हैं उसमें सरूद
बस रही हैं सोजे तरन्नुम में फगां मेरी हैं
वायदा वस्ल से उम्मीद जवां मेरी हैं
देखी हैं लाखो बहारें मेरी आंखो नें मगर
हुई आखिर नजर अफरोज खिजां मेरी हैं
अर्श से चंद कदम आगे हैं मस्तो का मुकाम
मंजिले इष्क समझता हूं कहां मेरी हैं
जिन फिजाओं में जरूरत नही हैं बालो पर की
गाहे गाहे हुई परवाज वहां मेरी हैं
मेरी हस्ती हैं तेरे दम से जहां मे कायम
तेरी हस्ती का तकाजा हैं न जां मेरी हैं
कहलवाता हैं जो तू बस वही कर सकता हूं
कहने को यूं तो भला मेरी जबां मेरी हैं
मेरी वीरानी को वीरानी ए सहारा न समझ।

भक्ताच्या उदासिनतेला, उदासीला उदासी नको समजूस. भक्ताच्या वैराग्याला वैराग्य नको समजूस. त्याच्या वैराग्यात परमात्म्याचा राग लपलेला आहे. आणि भक्ताच्या अश्रूंना विफलतेचे अश्रू समजू नको. भक्ताच्या अश्रूंत हजारो वसंत लपलेले आहेत. तीच त्याची प्रार्थना आहे. आशा आहे, त्याच्या मनाची इच्छा आहे.

मेरी वीरानी को वीरानी ए सहारा न समझ
सौं बहारे लिये दामन मैं खिजां मेरी हैं

भक्ताचं कोसळणं, हिरमुसणं होणं, सुकून जाणं ह्यातही त्याच्या आत वसंत लपलेला आहे, शिशिर नाही.

नगम्मी गम की हैं और दर्द का हैं उसमें सरूद
बस रही सोजे तरन्नुम में फगा मेरी हैं
हिज्र मैं एक नहीं कितने जन्म बीत गये

त्या परमात्म्याला शोधण्यात, विरहात एक नाही अनेक जन्म गेले.

वायदा वस्ल से उम्मीद जवां मेरी हैं

पण भेटण्याचं वचन माझ्या लक्षात आहे आणि मी जवान आहे, माझी आशा जवान आहे. मिलन होणारच. अनंत, अनंत काळ जरी विरहात गेला, तरी मिलन

हे होणार. अशी आस्था, अशी श्रद्धा, भक्ती आहे.

देखी हैं लाखो बहारें मेरी आंखो नें मगर
हुई आखिर नजर अफरोज खिज़ां मेरी हैं
अर्श से चंद कदम आगे हैं मस्तो का मुकाम ।

ही जी वेड्यांची जमात इथे बसली आहे, ह्यांचा मुक्काम आकाशाच्या थोडा पलीकडचा आहे.

अर्श से चंद कदम आगे हैं मस्तो का मुकाम
मंजिले इष्क समझता हूं कहां मेरी हैं

परमात्मा हीच तुमच्या प्रेमाचं ठिकाण आहे आणि ते आकाशाच्या पुढे आहे. सर्व सीमेपलीकडे. असीमच्याही बाहेर. सर्व नि:शब्दाच्याही पलीकडे. जिथे ढगात, आभाळात उडण्यासाठी पंखांची गरज नाही. जिथे पंखांची आवश्यकता नाही.

गाहे गाहे हुई परवाज वहां मेरी हैं
धीरे धीरे मैं वहां तुम्हे ले चलूंगा।

जिथे उडण्यासाठी पंखांची गरज भासत नाही. जिथे उडण्यासाठी पंखसुद्धा ओझं वाटतात. जिथे पंख तोडून टाकायला लागतात, सोडून द्यायला लागतात, मागे पाडून टाकायला लागतात. जिथे सर्व आसरे सोडून द्यावे लागतात. जिथे तुम्ही बेसहारा होता. पंखांचा आधारही लागत नाही.

गाहे गाहे हुई परवाज वहां मेरी हैं
मेरी हस्ती हैं तेरे दम से जहां मे कायम
तेरी हस्ती का तकाज़ा हैं न जां मेरी हैं

भक्त जाणून आहे की मी तुझ्या कारणाने आहे. तूच माझ्यात आहेस. तू माझे प्राण आहेस. माझा आत्मा आहेस. मी नाहीच आहे, तूच आहेस.

कहलवाता हैं जो तू बस वही कर सकता हूं।
और जो तू कहलवा देता हैं वही कह सकता हूं।
कहने को यूं तो भला मेरी जबां मेरी हैं

मीराची ही पदं, वचनं मीराची नाहीयेत, कृष्णाची आहेत.

कहलवाता हैं जो तू बस वही कह सकता हूं।
कहने को यूं तो भला मेरी जबां मेरी हैं

तयारी करा, ह्या यात्रेसाठी. जे जन्मोन्‌जन्म झालं नाही ते क्षणातही होऊ शकतं. हाक हवी. ह्या प्रेमाच्या वेलीला अश्रूंनी वाढवा.

आज इतकंच!

समाधीच्या अभिव्यक्ती

प्रवचन दुसरे

प्रश्न-सार

● न जाणारी आणि येऊन, जाऊन असणारी मस्ती वेगवेगळी आहे का?
  (मस्ती = ईश्वरातील, भक्तीतील तल्लीनता.)

● भक्तीमार्गावर साधू-संतांच्या सहवासाचं इतकं महत्त्व का आहे?

● खूप सारे मनस्वी म्हणतात की मुळात प्रेम जैविक आहे, जे मनुष्याच्या घुसमटीमुळे मानसिक होतं.

● भक्ताच्या भावनात्मक स्थितीवर काही सांगा.

● आपण पुण्यात आलात ह्यात आमची पात्रता काय? आणि तुमच्या सान्निध्यात असूनही माझं संपूर्ण परिवर्तन झालं नाही, त्याला मीच जबाबदार. तरीही आपण जे काही दिलंत, ते खूप आहे. मी आभारी आहे.

● 'ईश्वर' असण्याचा आपण काही पुरावा देऊ शकता?

पहिला प्रश्न : आज पुन्हा तोच प्रश्न उद्भवला आहे. तो असा की, जाणारी मस्ती आणि येणारी-जाणारी मस्ती ह्या दोन वेगवेगळ्या अवस्था आहेत *का? आपण म्हणालात की गेले पंचवीस वर्षं आपण एकाच मस्तीत आहात, जी कधी जातच नाही. आणि आपण असंही म्हणालात की, 'मन्सूर'ला जेव्हा अशी मस्ती वेढून टाकायची तेव्हा तो काही वेगळाच माणूस होऊन जायचा. ह्या दोन वक्तव्यामधे विरोध नसेल, पण विरोधाचा भास आहे. कृपा करून हा विरोधाभास दूर करा.*

* त्या परम मस्तीच्या प्रकट होण्याच्या दोन पद्धती आहेत. मस्ती एकच आहे. प्रकट होण्याच्या पद्धती दोन आहेत. कुठे ती बाह्यस्वरूपात दिसते तर कुठे ती अंतर्धारा बनते. कुठे आतल्या आत आनंद-स्वाद पाझरत रहातो, तर कुठे हा आनंद-स्वाद संगीत बनून वहात राहतो.

इंग्रजी भाषेत दोन महत्त्वपूर्ण शब्द आहेत. एक शब्द आहे, इक्सटेसी. इक्सटेसीचा अर्थ आहे, अशी आनंदाची अनुभूती जी बाहेर प्रकट होते. फुलं फुलतात, गीतं उमटतात, सुगंध दरवळतो – बाह्य अभिव्यक्ती आहे. आणि दुसरा शब्द आहे इंग्रजीतला, इन्सटेसी ह्याचा अर्थ आहे, अंतर्धारा वहाते. कुणाला कळतही नाही. जशी नील नदी शेकडो मैल जमिनीच्या खालून वहाते आणि मग जमिनीवर प्रकट होते. अशी धारा आतूनही वाहू शकते आणि बाहेरही प्रकट होऊ शकते.

जी धारा बाहेर प्रकट होते, ती सतत रहात नाही. मीरा कितीही नाचली तरी चोवीस तास नाचू शकत नाही. कारण नाचण्यासाठी शरीराची साथ हवी. आणि ते

थकतं. मीराचं असलं तरी तेही थकणारच. शरीर थकणारच. तर नृत्य चोवीस तास चालू शकत नाही. कधी चालेल, कधी चालणार नाही. म्हणून मीराची अभिव्यक्ती येऊन जाऊन असते असं वाटतं. ह्यामुळे असं समजू नका की समाधी येऊन-जाऊन असते. समाधी तर वहात असते आतून, कधी प्रकट होते, कधी प्रकट होत नाही. प्रकट होण्यात अंतर निर्माण होतं.

कोणी चोवीस तास गाणं गाऊ शकत नाही. आणि वृक्षसुद्धा वर्षभर फुलत नाहीत. दररोज फुलत नाहीत, हरघडी फुलत नाहीत. ह्याचा अर्थ असा समजू नका की जेव्हा वृक्ष फुलत नाहीत तेव्हा त्यांच्या प्राणांमध्ये फुलं फुलवणारी रसधारा नाही आहे. रसधारा कायम आहे. कधी तरी फूल बनेल.

मीरा जेव्हा गप्प आहे आणि तिने पायात घुंगरू बांधले नाहीयेत आणि तिच्या हातात वीणा नाहीये, नाचत नाहीये, गात नाहीये, तेव्हाही आतून धारा वहातच आहे. रस जसाच्या तसा आहे. पण तुम्हाला ते कळणार नाही.

असंही होऊ शकतं. कुणाचा रस कायमच आत आहे, जसा बुद्धाचा. कधी गीत बनला नाही, नाचला नाही, बाहेर आला नाही, आतल्या आतच रमून गेला.

ही दोन रूपं आहेत अभिव्यक्तीची. बुद्धाची नीलधारा कायम जमिनीच्या खालीच राहिली. जे शोधतील, त्यांना बुद्ध सापडेल. जे जास्त खोलात शिरतील त्यांना नीलधारा मिळेल. ते त्या जलस्त्रोतापर्यंत पोहोचतील.

मीराची धारा पुरासारखी आहे. बाहेर प्रकट होते. जे शोध घेत नाहीत, त्यांच्या अंगावर सुद्धा थेंब पडतात. कधी अचानक थेंब पडतील, जवळून जाल तरी शिडकावा होईल. दोन्ही पद्धतींची स्वत:ची वैशिष्ट्यं आहेत, कमतरता आहेत.

जो बुद्धासारखं अंतर्गत दंग राहील त्याच्यात एक सातत्य असेल. जे खंडित होऊ शकत नाही. जो मीरासारखं नाचेल, गुणगुणेल, प्रकट करेल, त्याच्यात सातत्य राहणार नाही. तो खंडित होईल.

तर जेव्हा मीरा तुम्हाला नाचताना दिसेल तेव्हा एक वेगळी मीरा जाणवेल आणि जेव्हा ती नाचताना दिसणार नाही तेव्हा दुसरी मीरा जाणवेल. नाचताना भावनामय होईल. ज्याला सुफी म्हणतात, भाव, हालत, अहवाल. तेव्हा भावनामय होईल. तेव्हा तुम्ही बघाल तिच्या नजरेत मदिरा आहे. पण अशी मदिरा प्रत्येक क्षणी दिसत नाही. बुद्धाच्या नजरेत बघितलंत तर दिसेल. मीरामधे शोधलं जरी नाही तरीही जेव्हा ती नाचते, तेव्हा दिसून येईल. पण बुद्धात शोधाल तर सापडेल. पण एकदा जर का दिसली तर सतत दिसत राहील. हा तुटणारा तारा नाही. आणि परमात्मा ह्या दोन्ही पद्धतीत प्रकट होतो.

तर मी जे वक्तव्य केलं त्यात काही फरक, विरोधी असं नाही. मन्सूर भावरसमय होत होता जशी मीरा भावरसमय होत होती. चैतन्य हे सुद्धा असेच

भावरसमय होत होते. रामकृष्णसुद्धा असेच भावरसमय होत होते. एक अशी आवेशाची स्थिती, जिथे ते सर्व शुद्ध हरवून बसत. मग्न होऊन जात. त्याक्षणी त्यांना शोधायला जो निघाला नाहीये तो ही अचंबित होऊन जाईल. आश्चर्य, विमुग्ध होऊन जाईल. विश्वास ठेवू शकणार नाही. पण क्षणभर त्याच्या आत जिज्ञासेचा जन्म होईल.

बुद्ध आहेत, महावीर आहेत, लाओत्सु आहेत, इथे शांतता आहे. इथे कसलीही उत्तेजना नाही, वादळ नाही. त्यांच्या समुद्रात साधी लहरही उमटत नाही. जो शोध घ्यायला येईल, त्यालाच नाद ऐकू येईल. जो अगदी कान देऊन ऐकेल, त्यालाच ऐकू येईल. नाही तर तुम्ही बुद्धाच्या जवळून गेलात तरी तुम्हाला समजणार नाही. मीरेच्या जवळून न समजता जाऊ शकणार नाही. तुम्ही मानाल, न मानाल मीराजवळ क्षणभर तरी थांबालच. ज्याची बहिर्दृष्टी आहे तो सुद्धा थांबेल. बुद्धाजवळ मात्र अंतर्दृष्टी आहे, असेच थांबतील.

तर मन्सूर भावरसमय होता जशी मीरा. व्यक्त होणारी. बुद्ध अव्यक्त राहणारे. ह्यात विरोध जराही नाही. जसं परमात्मा एका गोष्टीसाठी दोन पैलू निवडतो, बाहेरची बाजू, आतली बाजू. बहिर्मुखी आणि अंतर्मुखी. अशीच समाधी सुद्धा दोन प्रकारांची असते. अभिव्यक्ती. समाधीच्या आतला स्वाद तर एकच आहे. मग तो मीराचा असू दे की महावीरचा, काही फरक पडत नाही. एकदा समाधी आली की आली, ती कधी जात नाही. प्रकट होवो, प्रकट न होवो.

दुसरा प्रश्न : भक्तिमार्गावर साधुसंतांच्या सहवासाचं इतकं महत्त्व का आहे?

* साधुसंतांच्या शिवाय लोकलज्जा न मानता रहायला कसं काय शिकाल? साधुसंतांच्या संगतीतच आपण आपली मूळं, म्हणजे परंपरा, वर्तनरेषा, नियम मिटवू शकणार नाही. सोडून दिला आहे कुळाचार असं मीरा म्हणते. आता कोण काय करेल माझं?

साधुसंतांच्या सहवासात राहूनच तुम्हाला कळेल की ह्या जगात कुणीही काहीही हिरावून घेऊ शकत नाही आणि कुणीही काहीही देऊ शकत नाही. ना इथे 'नावाला' काही महत्त्व आहे आणि बदनामीमुळे काही नुकसान. इथे जी रेषा ओढली गेली आहे ती पाण्यावर ओढली गेलेली आहे. मग ते 'नाव' असो की बदनामी असो. आणि हळूहळू तुम्हाला कळून येईल की असाधु म्हणजे सर्वसामान्य माणसं ह्यांच्या संगतीत राहून नाव होतं. त्यापेक्षा साधुसंतांच्या संगतीमुळे बदनाम होणं केव्हाही चांगलं.

इथे माझ्यासमोर 'दुलारी' बसली आहे. तिने एक प्रश्न लिहून पाठवला होता

आणि प्रश्नाखाली लिहिलं होतं, 'कृपा करा. ह्या प्रश्नात माझं नाव घेऊ नका.' घाबरत असणार बिचारी. घरातल्या माणसांना घाबरत असणार. मी नाव घेतलं तर घरातल्या लोकांना समजेल की ती तिथे आली होती. कदाचित चोरून येत असेल. तर हे स्वाभाविक आहे. ज्या समाजात तुम्ही राहता, ज्या परिवारात तुम्ही राहता, ज्या लोकांच्या संगतीत तुम्ही राहता, त्यांच्याशी हजार तऱ्हेच्या तडजोडी कराव्या लागतात. ह्या तडजोडीतून तुम्हाला मुक्ती कोण देणार? तुम्हाला बाहेर काढणार कोण? साधुसंतांशिवाय कुणीही नाही.

साधुसंतांचा सहवास ह्याचा अर्थ काय आहे? जे सुरुवातीपासून बिघडलेले आहेत त्यांच्याबरोबर उठणं-बसणं. जे बिघडलेले आहेत, त्यांच्याशी मैत्री केली नाही तर तुम्ही बिघडणार कसे? साधुसंतांबरोबर उठ-बस करत हेच मीरा सांगते,

'संतन ढिंग बैठि बैठि, लोकलाज खोयी।' त्यांनी तर स्वत:ला हरवलं होतं. त्यांच्याच जवळ बसून बसून हा आजार मीरालाही लागला.

एक संत तुमच्याकडे बघतील, पुरेसं आहे. सर्व जग तुमचं कौतुक करत राहील, तुमचे गोडवे गाईल ह्यापेक्षा निश्चितच पुरेसं आहे. सर्व जग एका बाजूला आणि संतांच्या प्रेमाचा, त्या वर्षावाचा एक थेंब एका बाजूला. तरीही तो एक थेंब वजनदार आहे, तराजूचं पारडं त्यांच्या बाजूला झुकेल.

म्हणूनच लोक संतांच्या जवळ जायला घाबरतात. आणि जर प्रियजन, मित्र, बायको, नवरा, मुलं जाऊ लागली तर भीती निर्माण होते. कारण एका गोष्टीची त्यांना मनोमन खात्री आहे की संतांचा प्रभाव पडला की त्यांचा प्रभाव समाप्त होणार. पती का घाबरतो? पत्नी का घाबरते?

इथे माझ्याकडे लोक येतात. तर जणू नियम असल्यासारखी घटना घडते. नवरा येतो तर बायको विरोध करण्याचा प्रयत्न करते. बायको येते तर नवरा विरोध करतो. हा मामला काय आहे? इतका विरोध का? पण भीती स्वाभाविक आहे. भीती ही आहे की बायको जास्त काळ येऊ लागली तर नवऱ्याचं महत्त्व संपेल. त्याच्या अहंकाराला हा धोका आहे. त्याच्यापेक्षा जास्त महत्त्व दुसऱ्या गोष्टीला मिळेल. काही एक गोष्ट इतकी महत्त्वपूर्ण होईल की वेळ आली तर नवऱ्यालाही सोडून दिलं जाईल. हा तर धोका आहे. नवरा येतो तर बायकोला भीती वाटते. तिच्याही पेक्षा जास्त महत्त्वपूर्ण नवऱ्याच्या आयुष्यात कुणी आलंय. आणि उद्या जर निर्णय घ्यायची वेळ आली तर बायकोला प्राधान्य दिलं जाणार नाही. आणि आपल्याला नेहमीच वाटतं आपला निर्णय दुसऱ्यावर लादावा आणि मालकी प्रस्थापित करावी, आपल्या अधिकारात दुसऱ्याला ठेवू इच्छितो.

तुम्ही विचारता, साधुसंतांच्या सहवासाचं इतकं महत्त्व का?

नाही तर हा आजार कसा काय लागणार?

'संतन ढिंग बैठि बैठि लोकलाज खोई
भगत देख राजी हुई, जगत देख रोई ।'

मीरा म्हणते, जेव्हा जगाकडे बघते तेव्हा रडू येतं. हे स्वत: तर भरकटलेले लोक आहेत, दुसऱ्यांनाही भरकटायला लावतात. स्वत: काही मिळवायचं हे तर नाहीच, पण दुसऱ्यालाही मिळवू देत नाहीत. ह्यांनी आपल्या हातापायात बेड्या घातल्या आहेत. त्याला अलंकार म्हणोत, अलंकार नाही तर दुसरं कुठलं नाव – प्रेमळ शृंगार म्हणा. इतकंच नाही तर दुसऱ्यांच्या पायातल्या बेड्या हीच लोकं मजबूत करत आहेत. आणि जर कुणी ह्या बेड्या तोडू इच्छितो तर ह्यांना कमालीचा संताप येतो, सर्व बाजूंनी मग हे घेराव घालतात. हजार तऱ्हेच्या क्लृप्त्या लढवतात की तुम्ही हा घेराव तोडून बाहेर जाऊ शकणार नाही.

साधुसंतांचा सहवास ह्याचा अर्थ असा आहे की ते बातमी आणतील ह्या घेरावात येऊन– मोकळ्या आकाशाची. साधुसंतांचा सहवास तुम्हाला सांगतो, की ह्या बेड्यांच्या जंजाळातून मुक्त होण्याचा मार्ग आहे. मला बघा, असं तो म्हणेल. बेड्या तोडता येतात आणि त्या तोडल्याबरोबर सर्व आकाश तुमचंच आहे. आणि ह्याशिवाय कमीला मान्यता देऊही नका.

साधूचा अर्थ आहे की, तुमच्या आत परमात्म्याला मिळवण्याची तृष्णा प्रज्वलित करणारा. तुम्ही जे तुमच्या पिंजऱ्यात कोंडलेले आहेत, जरी असेल तुमचा पिंजरा सोन्याचा, आकाश तर सोन्याचं असू शकत नाही, हेही खरं. पण सोन्याचा पिंजरा, ह्या खुल्या, मोकळ्या आकाशापेक्षा मोठा असू शकेल, का किंमती असू शकेल? पिंजरा शेवटी पिंजराच आहे. सोन्याचा असो की लोखंडाचा. पिंजऱ्यात तुम्ही मालक नाही. तुमचा आत्मा गुलाम आहे. तो पिंजरा आहे, कारागृह आहे, जरी त्यात अनेक सुविधा असल्या तरी. जेवण वेळेवर मिळतं, सर्व तऱ्हेची सुरक्षा आहे. पण सुरक्षिततेचं स्वातंत्र्यतेच्या समोर काही मूल्य नाही! धोका आहे आकाशात उडणाऱ्या पक्ष्याला. पिंजऱ्यात बंद असणाऱ्या पक्ष्याला तेवढा धोका नाही. ना कुणी शत्रू हल्ला करत, ना कुणी बंदूक घेऊन गोळी मारत आणि कसलीही चिंता नाही, की उद्या जेवायला कुणी घालेल की नाही. पण एक किंमत मोजावी लागेल. आत्मा. तो द्यावा लागला. आता मालक जे सांगेल तसं वागावं लागतं. तो जे बोलतो, तेच बोलून दाखवावं लागतं. तो जसं वागवतो तसंच जगावं लागतं. आत्मा तर गहाण राहिला, विकला गेला, बाकी सर्व मिळालं.

आकाशात उडणाऱ्या पक्ष्याजवळ आत्मा आहे. अजून काही नाही. पण आत्माच तर सर्व काही आहे.

साधूच्या जवळ बसून बसून तुम्हाला आकाशाची आठवण यायला लागेल. तुम्ही पिंजऱ्यात खूप दिवस राहिलात. तुमची आठवण हरवली आहे. तुम्हाला

लक्षातच नाहीये की आकाश आहे. आकाश सोडूनच द्या. तुम्हाला इतकीही आठवण नाहीये की तुमच्या जवळ पंख आहेत आणि तुम्ही उडू शकता. जर खूप दिवस उडला नाहीत तर पंखांची आठवणही विसरली जाते. उडत राहिलात तर पंखांची आठवण येत रहाते. उडलात कीच कळतं की पंख आहेत. जो वर्षोंनवर्षं चाललाच नाही, तो जर पायांना विसरला तर त्यात आश्चर्य वाटण्यासारखं काहीही नाही.

असं म्हणतात, जर कुणी तीन वर्षं अंधारात, काळोखात राहिलं तर त्याचे डोळे निस्तेज होऊन जातात. तीन वर्षं जर काही बघितलं नाही, तर दिसण्याची क्षमता नाहीशी होते. असंही म्हणतात, कुणी तीन वर्षं गप्प बसलं, काही बोललंच नाही, तर नंतर बोलू शकत नाही. प्रयत्न केला तरीही, जीभ अडखळते. ही तर तीन वर्षांची गोष्ट आहे! तुम्ही जर जन्मोन्‌जन्म उडणं सोडून दिलेलं आहे. युगानुयुगं उडला नाही आहात. तुमची ओळख विसरला आहात, की तुमच्यापाशी पंख आहेत. तुम्हाला पंखांची आठवणच नाहीये.

साधुसंतांजवळ तुम्हाला पंखांचं फडफडणं ऐकू येईल. त्यांना तुम्ही आकाशात उडताना बघाल. त्यांचा आनंद बघाल. त्या आनंदरसाचं तुम्ही सेवन कराल. त्याच्या तेजाने आल्हादित व्हाल. त्याचा ज्वर, जो परमात्म्याच्या संगतीने लाभला आहे, तुम्हालाही जाणवेल. स्पर्श करेल. तुम्ही थोडेसे विरघळाल. तेव्हा तुमचं बर्फासारखं गोठलेलं हृदय विरघळायला लागेल. आणि कुठे कराल हे? कसं कराल? संतांच्याशिवाय दुसरा मार्ग नाही.

कारागृहामध्ये यायला हवं कुणी, जो कारागृहाच्या बाहेर आहे. तोच बाहेरच्या बातम्या आणेल. साखळदंडात अडकवलेल्या, अडकलेल्या माणसाला कुणी मिळायला हवं, जो मोकळा आहे, जो ह्या साखळदंडात अडकलेला नाही. तेव्हाच त्याला समजेल की साखळदंडांशिवायही जगता येतं. आणि पक्ष्यांनाही दिसायला हवं, की त्यांच्यासारखं कुणी, अगदी त्यांच्यासारखा एक पक्षी पंख पसरून आकाशात उडत आहे. तुम्हाला कळणारही नाही आणि तुम्ही तुमचे पंख फडफडवाल. युगानुयुगं बंद असलेले पंख सजीव होऊ शकतात.

म्हणून मीरा म्हणते, 'भगत देख राजी हुई...' जिथे कुणी परमात्म्यावर प्रेम करणारं भेटलं, तिथे ती तयार झाली. तिथे प्रेमभावनेने भरून गेली. 'जगत देख रोई' हे जग खूप दुःखाने भरलेलं आहे. आणि आश्चर्य आहे की इथे सर्वजण क्षमता घेऊन जन्माला येतात, ही क्षमता असते अतिशय आनंदाची, परमेश्वराची.

भक्त काय करतात? साधू काय करतात? ही मीरा साधुसंतांना बघून खुश का झाली? तिथे होतं तरी काय? तिथे किमया होते. जसं परिसाच्या स्पर्शाने लोखंडाचं सोनं होतं, तसं साधूंच्या स्पर्शाने तुम्हीसुद्धा साधू बनत जाता. तिथे रूपांतर होतं.

जिससे हिल जाये अर्श के पाये
अपने उस दर्द-ओ-गम की बात करो।

तिथे परमात्म्याच्या विरहाची चर्चा होते.

जिससे हिल जाये अर्श के पाये

आकाशालाही जर कुठे पाय असतील तर तेही हलावेत, अशा विरहाच्या, वेदनांच्या गोष्टी होतात.

अपने उस दर्द-ओ-गम की बात करो।
जो रुला दे तमाम आलम को
बस उसी चश्मे-नम की बात करो।

आणि तिथे परमात्म्याच्या सुंदरशा डोळ्यांच्या गोष्टी होतात.

देखा नहीं, कल मीराने कहा, 'मोरे नैंनन में बसो नंदलाल। मोहनी मूरत, सांवली सूरत, नैना बने विशाल।'

हे तुझे मोठेमोठे डोळे, हा तुझा सुंदर चेहेरा, हा तुझा सावळा रंग, माझ्या डोळ्यांत सामावून जा. तू मला वेढून टाक, मला माझ्यापासून वाचव. माझं माझ्यात काहीही राहू देऊ नको. तूच बस. तूच वाचव.

जो रुला दे तमाम आलम को
बस उसी चश्मे-नम की बात करो
क्या हकिकत गमे जहां की है
मेरे साकी के दम की बात करो।

आणि तुम्ही ऐकाल की जग खूप मोठं आहे, पण त्यात काय? काहीही नाही. परमात्मा त्याच्या समोर काहीच नाही. आणि मानलं की साखळदंड खूप मोठे आहेत. पण जो त्या परमात्म्याला साद घालील, त्याच्या एका नावाने मजबूताहून मजबूत साखळदंड पडून जाईल, तुटून जाईल. त्याचा आसरा, सहारा मिळाला तर मोठ मोठाले डोंगर माणूस एका उडीत पार करेल. आपण ऐकतो ना, लंगड्या माणसाने उडी मारली, आंधळा बघू लागला, बहिऱ्यांना ऐकू यायला लागलं.

क्या हकिकत गमे जहां की है

ह्या जगातल्या दुःखात काय ठेवलंय?

मेरे साकी के दम की बात करो।
है रहीमो करीम अपना खुदा
हमसे लुत्फो करम की बात करो।

साधुसंतांच्या सहवासात काय असतं?

तिथे ईश्वराच्या दयाळूपणाची गोष्ट, चर्चा होते. तिथे तुमचं दुःख, तुमचा अंधार, तुमचं अज्ञान ह्याच्या गोष्टी होतात. तिथे तुमच्या अश्रूंना जागृत केलं जातं. जे निजलेले आहेत, हरवलेले आहेत, त्यांना पुन्हा हाकारलं जातं. आणि त्याचबरोबरीने

ईश्वराच्या दयाळूपणाची गोष्ट होते. कारण जर परमात्म्याच्या दयाळूपणाची चर्चा झाली नाही, तर तुम्ही तसेच दु:खी आहात, अजून दु:खी व्हाल. तसेच गर्तेत, भोवऱ्यात पडून रहाल, अजून आत्मविश्वास गमावून बसाल, साहसी वृत्ती हरवून बसाल. इथे तुम्हाला समजतं की तुमचं पाप कितीही मोठं असो, त्याची करुणा त्याहूनही मोठी आहे. तुम्ही घाबरू नका. तुम्ही कितीही वाट चुकला असाल, त्याचा हात खूप लांब आहे. तुम्ही कितीही दूर गेला असाल, त्याचा हात तुमच्यापर्यंत पोहोचू शकतो. तुम्ही साद घाला! तुम्ही इतक्या दूर जाऊ शकत नाही की तो तुम्हाला अडवू शकणार नाही. म्हणूनच भक्तांनी सांगितलंय 'ईश्वराचे हजार हात आहेत. एका हातातून सुटाल, दुसऱ्या हातातून सुटाल, हजार हातांमधून नाही सुटू शकणार. तो सर्व बाजूंनी उठवेल, सर्व दिशांनी आधार देईल. पण जोपर्यंत तुम्ही त्याला आर्त साद घालत नाही, तोपर्यंत तो आपला हात आधारासाठी देणार नाही.'

साधुसंतांच्या जीवनात दु:ख दिसतं. दु:खच दु:ख आहे तिथे. इथे सुख कुणी बघितलंय? तुम्ही कधी सुखी मनुष्य बघितलाय इथे? आणि जर सुखी माणूस दिसला तर त्याक्षणी तुम्हाला समजेल, तो इथला नाहीये. तो परदेशी आहे. इथे अनोळखी लोकांच्यामधे.

हैं रहिमो करीम अपना खुदा
हमसे लुत्फो करम की बात करो।

तर इथे पापाच्या गोष्टी होतात, परमात्म्याच्या दयाळूपणाच्या गोष्टी होतात. तिथे आमच्या दु:खाच्या, त्रासाच्या गोष्टींची चर्चा होते. तिथे एक दुसऱ्याच्या अमृताच्या गोष्टींची चर्चा होते.

हिज्र भी है वसाल का पैगाम
ऐने राहत सितम की बात करो ।

इथे वियोगाच्या गोष्टी होतात– विरहाच्या गोष्टी! वियोगाच्या गोष्टींबरोबरच गोष्टी होतात त्या एकच की विरह, वियोग म्हणजेच परमात्म्याशी मीलन! हे मीलन होण्याची सूचना, त्या मीलनाची तयारी! विरह, वियोग त्याच्या मीलनाची तयारी आहे. आम्ही त्याला हरवून बसलो आहोत. त्याला मिळवण्याची ही तयारी आहे. त्याला अजून जास्तीत जास्त मिळवण्याची तयारी! हा विरह त्या मीलनाला प्रिय बनवणारा आहे.

हिज्र भी है वसाल का पैगाम
ह्यात निरोप लपलेला आहे मिलनाचा. इथे विरहाच्या गोष्टी होतात.

जो कदम हैं बजाते खुद मंजिल
इश्क के उस कदम की बात करो।

जो कदम हैं बजाते खुद मंजिल... जे पाय स्वत:च स्वत:चं ठिकाण, स्वत:चं

लक्ष्य घेऊन येतात, त्या प्रेमाच्या पावलांच्या गोष्टी तिथे होतात.

साधुसंत म्हणजे प्रेमाची चर्चा. तुमच्या जीवनात प्रेम हवं, प्रेमाचा प्रकाश हवा. आणि हे तेव्हाच शक्य आहे, जेव्हा तुम्ही कुठल्या तेवत असलेल्या दिव्यापाशी बसले असाल. तुमचा दिवा विझलेला आहे, तुम्ही पेटवणार कसा? जवळ असलेल्या, तेवत असलेल्या दिव्यापाशी बसा. जवळ सरकून बसा. 'भगत देख राजी हुई.' सरका त्याच्याजवळ. जिथे कुठे साधू मिळेल, जवळ जा. दूर राहू नका. दूरी दूर करा. मिटवून टाका. दूरी ठेवलीत तर हिरा जवळ आहे तो हरवून बसाल. जवळ जा. कारण एक क्षण असा येतो, जवळ जाण्याचा, जवळिकीचा, निकट होण्याचा. जसं जळत असलेल्या दिव्याजवळ विझलेला दिवा ठेवला तर तो स्वत:ही जळू लागतो, तेवतो. काही अंतरावर ठेवलेल्या, राहिलेल्यांच्या बाबतीत अशी घटना घडत नाही. एक फुटावर दिवा ठेवला तर असं होणार नाही. जवळ जात जा, जवळ आणत रहा. एक क्षण असा येतो, अजूनही अंतर आहे. पण आता तेवढं अंतर नाही राहिलं की उडी मारू शकणार नाही. उडी मारून कवटाळू शकता. इथे एक दिवा तेवत होता, तिथे दोन दिवे तेवतात. ह्यालाच शिष्यत्व म्हणतात. हीच साधुसंतांची संगत, हाच सहवास.

साधुसंतांशिवाय प्रकाश होणार नाही. प्रकाशाशिवाय तेज, तेजाशिवाय प्रकाश होणार नाही.

नमूदे ज़िंदगी का राज क्या है
मैं खुद क्या हूं, मेरी आवाज क्या है
फसूने नगमा क्या है, साज़ क्या है
जनूने इश्क क्या है, नाज क्या है।

कसं आणि कुठे समजाल? 'नमूदे जिंदकी का राज क्या हैं?' ह्या जीवनाचं रहस्य काय आहे? कुणा रहस्यमय व्यक्तीच्या जवळ जा. तोच हा चमत्कार घडवू शकतो. गुलाबाचं फूल ओळखायचं असेल तर गुलाबाच्या फुलाच्या जवळ जा. चंद्र ताऱ्यांना ओळखायचं असेल तर त्यांच्याकडे एक टक बघा. आणि परमात्म्याला शोधायचं असेल तर जिथे परमात्म्याची छोटीशी झलक मिळत असेल तिथे वास्तव्य करा.

आणि हरवण्यासारखं आपल्याकडे काय आहे? लोकलज्जा! ह्या पलीकडे खास काही नाहीये. लोक इतकंच म्हणतील, 'वेडा आहे.' तर लोकांच्या ह्या अशा म्हणण्याला महत्त्व तरी काय आहे? ही हीच माणसं आहेत, जी मीरालासुद्धा वेडं म्हणत होती. ही हीच माणसं आहेत जी जिझसलाही वेडं म्हणत होती. ही अशीच, हीच माणसं आहेत जी कायम हेच बोलत होती. हा त्यांचा धंदा आहे. ह्यांना स्वत:ला मिळवायचं नाही आहे. इतरांना मिळवून द्यायचं नाहीये. हे दुसऱ्याला काही

मिळवून का देत नाहीयेत? कारण हे स्वत: काही मिळवू शकत नाहीत आणि ह्यांच्या अगोदर दुसऱ्यांनी मिळवलं तर त्यांना ती अडचण येते. आणि तुम्ही असं समजू नका की, जर तुम्ही साधुसंतांच्या सहवासात राहिला नाहीत, तर हे तुम्हाला हुशार समजतील. तरीही कुणी हुशार समजत नाहीत. ह्या दुनियेत प्रत्येक माणूस फक्त स्वत:लाच हुशार समजतो. अजून कुणालाही नाही. तुम्ही काहीही करा, त्याने काही फरक पडत नाही. लोक तुम्हाला हुशार समजू शकत नाहीत. कारण तुम्हाला जर ते हुशार समजले, तर त्यांचं काय होईल?

मी ऐकलंय, की एक माणूस पौर्णिमेच्या रात्री आपल्या पत्नीला बाहेर घेऊन चंद्रप्रकाशात यात्रेला निघाला. स्वाभाविकपणे त्याने पत्नीला गाढवावर बसवलं आणि स्वत: पायी चालत राहिला. रस्त्यात काही लोक भेटले, ते म्हणाले, 'ह्या बाईला बघा, ही दुष्ट आहे वाटतं. पती पायी चालतोय आणि ही आरामात गाढवावर बसलेय. लाज वाटत नाही.'

पत्नी म्हणाली, 'मला ही गोष्ट ठीक वाटत नाही. मला उतरवा आणि तुम्ही बसा.' पत्नी पायी चालू लागली आणि पती गाढवावर बसला. थोड्या वेळाने अजून काही लोक भेटले. ते म्हणाले, 'हे बघा. अरे ह्या महाशयाला बघा. बिचारी बाई पायी चाललीय आणि हा निर्लज्जासारखा गाढवावर बसलाय. काही लाजच वाटत नाही.' तर तो माणूस म्हणाला, 'हे तर भयंकर आहे.' तर ते दोघं गाढवावर बसले. मग ते तरी दुसरं काय करणार? दोघं बसले. थोड्या वेळाने अजून काही लोक दिसले. ते म्हणले, 'हे बघा, अरे मारून टाकतील गाढवाला. थोडी तरी दया करा बिचाऱ्यावर. दोघं दोघं बसलेत. जरा कीव करा. पशु असला तरी शेवटी त्याचाही काही जीव आहे.'

त्यांनी विचार केला, आता काय करायचं? दोघंही उतरले आणि चालू लागले. पुन्हा काही लोक भेटले. म्हणाले, 'हे बुद्दू बघा. बरोबर गाढव आहे आणि हे पायी चाललेत. अक्कल नावाची गोष्टच नाहीये.'

त्यांनी विचार केला, आता काय करायचं? त्यांनी जिद्द धरली होती, जशी तुम्ही धरली आहे, 'लोकांना राजी करणारच.' पण लोक कोणालाही, कोणत्याही गोष्टीला कधी राजी झालेत? तुम्ही काहीही करा. चूकच. त्यांनी एक दोरखंड घेतला आणि कसं बसं गाढवाला बांधून खांद्यावर घेतलं. आता ह्याहून वेगळं काय करणार? सर्वच करून झालं होतं. हा एकच उपाय राहिला होता. आता गाढवाला घेऊन चालले कारण तो 'बिचारा' होता. हाच एक शेवटचा पर्याय राहिला होता. लोकांनी बघितलं. ते म्हणाले, 'ह्या मूर्खांना बघा. ह्याहून मूर्ख कुठे बघितले नाहीत. स्वत: गाढवावर बसले नाहीयेत तर गाढवाला उचलून स्वत: घेऊन जात आहेत.'

तुम्ही काहीही करा, तुम्हाला तुमची निंदा केलेलीच ऐकू येईल. आणि काहीही

करून जर निंदाच होणार असेल तर असं काही करा ज्यातून काही मिळेल. निंदा तर होणारच आहे. परमात्म्याला शोधण्याच्या दिशेने वाटचाल करा.

नमूदे जिंदगी का राज क्या हैं
मैं खुद क्या हूं, मेरी आवाज क्या है?

ना तुम्हाला माहीत, ना इतरांना माहीत. पण ते इतर तुम्हाला पत्ता लागून देणार नाहीत.

फसूने नगमा क्या हैं, साज क्या हैं
जनूने इश्क क्या हैं, नाज क्या हैं

हे प्रेमाचं वेडेपण काय आहे? ही प्रेमाची मस्ती काय आहे? हे तुम्ही कुठे शिकाल? कुठल्या मस्तीपाशी बसाल?

ये रंगो बू ये रैनायी ये जल्वे
ये दिलकश सूरतो अंदाज क्या हैं?

ही जी चहूदिशांनी सौंदर्याची सतत वर्षा होत आहे, ही तुम्हाला दिसू शकत नाही. अशा कुठल्या तरी डोळ्यांजवळ जाऊन बसा, ज्यांना ही दिसते. कुणा अशा नजरेचा सहारा घ्या. म्हणून तुम्हाला वारंवार सांगतो, कधी तरी माझ्या नजरेनं बघा. कधी कधी माझ्या कानांनी ऐका. माझ्या कानांनी ऐकलंत तर तुम्हाला समजेल.

मैं खुद क्या हूं, मेरी आवाज क्या हैं
नमूदे जिंदगी का राज क्या हैं
फसूने नगमा क्या हैं, साज क्या हैं
जनूने इश्क क्या हैं, नाज क्या हैं
ये रंगो बू ये रैनायी ये जल्वे
ये दिलकश सूरतो अंदाज क्या हैं
कहां तक हुस्न की फैली है वुसअत
न जाने इश्क की परवाज क्या हैं

कुठपर्यंत प्रेमाचं आकाश पसरलेलं आहे? किती विशाल आहे प्रेमाचं आकाश! तुम्ही तर तुमच्या घराच्या अंगणातूनही निघू शकला नाही. तुम्ही नजरही वर केली नाही. तुम्ही तर चंद्र, ताऱ्यांना बघतही नाही. ते जे दूरपर्यंत पसरलंय ते आकाश तुमच्या समजशक्तीच्या बाहेरचं आहे. बाहेरचं आकाश समजू शकत नाही, आतलं आकाश काय समजणार?

कहां तक हुस्न की फैली है वुसअत

कुठपर्यंत सौंदर्य आहे, कुठपर्यंत प्रेम आहे? कुठपर्यंत विस्तारलेलं आहे?

न जाने इश्क की परवाज क्या हैं!

आणि प्रेम किती दूरपर्यंत भरारी मारू शकतं, हेही तुम्हाला समजत नाही. तुम्ही

तर पंखही फडफडवत नाही. तर जे उडणं काय असतं हे जाणतात त्यांच्याजवळ जा. पोहायला शिकायचं असेल, तर ज्याला पोहता येतं, त्याच्याकडेच जावं लागतं. प्यायचं शिकायचं असेल तर जो पिण्यात माहीर आहे त्याच्याकडे जा.

जो आंखों में फिरे हर वक्त सूरत
जो गूंजे कान में आवाज क्या हैं
कहूं क्या दीदाओ दिल दोनों हैरां
ये ऐजाजे हजूमे नाज क्या हैं।

शिकणार कुठे?

म्हणूनच भक्तिमार्गावर साधुसंतांचं असणं महत्त्वपूर्ण आहे. मौल्यवान आहे. ह्यापेक्षा जास्त मौल्यवान अजून काहीही नाही. तिथे शास्त्राचं महत्त्व नाही, संगतीचं महत्त्व आहे. शब्दांचं महत्त्व नाही. संगतीचं मूल्य आहे. तर्काचं मूल्य नाही, श्रद्धेचं मूल्य आहे.

कारण तर्काने अंतर राहतं. विझलेला दिवा आणि जळता-तेवता दिवा दूर राहतात. केवळ तर्कामुळे. श्रद्धेतच जवळीक येते, कारण श्रद्धाच प्रयत्न करू शकते जवळ येण्याचा. किंमत तर मोजावी लागतेच. आज नाही तर उद्या. लोक नाराज तर होणारच आहेत. तुम्ही संसारात राहून, सर्वांना खुष ठेवून परमात्म्याला आनंद नाही देऊ शकत. ही तडजोड होऊ शकतच नाही. ह्या तडजोडीत पडूही नका. संसार नाराज होत असेल तर होऊ द्या. 'भगत देख राजी हुई.' तुम्हीही संतांना बघून खुश व्हा.

हे शिकणं, हे धडे सुरुवातीला कठीण जातं. कारण सुरुवातीला वाटतं की संसारच सर्व काही आहे.

साधूजवळ काय आहे? संतांजवळ काय आहे? जे आहे, ते सर्वसाधारण नजर असलेल्यांना दिसतही नाही. ते तर जेव्हा त्यांच्या जवळ रहाल, तेव्हा राहता राहता रस निर्माण होईल. जिवंत आहेत, त्यांच्याजवळ जा, तर तुम्हाला एखादा किरण स्पर्श करेल. तुमच्या अंधाराला ढवळून काढेल. वर्षानुवर्षं जमलेल्या धुळीला फुंकून टाकेल. तुमच्या दगडासारख्या, घट्ट झालेल्या हृदयाला विरघळून टाकेल.

तिसरा प्रश्न : मीरावर प्रवचन देताना, प्रारंभ करताना तुम्ही आम्हाला प्रेमाच्या मानसरोवरामधे नौकाविहार करण्यासाठी आमंत्रित केलंत. आम्ही आभारी आहोत. पण खूप मनस्वी असं सांगतात की प्रेम हे मुळात जैविक आहे, जे मनुष्याच्या घुसमटीमुळे मानसिक रूप घेतं. मनस्वी असंही म्हणतात की कवी, कलाकार आणि संतांनी जैविक प्रेमाला विस्तारत अलौकिक बनवलं. भगवान, ह्या वक्तव्यावर प्रकाश पाडण्याची कृपा करावी.

* मनस्वी काय जाणतात? मन समजू शकत नाहीत मग 'आत्म्या'ची गोष्टच सोडून द्या. मनस्वींना मनस्वी म्हणणं हेही आता ठीक वाटत नाही. आता मनस्वी तर केवळ मनुष्याच्या व्यवहारांचा अभ्यास करत आहेत. मनाचा अभ्यास अजून सुरू झालेला नाही. आणि मनुष्याच्या व्यवहाराचा अभ्यासही बरोबर असा सुरू नाही झाला. मनुष्य व्यवहाराचा अभ्यास करतात, तो उंदीर, मांजर, कबुतर ह्यांचा अभ्यास झाल्यावर. हे असंच आहे, जसं कुणी फुलाचा अभ्यास करू इच्छितो आणि मुळं कापतो आणि त्यांचं विश्लेषण करतो. कुणी कमळाचा अभ्यास करू इच्छितो आणि कमळ ज्या चिखलात उगवतं, त्या चिखलाला भरून घरी घेऊन येतं आणि त्याचा अभ्यास करतं. ही गोष्ट खरी आहे की मनुष्याच्या जीवनात जे प्रेमाचं फूल फुलतं, ते कामवासनेच्या चिखलातच फुलतं. ही गोष्ट अगदी खरी आहे. पण ते कामवासनेचं चिखल नाहीये, चिखलात फुलतं, पण कमळ चिखल नाहीये.

पण विज्ञानाचं एक मोठं मूळ धोरण आहे की प्रत्येक गोष्टीला मूळ कारणापर्यंत घेऊन जा. त्याला पाठी घेऊन जा. विज्ञानाचा असा समज आहे. कारण समजलं तर कार्य समजलं. विज्ञानाची एक आंधळी मान्यता आहे की कार्य जे आहे ते कारणापेक्षा मोठं कधी नसतं. ही गोष्ट खोटी आहे. ही गोष्ट मूलतःच चुकीची आहे.

कार्य हे नेहमीच कारणापेक्षा मोठं असतं. चिखलातूनच कमळ फुलतं ही गोष्ट खरी. तरीही कमळ चिखल नाहीये, चिखलापेक्षा खूप काही जास्त आहे. आणि ही गोष्ट खरी आहे की जर तुम्ही कमळाचं वैज्ञानिक प्रयोगशाळेत विश्लेषण केलंत, तर त्यातून पुन्हा चिखलच शोधून काढाल. कोणकोणत्या रासायनिक द्रव्याने बनलंय, हे शोधून काढाल. आणि तेव्हा एक आश्चर्याची गोष्ट घडेल, की सौंदर्य हे तुम्हाला कमळात दिसत होतं ते मग दिसणार नाही. ना ते सौंदर्य दिसेल, ना ते निर्दोष कौमार्य दिसेल जे कमळामधे होतं, जे ताजेपण कमळाचं होतं, तो जो आनंद झिरपत होता, तो सुद्धा मिळणार नाही. ना तो आनंद, ना त्याची ताजगी, ना ते कौमार्य. काहीच अनुभवता येणार नाही. कमळाचं विश्लेषण कराल तर चिखल हाताला लागेल. पण कमळ चिखल आहे?

मनस्वींची हीच चूक आहे. कारण मनस्वी विज्ञानाच्या मागे चालतो. ह्यात संभ्रमात, प्रयत्नांत की कसंही करून त्याचं शास्त्र विज्ञान होऊन जावं. ही त्याने चुकीची दिशा पकडली आहे.

जीवनात ह्या गोष्टींमुळे काही मिळतं, तिथेच सर्व संपत नाही. तुम्ही हाडं, मांस, मज्जातंतूंनी बनला आहात. पण तुम्ही ह्याहून जास्त आहात. तुम्हीसुद्धा मनातल्या मनात हे जाणता की डोळे बंद करून बसाल, तर तुम्हाला कळेल की तुम्ही हाडं आहात, ना मांस-मज्जातंतू. तुम्ही चैतन्य आहात. चैतन्य निसटतं हातातून, ते कसं उडून जातं, पत्ता लागत नाही. ते अदृश्य आहे. दृश्याचा आधार घेऊन टिकतं.

तुमच्या शरीराव्यतिरिक्त कुठे मिळणार नाही. तुमच्या शरीरात पाय रोवून उभं आहे. पण एक दिवस शरीर पडून राहील आणि चैतन्य निघून गेलेलं असेल. मग तुम्ही कितीही शोध घ्या, चैतन्य मिळणार नाही. जरी डॉक्टरने संपूर्ण शरीर छेदलं, तरीही चैतन्याला शोधू शकणार नाही. चैतन्य मिळणार नाही. चैतन्य मिळू शकत नाही कारण त्याला पकडता येत नाही. चैतन्य अनंत आहे, असीम आहे.

असंच काहीसं प्रेम आणि काम ह्यांचं आहे. तथाकथित मनस्वी म्हणतात की प्रेम ही जैविक वासना आहे. कामवासना आहे. बरोबर म्हणतात. एका मर्यादेपर्यंत बरोबर, खरं सांगतात. पण त्यांना त्या पलीकडचं माहीत नाही, की ही कामवासना रूपांतरित होऊ शकते.

तुम्ही असं समजा की एक वीणा ठेवली आहे, आणि तुम्ही कधी वीणा बघितलेली नाही आणि तुम्हाला वीणा वाजवताही येत नाही, आणि कुणी तुम्हाला विचारतंय की ही वीणा काय आहे? तुम्ही काय कराल? तुम्ही तारा मोजाल, की किती लांब तार वीणेमध्ये लावली आहे? किती लाकूड लागलं वीणा बनवायला, हा हिशोब द्याल. सर्व हिशोब द्याल की हस्तीदंत किती लागलं, किती चामडं लागलं? हे असे हिशोब द्याल. असा हिशोब तयार ठेवाल. तुम्ही असा विचार करताय का, की ह्यात वीणेचा हिशोब आला? ह्यात एक खरी गोष्ट राहून गेली की वीणेमधे एक संगीत लपलं आहे. जो कुणी वाकबगार असेल त्याने वीणा छेडली असती, तर जाग आली असती.

जर वीणेमधून संगीत तयार होतं, तर संगीत काय आहे? तार आहे? लाकूड आहे? हस्तीदंत आहे? जे संगीत तयार होतं, वाजतं, ते काय आहे? निश्चितच वीणा नसेल तर संगीत असणार नाही, पण वीणा हे नुसतं त्याच्या अभिव्यक्तीचं साधन आहे. वीणा हे संगीताचं स्वरूप नाही. ते वीणेपेक्षा काही जास्त आहे. ते वीणेवर थोडा काळ राहतं. कुठल्याशा आकाशातून उतरतं आणि पुन्हा आकाशात परतून जातं. वीणा हे केवळ एक माध्यम आहे.

अशीच मनुष्याची जैविक वासना आहे. हे माध्यम आहे. त्यातूनच प्रेम उतरतं. जो वाजवणं जाणतो, ज्याने वेळेवरती योग्य वाजवणं शिकलं, त्याला राम मिळतो. 'काम' च्या वीणेतून रामाचे स्वर उत्पन्न होतात.

मग मनस्वी अध्ययन-अभ्यास कशाचा करतात? मनस्वी कायम वेड्यांचा अभ्यास करतात. विकृत मानसिकतेचा अभ्यास करतात. मग अजून कुणी त्यांच्याजवळ का जाईल? फ्रॉईडने आयुष्यभर विक्षिप्त लोकांचा अभ्यास केला आणि विक्षिप्त लोकांच्या आधारावरच त्याने निष्कर्ष शोधले. जे निष्कर्ष तो सर्व मनुष्य जातीवर लागू करू इच्छितो. ही गोष्ट करतोय आणि त्याचा अभ्यास करतोय आणि त्याचा निष्कर्ष आईनस्टाइन आणि बर्ट्रेंड रसेलवरही थोपवू इच्छितोय. आम्ही त्याला मूर्ख

म्हणू. आम्ही म्हणू, पहिलं म्हणजे तू मूर्ख लोकांचं अध्ययन करतोस आणि त्या अध्ययनाला तू सर्वांवर लादू इच्छितोस, जे मूर्ख नाहीयेत. ही गोष्ट अशास्त्रीय आहे. हे न्यायाच्या विरुद्ध आहे. फ्रॉईडने विक्षिप्त लोकांचा अभ्यास केला आणि विक्षिप्त लोकांचा अभ्यास करून त्याने निष्कर्ष काढला की सर्व आजार कामवासनेमुळे होतात. आणि हा निष्कर्ष सत्य आहे. कारण मनुष्यजातीने कामवासनेला इतकं दाबून टाकलंय, इतकं दाबून टाकलंय की लोकांनी स्वत:ला आजारी पाडलंय. वीणा वाजवता येत नाही म्हणून वीणा गाडून टाकली. कारण घरात ठेवली तर त्रास आहे. कधी मुलं छेडतात, कधी पडते तर आवाज होतो. कधी मध्यरात्री उंदीर पळतात तर आवाज होतो आणि झोपमोड होते. ह्या वीणेला घरात ठेवून फायदा काय? हिला संपवून टाका. हिच्यामुळे उपद्रव होतो आहे.

जर संगीत जागवू शकला नाही तर वीणा अडचण, अडथळाच होते. तर तुम्ही वीणेला गाडून टाकलं आहे. जिच्यातून महान स्वर, संगीत उमटलं असतं. तिला तुम्ही दाबून ठेवलंत. आणि ह्यामुळेच हजारो रोग तयार होतात. कारण जीवनात जर काही दाबून ठेवाल, गाडून टाकाल तर रोगच निर्माण होतील.

जीवनात विकास व्हायला हवा. घुसमट नाही. आणि जीवन हे सततच विकासमान होत असतं. वरवरच्या अंगाला. जर तुम्ही थांबलात तर तुम्ही रुग्ण व्हाल. तर तुमच्या तथाकथित धार्मिक लोकांनीही ह्याला हातभार लावलाय, ज्यांनी गाडून, दाबून टाकायला शिकवलं.

कामवासना दाबून टाकण्याचा परिणाम असा होतो की मानवजात वेडी होते. मग वेड्यांचं अध्ययन मानसशास्त्रात करतात आणि हे अध्ययन मग सर्वांनाच लागू करतात. कुणी मानसशास्त्रज्ञाने मीराचा अभ्यास केला नाही. बुद्धाचा अभ्यास केला नाही. आणि हेच पुरावे आहेत 'मनुष्य' असण्याचे. बुद्धाचा अभ्यास हवा, मीराचं अध्ययन व्हावं, मन्सूरचा अभ्यास हवा. त्यांच्या अभ्यासाने जे निष्पन्न मिळेल ते आम्हाला सांगेल की मनुष्य काय असू शकतो. मनुष्याच्या संभावनेचं दार उघडेल.

म्हणून मनस्वी लोकांपासून सावध रहा. जे धार्मिक आहेत त्यांच्यापासून सावध रहा कारण ते संयम शिकवतात. मनस्वींपासून सावध रहा, कारण ते वेड्यांनी शोधून काढलेले निर्णय जगात सर्वांवर थोपवण्याचं कार्य करतात.

दोन्ही चुकीचं आहे. संयम दाबून टाकण्याची काही गरज नाही. जीवन सहज आणि सरळ हवं, मुक्त, निर्बंध! पण फक्त एवढंच पुरेसं नाही. ह्यातून तुम्ही फक्त स्वस्थ व्हाल, रुग्ण होणार नाही. पण स्वास्थ्य पुरेसं नाही. आपल्याआपल्यातच स्वास्थ्य ह्याला काय किंमत आहे? स्वास्थ्याचं मूल्य इतकंच की ते परमात्म्यापाशी पोहोचवण्याचं साधन होवो. निर्बंध, आजाद जीवनाचं वाहणं असलं तर ते स्वस्थ होईल. स्वस्थ वाहणं असेल तर त्याला सागराच्या दिशेने न्या. मग वाहत जा

सागराकडे. ज्या दिवशी तुम्ही प्रेम म्हणजे काय हे जाणाल, तेव्हा समजेल मानसशास्त्रज्ञ चुकीचं सांगत होते. ज्यांनी प्रेमाचा थोडासा अनुभव घेतलाय, ते जाणतात की मानसशास्त्रज्ञ चुकीचे आहेत.

पण काही अडचणी आहेत. अडचण अशी आहे की प्रेमाचा अनुभव जो असतो तो तुम्हाला असतो. हा अनुभव जगासमोर ठेवता येत नाही. आणि ह्या अनुभवाला जगासमोर ठेवलं तर जग तुम्हाला काहीच्या काही समजेल. कारण जग तेवढंच समजू शकतं, जेवढं समजू शकतं. जेवढी दुनियेची, जगाची समज आहे.

तुम्ही कधी प्रयत्न केला आहे का? एका लहान, चार वर्षाच्या मुलाला, तुम्ही जर वात्स्यायनाचं कामशास्त्र शिकवायला जाल, तर नाही शिकवू शकणार. डोकं फोडलं तरी त्याला समजणार नाही. कसं समजवाल? आणि अजिबात समजवू नका. वात्स्यायनाच्या कामसूत्राची माहिती त्याला देऊही नका. पण जेव्हा तो तारुण्यात येईल आणि त्याची कामऊर्जा जागृत होईल, तेव्हा तुम्ही न समजवताही त्याला सर्व कळेल.

पशु-पक्ष्यांना कोण शिकवतं? वात्स्यायनाचं पुस्तक वाचत नाहीत, खजुराहोचं मंदिर बघत नाहीत, त्या मंदिरात जात नाहीत. कोण समजवतं मग? जेव्हा ऊर्जा जागृत होते, तेव्हा आपोआप सर्व समजतं.

असंच एक दिवस प्रेम फळतं, आणि समज येते. मनस्वी असेच आहेत, जसा चार वर्षांचा बालक. त्याला आम्ही कामवासना नाही समजत. असेच मनस्वी आहेत. त्यांना आम्ही प्रेमाचं रहस्य नाही समजावू शकत कारण त्यांनी प्रेमरहस्याला पिकू दिलेलं नाही. पिकू देणं तर दूर, ते तर हेच ठामपणे धरून बसलेत की अशी कुठली गोष्टच नसते. जेव्हा नाहीच आहे, तर शोधणार काय? शोध बंद. आणि मग त्याचे अजब परिणाम होतात.

एका मित्राने प्रश्न विचारला आहे–

एका महिलेने मीरेवर मोठा निबंध लिहिला आहे. त्यात तिने लिहिलंय की मीरा एक सर्वसाधारण महिला होती आणि तिचा गोपाळ पाच हजार वर्षांपूर्वी असलेला कृष्ण नव्हता. पण जो साधू तिच्या घरी आला होता, ती त्या साधूच्याच प्रेमात पडली होती. आणि तेव्हा ती पाच वर्षांची नव्हती तर तरुणी होती.

आपल्याबद्दलही समाजाचा एक मोठा भाग असं मानतो की आपण धर्माच्या आड अडचण आणणाऱ्या कामवासनेला प्रोत्साहन देत आहात.

प्रत्येक ज्ञानी माणसाचा मार्ग अशा क्लिष्ट धुराळ्याने आच्छादलेला असतो?

* आता ज्या महिलेने मीराच्या बाबतीत हा शोध घेतला, हा शोध त्या महिलेच्या संबंधातच आहे. मीराच्या संबंधात नाही, अजिबात नाही. आणि मला त्या

बिचारीची दया येते. वाटतं, तिला साधूही नाही मिळाला. तिला स्वत:ला साधू मिळाला असता तर महानिबंध लिहिण्यात तिने वेळ वाया घालवला असता का? तर मग मीरेवर महानिबंध लिहिण्याची गरज काय आहे?

आता ही तर मजेची गोष्ट आहे. एक तर मीरा चुकीची, ह्या हिशोबात तिचं आयुष्य खराबच गेलं. आणि ही स्वत:चं आयुष्य खराब करतेय तिच्यावर महानिबंध लिहून. महानिबंध लिहायला वेळ लागतो. तीन, चार, पाच वर्षं! ही पाच वर्षं कशाला खराब करता?

पण हे जे पुस्तक ह्या महिलेने लिहिलं असेल, हे त्या तथाकथित मनस्वींच्या आधारावर, त्यांच्या गोष्टींवर लिहिलं असणार.

आता पहिली गोष्ट तर अशी आहे की मीराला समजण्याकरता मीरासारखे भाव हवेत. मीराला समजण्यासाठी कुठल्याही युनिव्हर्सिटीच्या सर्टिफिकेटची गरज नाही. डिग्रीची गरज नाही. मीराकडे कुठलीही डिग्री नव्हती. मीराला समजण्यासाठी मीराचाच भाव पाहिजे. ह्या अशा देवींनी महानिबंध लिहिण्यापेक्षा, त्यांनी थोडी भक्ती, भाव शिकू देत. साधुसंताच्या सहवासात राहू देत. कुणा साधूच्या प्रेमात पडू दे, थोडं बिघडू दे, म्हणज जरा रस मिळेल. कुठली एखादी धून पकडू दे आणि कधी स्वत:ला नाचताना बघू देत. मीरासारखं. तेव्हा जरा गोष्ट समजेल. रस्ता मोकळा होईल. नाही तर हा निष्कर्ष स्वाभाविक आहे.

हे एकदम स्वाभाविक आहे की पाच हजार वर्षांपूर्वी कृष्ण होते. आता पाच हजार वर्षांपूर्वीच्या कृष्णावर कसं काय प्रेम करणार? कारण आमचं प्रेम तर भौतिक स्वरूपाचं, त्याच अर्थाचं असतं. शारीरिक असतं. आमची धारणा अशीच आहे, की शरीराशी प्रेम असतं. ज्यांचं प्रेम शरीराशी असतं, ते कसं काय मानतील पाच हजार वर्षांच्या अंतरावर प्रेम होऊ शकतं.

आता हे कठीण आहे. हे असं आहे की आंधळ्या माणसाला प्रकाश म्हणजे काय हे सांगणं. अशांनाच समजवा ज्यांना केवळ शारीरिक प्रेमच कळतं. त्यांना हे समजावणं कठीण आहे की प्रेम अनंत काळाच्या अंतरावरही राहू शकतं. प्रेमावर ना वेळेचं बंधन आहे ना काळाचं. प्रेमावर जर काही बंधन आहे तर ते फक्त अहंकाराचं, ह्याशिवाय दुसरी अडचण नाही.

अहंकार ह्या अडचणीशिवाय दुसरी कुठलीच अडचण प्रेमात निर्माण होत नाही. जर असा अहंकार असेल की 'मी कुणी आहे' तर ते प्रेम नाही. मग तुमचा प्रियकर भले तुमच्या जवळ बसलेला असो, गळ्यात गळा घालून बसलेला असो. अहंकार असेल तर तिथे प्रेम नसतं. जवळ बसलेले असाल, शरीराला शरीर चिकटून बसलेलं असेल, तरीही प्रेम नसतं. जर अहंकार असेल तर इतकं मोठं अंतर आहे की त्याला पार करता येणं कठीण आहे. आणि जर अहंकार नसेल, आणि हेच तर

भक्तीचं सूत्र आहे. तर काहीही फरक पडणार नाही. कृष्ण पाच हजार वर्षांपूर्वी असतील किंवा पन्नास वर्षांपूर्वी असतील, त्याने काही फरक पडत नाही. कृष्ण इथे असो किंवा चंद्रावर-ताऱ्यावर असो, काही फरक पडत नाही.

तर त्या बाईंचं म्हणणं की मीरा एक साधारण बाई होती, हे केवळ स्वत:च्या संदर्भात संकेत देणं आहे.

दुसरी गोष्ट– मला जर कुणी सांगतंय, तर मी कुठल्या साधारण स्त्रीचं काहीही वाईट वाटून घेत नाही. सगळेच साधारण आहेत. असाधारणचा अर्थ काय होतो? असाधारणचा इतकाच अर्थ होतो, ज्याने आपण साधारण आहोत हे ओळखलंय, तो असाधारण झाला. ज्याने आपली निरहंकारता ओळखली, तो असाधारण झाला. असाधारणचा अर्थ असा होतो, आपल्या साधारणतेत मश्गुल झाला.

मीराला साधारण स्त्री संबोधून ही महिला साधारण होऊन जाते. स्वत:ला साधारण समजा म्हणजे असाधारण होऊन जाल. आणि मीराने स्वत:ला खूपच साधारण मानलं आहे. ती एवढंच म्हणते, 'हे ईश्वरा, हे प्रभू, मला सेवक म्हणून ठेव, नोकर म्हणून ठेव, मी तुझे पाय दाबून देईन, मी तुझं काम करेन, फिरवून आणीन. मला सेवक म्हणून ठेव. अजून तर काही मागत नाही.' कुठेही, जास्तीचं मीरा मागत नाहीये.

प्रथम तर मी म्हणेन, 'मीरेला कुठलाही समज नाहीये, की ती असाधारण आहे. हेच तिचं असाधारण असण्याचं द्योतक आहे. ती एकदम साधारण आहे.'

दुसरी गोष्ट जी ह्या बाईंनी शोधलीय, की जो साधू मीराच्या घरी आला होता, त्या साधूच्या प्रेमात ती पडली. ती पाच हजार वर्षांपूर्वीच्या कृष्णाच्या प्रेमात नव्हती. पण ह्या साधूतही कृष्ण आहे. ह्या साधूत काही खराब होतं? त्याची काही चूक होती? ह्या साधूच्याही प्रेमात जर मीरा पडते, तर ह्या बाईंना काही त्रास होतोय का? कृष्ण तर सर्वव्याप्त आहे. कृष्ण हे काय कुणा व्यक्तीचं नाव आहे?

जर तुम्ही मला विचारलंत तर मी असं नाही सांगणार की कृष्णावर प्रेम करा. मी सांगेन, प्रेम करा. ज्याच्याशी प्रेम होईल तो कृष्ण आहे. कृष्णाशी थोडंच प्रेम होतं, प्रेमामुळे कृष्ण होतो. काय फरक पडतो? ठीक, चला! हा जो नाव नसलेला साधू आला होता. त्याच्या प्रेमात पडली असेल. तरी काही हरकत नाही. प्रेमात पडली, ही गोष्ट नक्की आणि प्रेमात पडलेल्या मीराचं 'मीरा' झालं. कुणाच्या प्रेमात पडली, काय फरक पडतो? इथे फक्त नाव-गावाचाही फरक आहे. बाकी तर एकच बस्तान आहे. पण ह्या बाईंचं असं म्हणणं आहे की कृष्णाचं प्रेम काही खास आहे. कृष्णाचं प्रेम असतं तर चला, हिने तिला माफ केलं असतं. मानलं असतं की चला, ठीक आहे, चालू राहू दे, पण साधू! साधूमधे तुम्हाला परमात्मा दिसत नाही! मग कृष्णातच अशी काय बाब आहे! तो गवळी आहे.

कुणाला कृष्णाची निंदा करायची असेल तर अडचण काय आहे! कुठल्या गवळ्याच्या प्रेमात ही पडली. साधू ही त्याचंच रूप आहे.

पण ती अशा प्रयत्नात आहे की कशाही पद्धतीने मीराला छोटं सिद्ध करायचं आहे. कुठेतरी ह्या बाईंना जखम झाली आहे. कदाचित हिलाही चार ओळी बांधता येत असतील, म्हणून विचार करत असेल की तीही कवी वगैरे आहे.

मुल्ला नसरुद्दीन एक दिवस माझ्याशी बोलत होता. अशाच साहित्याच्या गोष्टी निघाल्या. तो सांगू लागला की उर्दू साहित्याची हालत अगदी खराब आहे. मी विचारलं, 'म्हणजे?' तर तो म्हणाला, 'तुम्ही तर जाणता मिर्जा गालिबला मरून किती वर्षं झाली. मग इकबाल पण निघून गेले आणि आता माझी तब्येत ही गेले काही दिवसांपासून बरोबर नाहीये.'

बस, उर्दू साहित्य पूर्ण झालं. 'इथे काही दिवसांपासून माझीही तब्येत ठीक राहत नाही. उर्दू साहित्याची हालत खराब आहे.' कदाचित काही यमक जुळवता येत असतील तिला. मीरामुळे अडचण वाटत असेल. मीराला कसंही करून खाली आणणं जरुरी आहे.

तुम्ही लक्षात ठेवा. संतांची निंदा होण्याचं नेहमी हेच कारण असतं. 'इर्ष्या'. ही गोष्ट मानणं खूप कठीण जातं. अहंकार हे खपवून घेऊ शकत नाही की त्याच्या वरचढ कुणी आहे. खेचा! कसंही करून खेचा.

म्हणूनच संतांची जेव्हा निंदा होते, तुम्ही तत्क्षणी मान्य करता. तुम्ही बरोबर-चूक हेही शोधत नाही आणि कुणी काळजीही करत नाही की ह्या गोष्टीत तथ्य आहे की नाही हे शोधू. सत्य काय आहे, ह्याचा पडताळा घेऊ.

निंदा आपण सहजी स्वीकारतो. प्रशंसा– एकदम अडखळतो. आम्ही म्हणतो, प्रशंसा! हे होणं शक्य नाही. चांगलं घडू शकतच नाही, अशी आमची स्थिती आहे. हा तर सिद्ध झालेला सिद्धांत आहे आमचा, की इथे शुभ काही घडतच नाही. अशुभच होतं. अशुभ कुणी बोलतंय तर आम्ही मान्य करतो. शुभ बातमी कुणी देतंय, आम्ही नाना तऱ्हा उभ्या करू, शंका घेऊ, तर्क करत बसू.

म्हणून त्या महिलेला ही सुद्धा अडचण आहे. ती सांगते. 'साधूच्या प्रेमात पडली होती. जो साधू घरी येऊन थांबला होता आणि तेव्हा ती पाच वर्षांची नव्हती, तर तरुणी होती.' ही सुद्धा तिला अडचण वाटत असणार; की जर पाच वर्षांची होती असं मानलं तर ती साधूच्या प्रेमात पडली आहे, हे सांगणं बरोबर नाही, त्यात काही ताळमेळ नाही. मग त्याला वासना म्हणू शकणार नाही. तर मीराला ओढून ताणून तरुणी बनवायला लागलं. साधूचं नाव गोपालदासजी वगैरे असावं, असं होऊ शकतं. बाबा गोपालदास! किंवा रणछोडदासजी! असंच काही तरी नाव असणार आणि मीरा दुनियेला धोका देत राहिली. ह्या लंफग्याच्या मागे लागल्ये आणि गोष्टी

करत्ये कृष्णाच्या! अशी तिची विचारसरणी आहे.

अशी विचारसरणी क्षुद्र वृत्तीतूनच निर्माण होते. मीराला समजण्याची ही पद्धत नाही.

मला काहीच अडचण नाहीये. मीरा जर तरुण असेल तर अजूनच चांगलं. ह्यात अडचण ती कसली! तारुण्यात वाईट काहीच नसतं. तारुण्यात जर काही वाईट असतं तर परमात्मा तारुण्य देताच ना! परमात्मा तारुण्यामुळे खूप खुष आहे. म्हणूनच तर तारुण्याला सौंदर्य देतो, प्रतिभा देतो, रूप-रंग देतो. जर फूल पूर्णपणे फुलतं, तर त्यात चूक तर काही नाही. जी उभरती कळी पौगंडावस्थेत आहे, फुलली नाही, ही काही आश्चर्यकारक बाब नाही. तर पाच वर्षांची मुलगी पौगंडावस्थेतील आहे. जवान तरुणी फुललेलं फूल आहे. काय हरकत आहे!

आणि मीरा कुणाच्या प्रेमात पडली, ह्याची मला अडचण वाटत नाही. हां, दुसऱ्यांना अडचण येईल. असे धर्मगुरू तुम्हाला मिळतील, जे ह्याचं खंडन करतील; की हे अगदी चूक आहे. मला ह्यात काहीच अडचण वाटत नाही की कुणाच्या प्रेमात पडली. प्रेमात पडली हेच खूप आहे. मी प्रेमाचा पाईक आहे. प्रेमासाठी पक्षपाती आहे. तुम्ही कुणावर तरी प्रेम करा. तुम्ही प्रेम तर करा! तुम्ही प्रेमाची चव तर घ्या. तुम्ही कुणा बरोबरही प्रेमाची चव घ्या. तुम्ही हळूहळू समजून चुकाल की इथूनच परमात्म्याचा रस्ता बनत जातो. सुरुवात होते ह्या त्याच्याच प्रेमाच्या रस्त्याची, कारण प्रेम म्हणजेच त्याच्यापाशी पोहोचण्याची वाट. अप्रेम- हे परमात्म्याच्या विरुद्ध आहे आणि प्रेम अनुकूल. जिथे, ज्या कुणाशी होईल. त्याच्याशी करा. प्रेमाच्या संदर्भात करार नकोत; 'पण' नको.

प्रेम हे प्रार्थनेचं प्रथम रूप आहे, भक्तीची सुरुवात आहे.

चौथा प्रश्न : भक्ताच्या भावनात्मक स्थितीवर काही सांगा.

* भक्तांची भावनात्मक स्थिती अशी आहे, जशी हर क्षण बदलत जाणारा निसर्ग, हवामान. आत्ता सूर्य उगवला आहे आणि हवा शांत आहे, वृक्ष सूर्यकिरणांत न्हाऊन निघत आहेत आणि आत्ता लगेचच पाऊस पडू शकतो. ढग भरून येतात, पाणी बरसायला लागतं, सूर्य ढगांआड लपतो. आत्ता आत्ता हवेचा झोत येऊ शकतो आणि वृक्षं डोलू शकतात आणि आत्ता आत्ता हे सर्व काही घेऊ शकतं.

भक्ताची भावदशा लहरी दशा आहे. भक्त जड-स्थिर नाहीये, प्रवाह आहे. तर कुठल्या एका शब्दाने भक्ताची स्थिती सांगू शकत नाही. कधी विरहात रडत राहतो. तर कधी मिलनात हसतो. कधी भक्ताला नाचताना पाहाल. जणू सर्व जगाची संपत्ती मिळाली. नाहीतर इतका गळा काढून रडताना बघाल की जणू तो सर्वस्व हरवून

बसला. कधी ईश्वराचं गुणगान करताना बघाल 'भगत देख राजी हुई', तर संसाराला बघत बघत तो उदास झालेला दिसेल.

'जगत देख रोई!'

तर कुठल्याही भावदशेला 'एक शब्द' देऊ शकत नाही. परिभाषा देऊ शकत नाही. भक्ताची भावदशा बदलत राहते. जोपर्यंत भक्त भगवान होत नाही, तोपर्यंत ही दशा बदलत जाते. जोपर्यंत तो भगवानामधे तन्मय होत नाही तोपर्यंत, सामावत नाही तोपर्यंत.

तर मीराच्या भजनांत सुद्धा तुम्ही वेगवेगळे भाव बघाल; भावाचं प्रतिबिंब बघाल. कधी रडण्याचं, कधी हसण्याचं, कधी मस्ती, कधी आनंद, कधी नाराजी. भगवानाशी भक्त नाराजी व्यक्त करतात. तो तर त्यांचा हक्क आहे. ज्ञानी मात्र रडतो. तो तर सांभाळून चालतो. तो व्यवहाराच्या गोष्टी करतो. भगवानाशी सुद्धा. औपचारिक! भक्त घाबरत नाही. भक्ताला कसली भीती! प्रेमाला भीती नसते. ज्याच्याबद्दल तुम्हाला प्रेम आहे, तिथे तुम्ही निर्भय होता. तर भक्त कधी चिडतो, नाराज होतो, हमरीतुमरीवर येतो, भांडतो. कधी दोन चार दिवसांसाठी नाराज झाला तर भक्ती सोडूनही देतो. मूर्ती वगैरे सर्व उचलून पेटीत बंद करून टाकतो, म्हणतो 'पडून राहा आता!'

भक्ताची ही तरलता समजायला हवी. त्याची सरळ वृत्ती समजायला हवी. कधी कधी रुसून बसतो आणि मग वाट बघत राहतो. ये, माझी समजूत घाल आता! आणि भगवान समजूत घालतातही. भक्ताची समजूत घालायला हवी. हा खेळ दोन्ही बाजूंनी चालतो.

ज्ञानी तर एकटा आहे. तिथे लपाछपी खेळण्याचा उपयोगही नाही. पण भक्त एका अप्रतिम स्थितीत आहे. तिथे लपाछपी खेळता येते. कधी लपून राहतो. कधी आवाज देतो की शोधा मला. तर कधी शोधायला निघतो.

काटोंपे ऐतबार किया है कभी कभी
फुलों को शर्मसार किया है कभी कभी
पैमानाए बहार किया है कभी कभी
जल्वों को आशकार किया है कभी कभी
रहम आ गया जो इथपै मेरे जब्ते इश्क को
आखों को अश्कबार किया है कभी कभी
रस्मो रिवाजे इष्क का कायल नहीं मगर
दामन को तार तार किया है कभी कभी
गो बेखबर नहीं हू हकीकत से खार की
फूलों पै एतबार किया है कभी कभी

जो देवता भी पा न सके मैंने वो कदम
चूमे हैं उनसे प्यार किया है कभी कभी
सर आस्तां पे तेरे झुकाए रहा मगर
इसको सुपुर्द-ए-दार किया है कभी कभी
मै हुं तो कोई दुसरा कैसे हुआ कहीं
मैं ही को 'तू' शुमार किया है कभी कभी

असं चालू असतं.

काटों पर ऐतबार किया है कभी कभी
फूलों को शर्म सार किया है कभी कभी!

कधी काट्यांवरही विश्वास बसतो. कधी जीवनातलं दुःख, परमात्म्याचा विरह, काट्यांप्रमाणे टोचत राहतो. अतिशय उदासीन अवस्था होते. अंधार, गडद रात्रीसारखा अमावस्येचा अंधार पसरतो. भक्तांच्या प्राणांत अमावस्या येते आणि कधी कधी फुलं फुलत असतात, पौर्णिमा होते. संसार विसरला जातो. विरह विसरला जातो. त्याच्या प्रकाशाचा एक किरण मिळतो तर मिलनाचं सुख, आलिंगन मिळतं.

पैमानाए बहार किया है कभी-कभी
जल्वों को आशकार किया है कभी-कभी

कधी सर्व वाळवंट वाटतं, पानगळ होते. तर कधी वसंत येतो आणि कधी वसंत ऋतूचं सौंदर्य येतं, वसंत ऋतूची जवानी येते आणि मग खूप फुलं फुलतात आणि पक्षी खूप गाणी गातात.

भक्तीमधे सर्व ऋतू आहेत. ज्ञानी एका ऋतूत जगतो. स्थिर स्थितप्रद. ज्ञानीची ज्योत तिथे हवेची झुळूकही येत नाही. हा तर ज्ञानीचा प्रयत्न आहे. ध्यानचा हाच अर्थ आहे. ध्यानचा अर्थ आहे. चित्त संपूर्णपणे स्थिर होऊ देत. जराही हलणं डुलणं नको. स्थिरता ज्ञानीचा प्रयत्न आहे.

भक्त सांगतो, मला हलव, डोलव, नाचव.

पैमानाए बहार किया है कभी-कभी
जल्वोंको आशकार किया है कभी-कभी
रहम आ गया जो इनपे मेरे जब्ते इश्क को
आँखों को अश्कबार किया है कभी-कभी

कधी हसत, कधी डोळ्यांतून अश्रूंच्या धारा वाहत राहतात.

रस्मो रिवाजे इश्क का कायल नहीं मगर
दामन को तार तार किया है कभी-कभी

भक्त सांगतो, की परंपरा, चालीरीती, हे जे प्रेमाचे औपचारिक नियम आहेत त्यांना मी बांधील नाही, मी त्यांना मानतही नाही. पण तरीही अशी काही वेळ आली

आहे की सर्व वस्तू फाडून फेकून देऊ.

दामन को तार तार किया है कभी-कभी

गो बेखबर नहीं हूं हकीकत से खार की

तसं तर सारं काही माहिती आहे, काट्यांची ही सत्यता आहे.

गो बेखबर नहीं हूं हकीकत से खार की

फूलों पै एतबार किया है कभी-कभी!

तरी फुलांवर विश्वास, तोही केला आहे. सर्व केलं आहे.

भक्ताचं जीवन अतिशय समृद्ध आहे. ज्ञानी,

जो देवता भी पा न सके मैंने वो कदम

चूमे है, उनसे प्यार किया है कभी-कभी!

पण कधी कधी! ही गोष्ट रोज बदलते. ही घटना रोज घडते. भक्ताचा भाव रूपांतरित होत राहतो. भक्ताचा भाव जिवंत आहे. जिथे जीवन आहे तिथे रूपांतरण आहे. भक्ताचा भाव वहात राहणाऱ्या गंगेप्रमाणे आहे. ज्ञानी माणसाचं ज्ञान सरोवरासारखं बंद, थांबलेलं आहे. भक्ताच्या जीवनात सर्व काही येतं, सर्व जातं. पण ह्या सर्वांमागे एक सार असतं, सूत्र असतं. जे थांबतं.

जसं फुलांच्या माळेत एक सूत्र, एक धागा असतो, वेगळी वेगळी फुलं असू शकतात. गुलाबाचं फूल, झेंडूचं फूल, चंपा, चमेली. पण ह्या सर्वांमागे एक सूत्र बांधलेलं असतं. त्यांचा समर्पणाचा भाव. प्रेम. ती भावदशा स्थिर आहे. नाराज होतात, तरी प्रेमात कमी नाही. रागावतात. तरी प्रेमात कमतरता नाही. पूजा करतात तेव्हाही प्रेमात कमतरता नसते. अश्रू वाहवतात, उदास, कधी खुष, पण प्रेम सतत राहतंच. वरून वरून सर्व फुलं बदलत राहतात. आतून एकसारखं असतं. एकच रस स्रवत असतो.

बसाया बिजलियों मे आस्मां की

इलाही खैर मेरे आशियां की

समेटा दो जहां को अपने दिल में

खबर पायीं निशाने बेनिशां को

जिधर उठी निगाहे शौक अपनी

उधर आई सिमट रौनक जहां की

जहां जोश आया एक नारा लगाया

भर आया जी तो पैहम एक फुगां की

जहां सर झुक गया सजदे हुए है

रही बंदिश न संगे आस्तां की!

भक्तांवर काही बंधन नाही आहे. काही नियम, व्यवस्था अनुशासन नाहीये.

भक्ताचा भाव परम स्वच्छंद आहे.

जहां सर झुक गया सजदे, हुए है
जहां सिर झुक गया. वहीं प्रार्थना हो गई!
रही बंदिश न संगे आस्तां की!

ह्याची काळजी नाही की कुठल्या उंबरठ्यावर नतमस्तक झालो. मंदिर होतं की मशीद होती की राम होता की रहीम, कृष्ण होते की क्राइस्ट. ह्या वर भाव अवलंबून नाही. भाव बंधन जाणत नाही. भाव ही संपूर्ण स्वतंत्रतेची दशा आहे.

बसाया बिजलियों में आस्मां की
इलाही खैर मेरे आशियां की!

आणि कितीही त्रास होवो, धन्यवाद सुटत नाहीत आणि कितीही विरह सतावू दे, धन्यवाद सुटत नाहीत.

बसाया बिजलियों मे आस्मां की
इलाही खैर मेरे आशियां की!

आकाशात विजांमधे, जर भक्ताला आपलं घर बनवावं लागलं, आशियां बनवावा लागला तरीही तो म्हणेल, 'इलाही खैर मेरे आशियां की' तुझी मोठी कृपा आहे.

समेटा दो जहां को अपने दिल में
खबर पाई निशाने बेनिशां की!

त्याला बातमी मिळते अशा खुणेची, ज्याची खूणच नाहीये. त्याला त्या जागेचा पत्ता मिळतो, जो बेपत्ता आहे. त्याला अज्ञानाचं ज्ञान मिळायला सुरुवात होते. जे अदृष्य आहे ते दिसू लागतं. जे बोललं गेलेलं नाही, ते ऐकू येतं.

जहा सर झुक गया सजदे हुए है
रही बंदिश न संगे आस्तां की!

जस जशी भक्ती वाढत जाते, प्रगाढ होत जाते, प्रांजळ होत जाते, तस तशा सर्व मूर्ती त्याच्याच होत जातात. तेव्हा सर्वांमधे तो. जर कृष्णाचा भक्त असेल तर कृष्णाला बघतो, रामाचा भक्त असेल तर राम दिसतो. हा तर एक बहाना आहे. राम आणि कृष्ण! ही तर सुरुवात आहे, क ख ग...! जस जसे पुढे जात जाता, मग काही फरक राहत नाही. मग जे काही दिसतं, कृष्णच दिसतो आणि जोपर्यंत असं होत नाही, तोपर्यंत समजून जा. आत्तापर्यंत भक्तीच्या गोष्टी तुम्ही ऐकल्यात आणि भक्तीच्या गोष्टी तुम्ही केल्यात. पण भक्तीत वाहून गेला नाहीत. भक्तिरस प्यायला नाहीत.

पाचवा प्रश्न : आपण पुण्यात आलात ह्यात आमची पात्रता काय? आणि

तुमच्या सान्निध्यात असूनही माझं संपूर्ण परिवर्तन झालं नाही त्याला मीच जबाबदार. तरीही आपण जे काही दिलंत, ते खूप आहे. मी आभारी आहे.

* विचारलं आहे स्वामी सत्य निरंजनने. ह्या प्रश्नात एकच चूक आहे. बाकी सर्व ठीक आहे आणि चूक काय आहे, हे समजलं की अडचण राहणार नाही, जी वाटते आहे. जी बाधा आहे, ती दूर होईल आणि चूक इतकी सूक्ष्म आहे की समजणार नाही आणि मी जेव्हा सांगेन तेव्हा तुम्ही आश्चर्यचकित व्हाल.

सत्य निरंजनने म्हटलंय की दयेचा सागर आमच्यावर उधळलात. ह्यात आमची पात्रता ती काय असणार!

पात्रता तुमच्यामधे तुमच्या जन्मापासून आहे. अपात्र तर कुणीच नसतो. अपात्र व्यक्ती परमात्मा बनवतच नाही. कारण जर तुम्ही अपात्र असाल, तर बनवणारा अपात्र ठरतो. जर माठ ठीक नाही बनला तर दोष त्या माठाचा थोडी ना असतो, दोष तर कुंभाराकडे जातो आणि कुंभार तोच एकमेव आहे. तोच बुद्धाचा माठ बनवतो. मीराचा, निरंजनचा आणि तुमचाही. जो बनवतो तो भेदभाव करतच नाही. तेच हात नी तीच कला. खरं तर असं आहे की बनवता बनवता तो अजून कलाकार झाला. बुद्धाला अडीच हजार वर्षापूर्वी बनवलं होतं. तुम्हाला अडीच हजार वर्षानंतर बनवलं. पण म्हणून असं थोडी ना होतं की म्हातारा होत चालला आहे, बुद्धी हरवते आहे, वेडा झाला आहे, अडीच हजार वर्षांच्या अनुभवानंतर तुम्हाला बनवलं, अजून सुंदर बनवलं.

रवींद्रनाथांनी म्हटलं आहे. परमात्मा हरत नाही, बनवत जातो. आम्ही त्याची मर्जी पूर्ण करू न करू. पण तो थकत नाही. तो नवनवीन पाठवतच राहतो. तो जगाला थांबवत नाही. ही तर त्याच्या प्रेमाची लीला आहे.

तुम्ही पात्र आहातच. पात्रता मिळवण्यासाठी काही वेगळं करायचंच नाहीये. पण तुमच्या धर्मगुरुंनी तुम्हाला शिकवलं आहे की पात्रता मिळवण्यासाठी खूप काही करावं लागतं. ब्रम्हचर्य पाळा नाहीतर तुम्ही अपात्र. परमात्म्याने दिली काम उर्जा आणि तुमचा धर्मगुरु शिकवतो आहे 'ब्रम्हचर्य पाळा नाहीतर अपात्र!' आता तुम्ही कोड्यात पडलात. ब्रम्हचर्य तर पाळता येत नाही. ते पाळायचा प्रयत्न केला तर अजूनच कठीण परिस्थिती निर्माण होते. जितका प्रयत्न कराल तेवढं मन जास्तच कामवासनाग्रस्त होत जातं आणि मग अपात्रता छळत राहते. अपात्रतेचा विचार छळत राहतो.

तुमच्या धर्मगुरुने अपात्रता निर्माण केली. तो तुमच्यात अपराधी भावना निर्माण करतो. हे असं आहे की तुम्ही दोन वेळा जेवण जेवता, धर्मगुरु सांगतो, तुम्ही एक वेळच जेवा, तर पात्र. आता तुम्ही एकदाच जेवता, दिवसभर उपाशी राहता. भूक

लागते. मग एकसारखा भुकेचा विचार मनात येत राहतो. सतत अन्न दिसत राहतं. पलंगावर पडाल तर डोळ्यांसमोर पक्वान्नाने सजलेलं ताट दिसत राहतं. फिरायला निघता, रस्त्यावरून जाता तर दुसरं काही दिसत नाही. कुठून हलव्याचा सुगंध येतो, कुठून भाजीचा सुगंध येतो. आधी कधी येत नव्हता सुगंध. जेव्हापासून एक वेळा सुरू केलं, आणि रस्त्यावरून जायला लागलं तर मोठी बस दिसत नाही, माणसाला दिसतं ते भजी, मिठाईची दुकानं, भोजनालय...! आणि मनात मात्र मोठमोठाले विचार येत राहतात. आता तुम्ही अपात्र झालात. आता त्रास सुरू झाला. आता विचार यायला लागला की ही काय परिस्थिती आहे! जेवणासाठी मी इतका वेडा आहे!

वेडे नाही आहात. तुमच्या धर्मगुरुने तुम्हाला 'स्वाभाविक' ठेवलं नाही आणि वेड वाढायला लागेल अशी परिस्थिती आणली. उलट सुलट काही कराल तर अपात्र ठराल. कुणी सांगितलं की रोज रात्री तीन वाजता उठा. तर तुम्ही तीन वाजता उठू लागलात आणि मग दिवसभर झोप येऊ लागली. गुरूला विचारायला गेलात तर गुरू म्हणाला, 'तुम्ही तामसी आहात. हे तामसी वृत्तीचं लक्षण आहे.' दिवसा झोप येणं, हे स्वभावतः तामसी वृत्तीचंच लक्षण आहे. तुम्हालाही वाटतं, ही गोष्ट तर बरोबर आहे आणि ह्याच गुरुदेवांनी सांगितलं होतं, रात्री तीन वाजता उठा. आता गुरुदेव सांगतात की तामसी वृत्ती सोडायची असेल तर तामसी अन्न सोडा. तुम्ही फक्त दूध प्या. आता तुम्ही दूध घ्यायला लागलात तर अन्नाचे विचार यायला लागले.

जा गुरूपाशी. गुरू सांगतात तुम्ही भ्रष्ट आहात, पापी आहात, अन्नाचे विचार, हे तर असताच कामा नयेत, तुम्ही अपात्र आहात.

सर्व संसार परमात्म्याने पात्र बनवला आहे. पण तुमचे महात्मा सर्व पात्रांना निक्षून सांगतात की तुम्ही अपात्र आहात. इथे सर्वच्या सर्व पात्र आहेत, कारण प्रत्येकावर परमात्म्याने हस्ताक्षर केलेलं आहे. अपात्र कोण कसं असेल? मी तुम्हाला हेच स्वातंत्र्य देऊ इच्छितो, की तुम्ही पात्र आहात आणि जर कधी अपात्रता येते आहे तर लक्ष द्या. तुम्ही जरूर कुणा मूर्ख माणसाचं ऐकून घेतलेलं आहे, ज्यामुळे अपात्रता निर्माण झाली आहे. तुम्ही अस्वाभाविक होत चालला आहात. तुम्ही निसर्गाच्या विरुद्ध जात आहात म्हणून अपात्रता निर्माण होतेय. अपात्रता हे तुमचं नशीब नाहीये, हा तुमचा स्वभाव नाहीये आणि जर तुम्ही नैसर्गिक व्हाल तर तुम्ही पात्र व्हाल. ही एक गोष्ट.

दुसरं तुम्ही असं विचारता, की जो काही थोडा मी भिजलो, जे काही चार थेंब शिंपडले गेले, त्यामुळे जीवनात खूप आनंद निर्माण झाला. थोडेसे ओले झालात तर सुरुवात झाली. आता वाचणार नाही. एक पाऊल माझ्याबरोबर चाललात, आता

गोष्ट संपली. आता मागे वळून जाणं नाही. उशीर झाला तरी आता पुढेच जावं लागेल. कारण आता आनंद मिळायला सुरुवात झाली. आनंद चुंबकासारखा खेचून घेतो. मग तुम्ही आज नाही तर उद्या सर्व पैजेवर लावायला सुरुवात कराल; डाव लावाल.

आणि निरंजन, लवकरच सर्व डावावर लावण्याची वेळ येणार आहे.

थोडेसे भिजलात, पर्याप्त आहे. हे छोटे छोटे थेंब पुरेसे आहेत. तुम्हा सर्वांना संपूर्ण रंगवतील. हे थेंब फक्त थेंब नाहीयेत. एक एक थेंब म्हणजे सागर आहे; समुद्र आहे आणि तुम्ही म्हणता की संपूर्ण जीवन रूपांतरित होण्याचा मौका समोर आहे आणि मी तो हरवत चाललोय ह्याचं दु:ख आहे. ह्यासाठी जबाबदार फक्त मी आहे.

हा समज सोडून द्या. हेच मी तुम्हाला सांगू इच्छितो की 'ह्याची जबाबदारी माझ्यावरच आहे' हा समज सोडून द्या. कारण हा सुद्धा सूक्ष्म अहंकार आहे. हे तुम्हाला कळणं कठीण आहे. पण समजणं आवश्यक आहे. हाही सूक्ष्म अहंकार आहे की 'मी जबाबदार आहे.' हा 'मी' सोडून द्या. हा 'मी' निरनिराळ्या मार्गांनी तयार होतो. आता तो एक नवीन रस्ता शोधतो आहे. तो म्हणतोय की कोण काय करणार! ते तर इतकं झोळीत टाकत आहेत, भरभरून देत आहेत, पण मीच घेत नाहीये, मीच जबाबदार आहे. ही गोष्ट तर्काने अगदी योग्य वाटेल की 'मी जबाबदार आहे. 'मी' पणा ह्यातूनच भरून जाईल आणि हीच अडचण आहे.

'मी' ही अडचण आहे. मी मुळेच संपूर्ण रूपांतरण होत नाहीये आणि हा 'मी' आता नवा चेहरा घेतो आहे आणि असा धूर्ततेने नवा चेहरा घेतो आहे की तुम्ही ओळखू सुद्धा शकणार नाही.

आता 'मी' म्हणतोय की आता काय करू शकतो! मीच अपात्र, मीच पापी, मीच अज्ञानी, मीच वाईट!

लक्षात ठेवा, 'मी' इतका कुशल आहे की जर योग्य गोष्टी मिळाल्या नाहीत तर अयोग्य गोष्टींनी स्वतःला भरून टाकेल.

पहिल्यांदा म्हणतो की 'मी' ज्ञानी! आणि जर असं सिद्ध झालं की 'मी' ज्ञानी नाही तरीही पाठ सोडत नाही. म्हणतो 'मी' अज्ञानी! पहिल्यांदा म्हणतो, की 'मी' जगातला सर्वांत श्रेष्ठ माणूस. पण नंतर समजत जातं की ही गोष्ट तर बरोबर नाही. मग तो म्हणू लागतो, 'मी' काहीच नाही. तुमच्या चरणांची धूळ! पण इथेही 'मी' आहेच. 'मी' स्वतःला वाचवतो. 'मी' ची वाट सूक्ष्म आहे. अति सूक्ष्म! आणि अशा कुशलतेने वाचवतो की तुम्हाला शंकाही येत नाही आणि तुम्हाला शंकाही येणार नाही ह्याची जबाबदारी पूर्णपणे माझी आहे. संपूर्ण! अजून तुम्ही पूर्ण नाही आहात तर पूर्ण जबाबदारी तुमची कशी काय होणार! आत्ता तुम्ही आहातच कुठे की जबाबदारी तुमची आहे! जबाबदार तुम्ही होऊच कसे शकता!

बुद्धाला कुणी सांगितलं की माझ्याकडे भरपूर धन, संपत्ती आहे. मी लोकांची

सेवा करू इच्छितो. आपण मला आज्ञा द्या. मी काय करू!

बुद्धांनी त्याला बघितलं, बघत राहिले आणि उदास झाले. तो मनुष्य म्हणाला, आपण एकदम उदास का झालात! आपला चेहरा इतका उदास का! आपण फुलासारखे फुललेले असता, एकदम कोमेजल्यासारखे का झालात!

बुद्धाने सांगितलं, 'कारण तू तर नाहीच आहेस; मग सेवा कशी करणार! सेवा करण्याअगोदर 'असायला' लागतं.

गुरूजिएफ त्यांच्या शिष्यांना सांगत असत, की तुम्ही अजून 'नाही' आहात. म्हणून पहिली गोष्ट तर ही आहे, की तुम्ही अगोदर 'व्हा'. त्यानंतर दुसरं बोलू. पण आम्ही हे मानून चाललो आहोत की आम्ही आहोत. हीच मूळ चूक आहे.

तर निरंजन ही काळजी सोडून दे की जबाबदार तू आहेस. तू तर अजून नाहीच आहेस आणि मी असं नाही सांगत, की आता तू असं सांग, की तू नाहीयेस. तसं जर तू लोकांना सांगत राहिलास तर परत फसशील. हे फक्त तू समजून घे.

एक शून्य आहे. ह्या शून्याला ओळखा. समजून घ्या आणि जेव्हा ह्या शून्याचा भाव स्पष्ट होत जाईल, तेव्हा काहीही अडथळा राहणार नाही. शून्य पूर्णने भरून जातंच. आपलं आपण भरतं. काही करावं लागत नाही. हा 'मी' अडचण बनून राहतो.

म्हणून असं होतं की खूप निष्ठावान लोक, मोठे उत्तरदायित्व असलेले लोक भटकत राहतात, चुकतात. निरंजन असेच निष्ठावान आहेत. माझ्यावर त्यांची श्रद्धा गाढ आहे. त्यांचा लगाव, आपलेपण गहिरं आहे. एखाद्या सावलीसारखे ते माझ्या कामात मग्न असतात. हा प्रश्नही पहिल्यांदाच विचारलाय. प्रश्नही कधी विचारला नाही आणि विचारला प्रथमच तो ही हळूच. कुणालाही बातमी लागू न देता.

ती माणसं पुण्यात माझ्या अगदी जवळ आली आहेत, त्यात निरंजन हे एक आहेत. पण हे दायित्व, हा भाग उरलेला अहंकार आहे. ह्यालाही नष्ट होऊ दे. हा नष्ट झाला की सर्व ठीक होऊन जाईल आणि सर्व होण्याची वेळ जवळ आली आहे.

शेवटचा प्रश्न : मी ईश्वरावर विश्वास ठेवत नाही. आपण ईश्वर असण्याचा काही पुरावा देऊ शकता?

* मीच पुरावा आहे. अजून पुरावा काय असणार! माझं प्रेम बघा. माझी शांती बघा, माझा आनंद बघा. चाखा. मी जे काही सांगेन, तो पुरावा असेल! जे म्हणेन ते तर शब्दच असतील. माझ्या जवळ या. पुरावा मिळेल जवळीकीने. माझ्या बरोबर बिघडून जा. माझ्या बरोबर मान्य व्हा. काहीही काळजी करू नका की ईश्वरावर विश्वास नाहीये आणि भरोसा, विश्वास असणार तरी कसा! जे काही तर्क दिले गेले आहेत ते कमजोर आहेत. कारण ईश्वरासाठी कुठलाही ठीक तर्क नाही. ईश्वर

तर्काच्या बाहेर आहे. ज्यांनी तर्क लावले नुकसान केलं, लाभ नाही. त्यांच्या तर्कांच्या कारणाने ईश्वराला असिद्ध करण्याचा उपाय मिळाला. ज्यांनी तर्क दिले ईश्वराचे, की ही ही कारणं आहेत ईश्वराच्या असण्याची, त्यांनी नास्तिकांसाठी रस्ता तयार केला. कारण नास्तिक त्या तर्कांचं खंडन करू शकत होते. त्या खंडनाच्या कारणाने असं वाटत होतं की नास्तिक जिंकले आणि जे तर्क दिले गेले ईश्वरासाठी, सर्व खंडित केले जाऊ शकतात. मी आत्तापर्यंत एकही असा तर्क बघितला नाही जो खंडित करता येणार नाही.

जर आस्तिक आणि नास्तिक ह्यांचा तर्क-वाद झाला तर नास्तिकच जिंकेल, आस्तिक जिंकू शकणार नाही. ही गोष्ट खरी आहे. हे मी आस्तिक असूनही सांगतो आहे. आस्तिक दुबळा आहे. आस्तिक लाचार आहे. त्याची प्रमाणता नपुंसक आहे. तो जे सांगतो ते बरोबर नाही, पण रस्ता बनून जातो. नास्तिकाचं तो खंडन करून रस्ता बनू देतो.

आस्तिकाला गप्प बसायला हवं. आस्तिकांनी तर्क दिलेच नाही पाहिजेत. कारण ईश्वरासाठी तर्क असू शकत नाही. आस्तिकाला तर्क बनवायला पाहिजेत. तर्क दिले नाही पाहिजेत.

त्याने असं नाही म्हटलं पाहिजे की प्रत्येक गोष्ट बनवणारा कुणी असतो. तर एवढी मोठी पृथ्वी, इतके चंद्र, तारे, सूर्य, एवढं विराट ब्रम्हांड, तर कुणी बनवणारा पाहिजे. नास्तिक लगेचच विचारतो, तर मग हे बनवणाऱ्याला बनवणारा कोण!

दांडी गुल! जर तुम्ही असं म्हणाल की त्या बनवणाऱ्याला बनवणारा कुणीही नाही, जसं आस्तिक म्हणतात, तर ही तर बेइमानी झाली. मग जर त्या बनवणाऱ्याला बनवण्याची गरज नाही तर मग ह्या ब्रम्हांडाला बनवणाऱ्याची गरज काय! मग तुमचा तर्क बेइमान झाला. तर्काचा आधार हाच होता की प्रत्येक गोष्टीला बनवणारा कुणी असायला पाहिजे. तुम्ही जर असं म्हटलंत की ब्रम्हांड इतकं गुंतागुंतीचं आहे की ह्याच्या पाठी कुणी कारागीर असणारच. बरोबर! मग तुमचा कारागीर ह्याहूनही गुंतागुंतीचा असणार ना! मग त्याच्या मागेही कुणी कारागीर असायला हवा. ही गोष्ट कुठे संपेल! हा वाद विनाकारण आहे. पोरकट आहे.

मी ईश्वरासाठी कुठलंही प्रमाण तर्कासारखं देऊ इच्छित नाही. नाही देऊ शकत आणि माझी अशी इच्छा आहे, कुणी देऊही नये. ज्यांनी दिलेत, त्यांनी ईश्वराला जाणलं नाही. म्हणूनच दिले. माझ्या दृष्टिकोनातून असंच आहे की ज्यांनी ज्यांनी ईश्वराचे-ईश्वरासाठी तर्क दिले, ते तार्किक होते. अनुभवी संत नव्हते. अनुभवी तर गप्प असेल. अनुभवी म्हणेल, 'ईश्वरासाठी काय प्रमाण!'

विवेकानंदांनी रामकृष्णजींना विचारलं. 'ईश्वर आहे! मला पुरावा, प्रमाण पाहिजे.'

रामकृष्ण म्हणाले, 'तुला बघायचा आहे?'

विवेकानंदानी खूप लोकांना हा प्रश्न विचारला होता, पण कुणीच असं म्हटलं नव्हतं, 'तुला बघायचा आहे?' ज्यांच्या जवळ गेले होते, त्यांनी तर्क केला होता आणि विवेकानंद हुषार, बुद्धिवान व्यक्ती होते. त्यांनी त्यांचा तर्क खंडित केला. पण रामकृष्णजींनी काही तर्क दिला नाही, तर खंडन करण्याचा प्रश्नच येत नाही. उलट प्रश्न विचारला.

प्रश्नाला उत्तर म्हणून दुसरा प्रश्न विचारला, की तू ईश्वर म्हणजे काय हे बघू इच्छितोस बोल. आत्ता माहीत करून घ्यायचं आहे? ह्याच क्षणी?

तर विवेकानंद थोडे घाबरले, की हे आहे काय, माहीत करून घेणं! शेजारच्या खोलीत आहे का बंद ईश्वर! विवेकानंद पहिल्यांदा कुणा माणसाला घाबरले. म्हणाले, 'मी विचार करतो आणि येतो.'

रामकृष्णजी म्हणाले, 'हा काय प्रश्न आहे! विचार करून येशील. पहिल्यांदा विचार करायला हवा होता. ईश्वराच्या संदर्भात प्रश्न मनात येतो, तर प्रथम विचार व्हायला हवा होता.

मी तुम्हाला कुठलाही तर्क देणार नाही. मी ही तुम्हाला विचारतो, माहीत करून घ्यायचंय आत्ता! तयार राहा. हिम्मत हवी त्यासाठी. ही अडथळ्यांची यात्रा आहे. ज्यांच्यात हिम्मत नाही, ते लोक ह्या यात्रेत सामील होऊ शकत नाहीत. हा अतिशय कठीण मार्ग आहे. का! कारण स्वतःला मिटवून टाकल्याशिवाय कुणी परमात्म्याला जाणू शकत नाही. म्हणून!

तुम्ही म्हणता, 'परमात्म्याला जाणायचं आहे.'

मी तुम्हाला म्हणतो. 'स्वतःला मिटवून टाका, तरच जाणू शकाल.'

प्रकाशाला जर जाणून घ्यायचं असेल तर त्यासाठी काळोख होणं आवश्यक आहे. परमात्म्याला जाणायचं असेल तर अहंकार नष्ट झाला पाहिजे; तरच जाणू शकाल. तुम्ही म्हणाल की अहंकार असू दे, तरी आम्ही जाणून घेऊ, तर ते शक्य नाही. हे तर असं झालं की माणूस म्हणतोय की मी डोळे तर बंद ठेवेन आणि प्रकाश मला दाखवा, मला माहिती करून द्या. डोळे तर मी उघडणार नाही, बंदच ठेवेन, पण प्रकाश माहीत करून घ्यायचा आहे आणि जर आम्ही सांगू, की डोळे उघडून बघ तरी, तेव्हाच तुला समजेल. तर तो म्हणेल 'मी डोळे का उघडू! माझा प्रकाशावर विश्वास नाही. आधी विश्वास वाटू दे मग मी डोळे उघडतो.' तर काय करणार ह्या माणसाचं! आणि हे डोळे, ही नजर तर बहिर्गामी आहे, जबरदस्ती उघडता येईलही. अंतर्गामी नजर जबरदस्तीने उघडू शकत नाही. ह्या ओळी लक्षात ठेवा :-

निकलके जन्नत से आए थे हम, वहां कोई हमनफस नहीं था
चलें है दुनिया से तेरी या रब, यहां कोई हमनवा नहीं है
यह सिलसिला मौत औ जिंदगी का तो है फरेब निगार यकसर

न कोई आया यहां कहीं से, यहां से कोई गया नहीं है
तलाशे दरमां में मैं भटकता कहां फिरुंगा मेरे मसीहा
तेरी नजर के सिवा मेरे दर्दे दिल की कोई दवा नहीं है
तुम्ही कहो मैं. तुम्हारे दर से कहां चला जाऊ उठके आखिर
सिवा तुम्हारे जहां मे मेरा कोई भी तो आसरा नहीं है
जो तू है तो मैं नहीं हूं पैदा जो मैं हूं तो तू नहीं है जाहिर
यहां तो बस बात एक की है, यहां कोई दुसरा नहीं है
खुदा के बंदे खुदा को पाते है, अपनी हस्ती को खुद मिटा के
खुदी की तकमील करके देखें जो कह रहे है खुदा नहीं है
खुदा के बंदे खुदा को पाते है, अपनी हस्ती को खुद मिटा-के!

एकच वाट आहे त्याला मिळवण्याची आणि जाणण्याची, स्वत:चं आयुष्य मिटवून टाकायचं.

खुदा के बंदे खुदा को पाते है अपनी हस्ती खुद मिटा के
खुदी की तकमील करके देखें जो कह रहे है खुदा नहीं है

जे म्हणतात की ईश्वर नाहीये, त्यांनी एक छोटंसं काम करून बघावं. स्वत:ला शून्य करून बघावं. स्वत:ला मिटवून बघावं. त्याक्षणी, क्षण हा खरंतर जात नाही, इथे तुम्ही मिटवता आणि तिथे परमात्मा होता.

जो तू है तो मैं नही हूं पैदा, जो मैं हूं तो तू नहीं है जाहिर
यहां तो बस बात एक ही है, यहां कोई दुसरा नहीं है ।

तुम्ही विचारता की परमात्मा कुठे आहे? आणि मी विचारतो की परमात्मा कुठे नाहीये! तुम्ही विचारता, 'परमात्माचा पुरावा? मी विचारतो, 'तुमचा पुरावा! तुम्ही आहात. ह्याचा पुरावा आहे? काय आहे? कारण जे कुणी आत गेले, त्या सर्वांना समजलं की आत काही नाहीये, आत शांतता आहे. तिथे 'मी' नाहीये. कधी जरा शांत बसून स्वत:मधे आत जाऊन बघा की, 'मी कुठे आहे?' आणि तुमच्या समोर समस्या उभी राहील. शोधाल, खूप शोध घ्याल. ह्या दाराशी, त्या दाराशी, ह्या किनाऱ्याशी, त्या किनाऱ्याशी, अंधारात फिरत बसाल, अडखळाल, ठेचकाळाल. पण 'मी' दिसणार नाही, मिळणार नाही. कारण कुणालाच कधीच 'मी' मिळाला नाही.

तुम्हाला आश्चर्य वाटेल की परमात्मा मिळवलेले खूपजणं आहेत, खूप लांब रांग आहे त्यांची. पण छोटं-मोठं मिळवणाऱ्यांची तशी नाहीये; असे जे की त्यांना फक्त नाव आहे, त्यांची चर्चा आहे, नावाला भाव आहे. वेदांपासून आत्तापर्यंत परमात्मा मिळवलेले खूप आहेत. परमात्मा आहे हे सांगणारे, पुरावे देणारे खूप आहेत. पण तुम्ही असा कुणी साक्षीदार बघितला नसेल ज्याने अहंकार मिळवला.

ज्याने हे सिद्ध केलंय की 'मी आहे.' आजपर्यंत असं झालेलं नाही. जे कुणी हे सिद्ध करायला गेला, तो असिद्ध झाला. जे आतपर्यंत गेले, त्यांनी मिळवलं. 'मी नाही आहे.' आणि भेटला परमात्मा!

परमात्मा तुमच्या आत आहे. 'मी' हा तुमचा गैरसमज आहे. परमात्मा नावाच्या पुस्तकाला तुम्ही चुकीच्या पद्धतीने वाचलंत. 'मी'च्या पद्धतीने वाचलंत आणि तुम्ही 'आत' जातही नाही. तिथे खरं पुस्तक आहे. तिथे वेदांचा वेद, कुराणाचं कुराण आहे. तिथे श्रीमद्‌भगवत् गीता आहे. तिथे भगवान आहे, तिथे तुम्ही जात नाही. तुम्ही धावत आहात ते बाहेरच्या बाजूने. पैसा कमवा, हुद्दा मिळवा, हे हवं, ते हवं आणि ही सर्व कमाई कुठल्या कारणासाठी आहे, तुम्हाला माहीत आहे? 'मी'ला सिद्ध करायला. मोठं राज्य असेल तर मोठा 'मी' सिद्ध होईल. संपत्तीच्या राशी असतील तर मोठ्ठा 'मी' सिद्ध होईल. राष्ट्रपती होईन, प्रधानमंत्री होईन, 'मी' सिद्ध होईन. ही 'मी'ची धाव आहे, पळापळ आहे. 'मी'ला सिद्ध करण्यासाठी पळत आहात.

आणि 'मी' कधीच सिद्ध होत नाही. कारण 'मी' नाहीच आहे. जो नाहीये, तो सिद्ध होऊ शकत नाही. तुम्ही दोन आणि दोन पाच करायला जात आहात, जे संभव नाही.

सिंकदरला विचारा. मरताना त्याने सांगितलं की मला तिरडीवर घेऊन जाल, तेव्हा माझे दोन्ही हात बांधू नका. त्यांना लटकवत ठेवा बाहेर. वजीराने विचारलं, का? तर त्यानं सांगितलं, एवढयासाठी की लोकांना कळू देत मी रिकाम्या हातांनी जात आहे. खूप धावलो, इथे-तिथे गेलो, धावपळ केली. पण हात रिकामे ते रिकामेच राहिले. मी एका शून्यासारखा जात आहे.

काय सांगतोय हा सिकंदर! सिकंदर सांगतोय, अहंकार मिळवला नाही, शून्य होतो आणि शून्यासारखाच जातोय. किती बरं झालं असतं, जर हे शून्य स्वीकारलं असतं, मान्य केलं असतं. अहंकाराच्या नशेत वेळेचा अपव्यय केला, जर अपव्यय केला नसता तर परमात्मा माझ्यात उतरला असता.

'जो तू है तो मैं नहीं हूं पैदा, जो मैं हूं तो तू नहीं है जाहिर
यहां तो बस बात एक की है, यहां कोई दुसरा नहीं है
खुदा के बंदे खुदा को पाते है अपनी हस्ती को खुद मिटाके
खुदी की तकमील करके देखें जो कह रहे है खुदा नहीं है ।

आज इतकंच!

मी गिरिधरच्या घरी जाते

प्रवचन तिसरे

सूत्र

मैं तो गिरधरके घर जाऊं ।
गिरधर म्हारो सांचो प्रीतम देखत रूप लुभाऊं ।
रैन पड़ै तबही उठी जाऊं भोर भये उठी आऊं ।
रैन दिना बाके संग खेलूं ज्यूं त्यूं वाही रिझाऊं ।
जो पहिरावै सोई पहरुं, जो दे सोई खाऊं ।
मेरी उनकी प्रीत पुराणी, ऊन बिन पल न रहाऊं ।
जहां बैठावे तित ही बैठूं, बेचैं तो बिक जाऊं ।
मीरा के प्रभु गिरधर नागर, बार बार बली जाऊं ।

मीरा मगन भई हरी के गुण गाय ।
सांप पिटारा राणा भेज्यो, मीरा हाथ दियो जाय ।
न्हाय-धोय जब देखन लागी सालिगराम गई पाय ।
जहर का प्याला राणा भेज्यो, अमृत दीन्ह बनाय ।
न्हाय-धोय जबन पीवन लागी, हो अमर अंचाय ।
सूल सेज राणाने भेजी, दीज्यो मीरा सुलाय ।
सांझ भई मीरा सोवण लागी, मानो फूल बिछाय ।
मीरा के प्रभु सदा सहाई, राखे बिघन घटाय ।
भजन भाव में मस्त डोलती, गिरधर पै बलि जाय ।

माणूस काय शोधतोय? माणूस शोधतोय स्वत:च्या घराला. हा परदेश आहे. इथे सर्व उपरं आहे. स्वत:चं असं इथे काही नाही आणि इथून निघून जायचंय आणि थोडं फार स्वत:चं मानलं तर मृत्यू ते हिरावून घेतो. इथे घर कधी कुणाला बनवता नाही आलं. इथे घरं बनतात ती ओसाड पडायला. घर तयार व्हायच्या अगोदरच ओसाड पडतं. इथे आम्ही टिकत नाही, तर आम्ही बनवलेलं घर कसं काय टिकणार? इथे जे काही कष्ट घेतले जातात ते निरर्थक असतात.

माणसाचा शोध अशा घराच्या शोधार्थ आहे की जे मिळेल तर कायमसाठी मिळेल.

माणसाचा शोध अशा घराचा आहे की जे खरोखरचं 'घर' आहे, आसरा नाही. इथे तर सर्व ठिकाणी आसरा आहे. धर्मशाळा आहे, रात्री पुरता मुक्काम! सकाळ झाली, निघून जावं लागेल. मोह नको. आसरा मिळतो, तिथे जीव लावू नका. हे हरवणार आहे. हे हरवलेलं आहेच. तुमच्याहून जास्त लोक इथे थांबले आणि गेले. तुम्ही पण त्याच रांगेत आहात.

म्हणूनच कितीही पैसा असो, प्रतिष्ठा असो, हुद्दा असो, तरी तृप्ती मिळत नाही. समाधान मिळत नाही. जे काही नजरेला दिसतं त्याचा आणि संसार ह्याचा काहीही संबंध नाही.

नेहमी असं होतं की गरिबांना थोडी आशा तरी असते, पण श्रीमंतांची आशा नष्ट झालेली असते. गरिबांना वाटतं, 'आपलं एक घर होईल, तर शांतता मिळेल.' थोडा पैसा संपत्ती मिळेल. सुविधा मिळेल. मग सुखात, आरामात राहू. त्यांना समजत नाही सुख समाधान ह्या गोष्टींतून मिळत नाही. धर्मशाळेत कुठलं आलंय

सुख, समाधान! कधी निघून जाल...! अर्ध्या रात्रीतही तुम्हाला हाक ऐकू येऊ शकते. केव्हा यमदूत दारात येऊन दार ठोठावेल, काहीही सांगू शकत नाही. इथे स्वस्थता कशी काय मिळणार? अस्वस्थता असणं हे स्वाभाविक आहे.

तरीही गरिबाला आशा असते. वाटत राहतं, घर बरोबर नाहीये. कशी मजा करू? जवळ पैसा नाहीये, कसा सुखी होऊ? पण श्रीमंत मात्र निराश असतो. पैसा असतो, हुद्दा असतो, प्रतिष्ठा, बंगला, साम्राज्य हे सर्व असतं. तरीही परकेपण, परदेशी! 'परकेपण' ही भावना कणभरही कमी होत नाही आणि आता तर आशा करणंही व्यर्थ! ज्या ज्या गोष्टींची आशा असते, त्या सर्वच्या सर्व तर मिळालेल्या आहेत, हातातच आहेत. तर श्रीमंताएेवढा निराश कुणीही नसतो.

ज्यांच्याजवळ आहे, ते तरी सुखात कुठे आहेत?

ज्यांच्याजवळ नाही, ते तर दुःखात आहेतच, हे समजू शकतो. पण ज्यांच्याजवळ आहे तेही दुःखात आहेत, हे समजू शकत नाही, आणि ते तर जास्तच दुःखात आहेत कदाचित.

मनुष्य सुखाचा शोध घेत असतो, आणि सुख 'शाश्वत'मधे आहे. ह्या सूत्राला लक्षात ठेवा. सुख हे शाश्वतचं लक्षण आहे. क्षणभंगुरतेत सुख असू शकत नाही. हे जे पाण्याचे बुडबुडे आहेत. त्यात तुम्ही कितीही भ्रम तयार करा. स्वप्न बघा, सुख मिळणार नाही.

तुम्ही स्वत:ला कसा काय धोका देऊ शकता? तुम्ही रोज बघता, कुणी मेलं, कुणाची तिरडी उचलली गेली, तुम्ही रोज बघता कुणाची चिता जळली. तुम्ही रोज लोकांना पडताना बघता जे क्षणापूर्वी ठीक होते. तुम्ही जसे होतात, चालत होते, पळत होते, वासनेने भरलेले होते, मोठमोठ्या महत्त्वाकांक्षा होत्या आणि आता तोंडात धूळ भरली गेल्येय. तुम्ही हे सत्य कसं काय नाकारू शकता? हे इतकं चारही बाजूंनी दिसतंय. ह्या सत्यात सर्वच बाजूंनी प्रामाणिकपणा आहे.

रोज कुणी मरतं. फूल झाडावरून पडतं, फळ झाडावरून पडतं, मनुष्य पृथ्वीवर पडतो. इथे आम्हीसुद्धा जास्त काळ असू शकत नाही. खूप स्वत:ला समजवा, खूप स्वत:ला मनवा आणि म्हणा, दुसरे मरतात, मी थोडी ना मरणार? नेहमी दुसरं कुणी मरतं, मी तर अपवाद आहे, मी नाही मरणार, कधीच! पण हा धोका आहे. इतकी सारी उदाहरणं आहेत, तरीही तुम्ही स्वत:ला कसा काय धोका देता? सर्व स्मशानं, सर्व कबरस्तान सत्य आहेत. जी सांगतात ही जागा म्हणजे घर नाही.

जसा हा विचार खूप स्पष्ट होत जातो, काट्याप्रमाणे टोचत राहतो जीवाला, की हे आमचं घर नाही. तेव्हा एक शोध सुरू होतो. खऱ्या घराचा शोध.

मीरा म्हणते, 'मैं तो गिरधर के घर जाऊं'. खरं घर परमात्म्याचंच घर होऊ

शकतं. परमात्मा म्हणजे जे कायम आहे. मनुष्य म्हणजे कधी होता आणि नंतर कधी नव्हता होऊन जाणारा! परमात्मा म्हणजे कायम होता, आहे आणि राहील. सातत्य! सनातन! शाश्वतता! अनंत असणं हा ज्याचा स्वभाव आहे, तिथे विश्राम आहे. त्याच्या मिठीतच विश्राम आहे. मग तुम्ही त्याला राम म्हणा, रहीम म्हणा, ही तुमच्या आनंदाची गोष्ट आहे. मीरासाठी त्याचं नाव गिरीधर आहे, गोपाळ आहे, हा फक्त नावातला फरक आहे. नावात गुंतून जाऊ नका. त्यातला मथितार्थ समजून घ्या. आंब्याचा रस घ्या. बाठा किती हे मोजू नका. तुम्ही त्याला कशी हाक मारता, ही तुमची मर्जी, पण हाक मारा. पृथ्वीवरून जरा नजर वर उचला, आकाशाकडे. तुमच्या 'प्रिय'चा, आनंदाचा शोध घ्या.

आणि असं नाही की हा आनंद खूप दूर आहे आणि असंही नाही की तुम्हाला मोठे मोठे पहाड चढायचे आहेत; त्यानंतरच तुम्हाला तुमचा प्रिय, किंवा आनंद मिळणार आहे. गंमत अशी आहे की हा प्रिय अतिशय जवळ आहे. संसार खूप दूर आहे, म्हणून कुणालाही मिळत नाही. चालत राहतात. लोक चालतच राहतात. असं वाटतं की मिळाला, आत्ता मिळाला, नंतर मिळाला, पण मिळत कधीच नाही. संसार कधी कुणाला मिळाला आहे? बस, असंच वाटत राहतं, की जसं जमिनीला टेकलेलं आकाश, क्षितिज! हे इथे आहे. अजून थोडं पळू या की गाठलंच! पण तुम्ही जेवढं पळता. क्षितिजही तेवढंच पळत राहतं. तुमच्यातलं आणि क्षितिजातलं अंतर कायम तेवढंच राहतं. तेवढंच, जेवढं होतं. एकच प्रमाण राहतं. त्यात फरक पडत नाही.

माशाला समुद्र कसा काय दिसणार? त्यातच त्याचा जन्म होतो, आणि मरणही. मनुष्याला परमात्मा कसा काय दिसणार? त्यातच त्याचा जन्म होतो, त्यातच जगतो, श्वास घेतो, आणि त्यातच एक दिवस मरण पावतो. आपण त्याचीच लहर आहोत, तरंग आहोत. त्याच्याच वीणेवर वाजणारे स्वर आपण आहोत. त्याच्याच फुलातून दरवळणारा सुगंध आपण आहोत. त्याच्याच ज्योतीचा किरण आहोत. आपणात त्याचाच जीव आहे. म्हणून भेद होऊ शकत नाही, ह्याचं कारण मिळू शकत नाही.

भेद हवा दृश्य आणि द्रष्टा मधे, तरच 'बघणं' होऊ शकतं. एखादी वस्तू जर आपल्या अगदी डोळ्यांजवळ आणली तर ती दिसत नाही.

आणि ही गोष्ट तुम्हालाही माहीत आहे की आपण आपले डोळे कधी बघू शकत नाही. ज्या डोळ्यांनी आपण सर्व चराचर बघतो, ते आपल्यासाठी अनोळखी आहेत. डोळे बघायचे असतील तर आरशात बघायला लागतं. आरशात डोळे दूर जातात, प्रतिबिंब दिसतं आणि प्रतिबिंब हे दूरच असतं आणि आपण आरशात डोळे बघत नाही, त्यांची सावली बघतो. स्वतःच्या डोळ्यांना आपण कधीही बघितलेलं नाही.

कारण बघणं ही डोळ्यांची क्षमता आहे, जी इतकी जवळ आहे, की तिला वेगळं कसं बघणार? आणि वेगळं काढलं, तर बघणार कसं?

परमात्मा असाच आहे. तुमच्या चैतन्याची क्षमता. घर दूर नाहीये. कदाचित तुम्ही घराकडे पाठ करून उभे आहात.

मीराची ही वचन ऐका. ही वचनं जर तुमच्या हृदयाची वचनं झाली, कधी तरी, एखाद्या दिवशी, तर ते तुमचं भाग्य असेल. ह्यांना तुम्ही फक्त गीत, काव्य, वचन इतकंच समजू नका. ही तर तहान तुमच्या प्राणाची. तुमच्या प्राणाची हाक आहे. मीराने जे सांगितलं आहे, तो तिच्या हृदयाचा भाग आहे, भाव आहे. हे दर्शनशास्त्र नाहीये. मीरा कुठल्या सिद्धान्ताला सिद्ध करत नाहीये. नाही जगाला धर्म द्यायला, समजवायला निघाली आहे. मीरा तर तिची तहान ह्या वचनांतून व्यक्त करत आहे. म्हणूनच ज्यांना खरोखरच तहानलेलं व्हायचं आहे, त्यांनी मीराचा हात धरायला हवा आणि तिच्या भावसागरात बुडून जायला हवं. तिचे भाव स्वत:चे भाव समजायला हवेत. गुणगुणायला हवं मीरा बरोबर, बुडून जायला हवं.

"मैं तो गिरधर के घर जाऊं!"

मीरा म्हणते, आता तर मला एकच घर आठवत राहतं. परमात्मा, त्याचं घर, तिथेच मला जायचं आहे. इथून मला दूर करा, परत बोलावून घ्या. हे व्यर्थहीन आयुष्य खूप झालं. ही शिक्षा आता खूप झाली. आता मला दूर ठेवू नकोस.

'गिरधर मारो सांचो प्रीतम, देखत रूप लुभाऊं।'

प्रेमी तर खूप मिळतील, अगदी गल्ली बोळांत मिळतात. प्रेमी खूप असतात. पण हे प्रेम टिकतं किती काळ? मोठमोठ्या प्रेमवीरांचं प्रेमही क्षणभंगुर आहे. प्रेम होता होताच तुटून जातं. जे प्रेम होतच नाही ते तुटतं. स्वप्नासारखं पाण्यावर ओढलेल्या रेषेसारखं, ह्या अशा प्रेमावर अजून किती आयुष्य वाया घालवणार? जन्म जन्म ह्या प्रेमामागे धावत आहात. प्रेमीला शोधत आहात. पण खऱ्या प्रेमीला शोधत नाही आहात. खरा प्रेमी म्हणजे कोण? मीरा त्याचा अर्थ काय सांगते. 'गिरधर मारो सांचो प्रीतम' का म्हणते ती असं की गिरीधर माझे खरे प्रेमी आहेत. खरे म्हणजे, एकदा मिळाले की मिळाले, कायमचे. मग विरह नाही. हा जो विवाह आहे, एकदा झाला की घटस्फोट नाही. ह्या पृथ्वीवर जेवढे विवाह होतात त्यात घटस्फोट हजर असतो. घटस्फोट दिला जरी नाही, तरी त्याचं अस्तित्व असतं आणि कायद्याने जरी झाला नाही. तरीही घटस्फोट होतो.

ह्या जगात प्रेमाला स्थिर ठेवणं खूप कठीण आहे. कारण ज्या मनाने आपण प्रेम करतो ते स्थिर नसतं. दोन्ही व्यक्तींची मनं स्थिर नाहीत. दोन्ही व्यक्तींची मनं वादळात आहेत आणि दोघेही विचार करत आहेत स्थिर होण्याचे, प्रेमात स्थिरता आणण्याचे. ध्यानात जे स्थिर होऊ शकले नाहीत, ते प्रेमात स्थिर होणार? एक

एकटा असताना स्थिर होऊ शकला नाही, तर दुकटा झाल्यावर स्थिर होणार? एकच खूप चंचल आहे. तर दोघं मिळून, चंचलता मोजता येणारी नाही एवढी वाढते. टक्कर आणि ठोकर. प्रेमिकांची कथा ही संघर्षाची कथा आहे. भांडण-तंटा. एकत्र तर राहतात, पण एकत्र राहणं कधीचच संपलेलं असतं. बंधनात राहतात, कुठल्या न् कुठल्या कारणांनी. आर्थिक सुविधा आहे, परिवार, मुलं आहेत, प्रतिष्ठा, नाव आहे. जाणार तर कुठे जाणार? आणि प्रीतमची काही खबरबात नसते. त्याचा पत्ताच नसतो. मग जे काही हातात आहे, त्यालाच गच्च धरून बसतात. समजूतदार माणसं म्हणतात, स्वप्नातल्या पूर्ण पोळी पेक्षा हातातली अर्धी पोळी ही बास! पत्ता नाहीये तो प्रीतम कुठे आहे! कदाचित पूर्ण पोळी देईलही. पण आहे कुठे? त्याला स्वत:चाच पत्ता नाही. तर जे काही अर्धमुर्ध हातात आहे त्याला पकडून ठेवा. शीळं असलं तरीही. अज्ञाताच्या भीतीने, अपरिचित काळाच्या भीतीने, हातात आहे ते धरून ठेवा, घट्ट, सोडू नका.

म्हणून प्रेमिकांमधे एवढी जिद्द निर्माण होते. ही जिद्द का निर्माण होते? का बायको नवऱ्याच्या मागे लागते, की नवऱ्याला कुणी दुसरी तर आवडत नसेल? नवरा इतका घाबरलेला का असतो की बायकोचे कुणा दुसऱ्या पुरुषाबरोबर संबंध तर नाहीत ना? ही एवढी भीती का आहे? ही भीती आहे कारण इथे विश्वास नाही. खूप शक्यता अशी की असं होईल, बायकोलाही आणि नवऱ्यालाही, ह्या जगात कुठलीच गोष्ट शाश्वत नाही. तर हे संबंध स्थिर कसे होणार? ही आम्हाला आतून जाणीव आहे. अशाश्वततेची. म्हणूनच आम्ही पहिल्यापासून भयभीत आहोत आणि सुरुवातीपासूनच जिद्दीने बंधन घालण्याच्या, बांधून ठेवण्याच्या प्रयत्नात आहोत. केवळ स्वत:ला सुरक्षित करण्यासाठी. पती-पत्नी एकमेकांवर नजर ठेवतात आणि थोडी जरी संधी मिळाली तरी लगेचच प्रयत्न करतात यथाशक्ती, दुसऱ्याचं स्वातंत्र्य नष्ट करण्यासाठी. हे कसलं प्रेम जे स्वतंत्रतेचा गळा दाबतं, स्वतंत्रतेला फासावर लटकवतं?

खरं प्रेम स्वतंत्रता आणतं. खऱ्या प्रेमात जिद्द-स्पर्धा ह्याचं नामोनिशाण नसतं. खऱ्या प्रेमात जिद्द-स्पर्धेची सावलीही नसते. खऱ्या प्रेमात मनापासून श्रद्धा असते जी अनंत असते. पण खरं प्रेम हे खऱ्या प्रीतमशीच होऊ शकतं. ह्या सावल्यांशी प्रेम होऊ शकत नाही. इथे कसा कुणावर विश्वास ठेवणार? ज्या पतीवर ज्या पत्नीवर तुम्ही विश्वास ठेवलात, आज उद्या त्याचा-तिचा श्वास बंद झाला, जीवन हरवलं, काय कराल? आणि मन इतकं चंचल आहे, आज तुमच्यावर जडलं, उद्या कुणा दुसऱ्यावर! मन एवढं चंचल आहे. इतकं क्षुद्र आहे. मन विनाकारण इतकं उत्सुक आहे, उद्या कुणी दुसरा मिळेल, कुणी सुंदर देह असलेली मिळेल, कुणी रूपवान व्यक्ती मिळेल, बास मग सर्वच संपलं. परमात्मा इतका सुंदर, रूपवान

मिळणं तर कठीण! आणि परमात्म्याइतका श्रीमंतही कुणी मिळणार नाही. परमात्म्यापेक्षा वरचढ तर कुणी नाही. म्हणून परमात्म्याशी प्रेम केलं गेलं किंवा झालं तर तिथे कुणी प्रतिस्पर्धी नाही, जिद्द नाही, स्पर्धा नाही.

आणि परमात्म्याच्या संगतीत भीतीही नाही की तो तुम्हाला सोडून जाईल. तुम्ही त्याला पकडा अथवा पकडू नका. त्याचा हात तुमच्या हातातच आहे. तुम्ही विचार करता की तुम्ही परमात्म्याचं ध्यान केलं नाहीत, साधा विचारही केला नाहीत तरीही तोच तुम्हाला सांभाळतो आहे. नाही तर तुमच्या आत श्वास कोण घेतंय? तुमच्या अंगात रक्त प्रवाहित कसं होतंय? तुमच्या हृदयात कोण धडकतंय? तुम्ही हवं तर नाकारा, परमात्म्याने तुम्हाला कधीही नाकारलेलं नाही. त्याने तर स्वीकारलेलं आहेच. म्हणूनच ज्या दिवशी तुम्ही स्वीकार कराल, ज्या दिवशी दोघंही परस्परांना स्वीकाराल, महामिलन होईल.

गिरधर म्हारो सांचो प्रीतम देखत रूप लुभाऊं

आणि त्याचं रूप अतुलनीय आहे. ह्या जगात जे थोडं फार सौंदर्य, रूप दिसतं, ते त्याचंच प्रतिबिंब आहे. ह्या जगात जे थोडं फार संगीत ऐकू येतं, हे त्याच्याच संगीताचा प्रतिध्वनी आहे. जर कुठल्या स्त्रीमधे तुम्हाला रूप दिसलं, तर सावध होऊन बघा, निरखून बघा. तुम्हाला 'त्याचीच' झलक दिसेल. कुठल्या फुलात सौंदर्य दिसलं, तर त्याच्यासमोर बसा, टक लावून बघा. जरा खोलवर जाऊन शोधा आणि मग दिसेल त्यात त्याचंच सौंदर्य! चंद्र-ताऱ्यांमधे, पर्वत, डोंगरात, समुद्रात-नदीत चारही दिशांनी जे हजारो तऱ्हेने प्रकट होतंय ते त्याचंच सौंदर्य! त्या अरूपाचं रूप! हे सर्व त्याचेच चेहरे आहेत. यात जे रंग दिसतात ते त्याचेच. हे हावभाव त्याचेच.

एकदा सच्च्या प्रीतमशी नातं जुळायला लागलं, त्याचं रूप दिसू लागलं की सर्व रूपं त्याच्यात सामावून जातात. जशा सर्व नद्या सागराला मिळतात, तशीच सर्व रूपं त्या एका रूपात सामावून जातात, विरघळून जातात.

'गिरधर म्हारो सांचो प्रीतम, देखत रूप लुभाऊं।
मैं तो गिरधर के घर जाऊं!'

ह्या जगाचं दुःख एकच आहे की प्रेमाची आतून आम्हाला अपेक्षा तर आहे आणि जगात त्याच्या तृप्तीचा उपाय नाहीये. म्हणून ह्या जगात प्रेमी जेवढे कष्टी होतात, तेवढे दुसरे कोणी कष्टी होत नाहीत. दुसरे तर कठोर आहेत. त्यांनी त्यांचं हृदय कठोर केलं आहे. ते प्रेमाच्या कटकटीत पडत नाहीत. हे समजून घ्या.

प्रेम त्रास आहे, उपद्रव आहे. प्रेम ही एक तहान आहे आणि तहान भागवण्याचा, शमवण्याचा उपाय इथे उपलब्ध नाही. तशी व्यवस्था नाही. ही व्यवस्था परमात्म्याने केली आहे. प्रेमाची तहान दिली आहे, पण ती शमवण्याची व्यवस्था त्याने केलेली

नाही कारण म्हणून तुम्ही परताल, भटकणार नाही, घरी परतून याल, तुम्हाला परतून यावंच लागेल. तहान, तृष्णा तुमच्या रोमारोमांत भरली आहे.

म्हणून असा मनुष्य मिळणं कठीण आहे, ज्याला प्रेम मिळाल्यावर आनंद झाला नसेल. असा माणूस मिळणं कठीण आहे. जो कळत-नकळत प्रेम मिळवू इच्छित नाही. लहान मुलापासून अगदी नवजात अभ्रकापासून ते मृत्युमुखी पडलेल्या म्हाताऱ्यांपर्यंत, सतत प्रेम मिळवण्याची धडपड चालू आहे, शोध चालू आहे. कुठून मिळेल, कसं मिळेल? आणि ते इथे कधी मिळत नाही आणि ही परमात्म्याची मेहेरबानी आहे. दया आहे. प्रेमाची तृष्णा दिली आहे आणि त्यानं तृप्तता व्हावी, हा उपाय दिलेला नाहीये.

म्हणूनच एक ना एक दिवस आपटत, धडपडत, हिंडत, दरवाजे, भिंती ठोठावत ही गोष्ट समजून येते की जर प्रेमाची तृष्णा भागवायची असेल, तृप्त करायची असेल, त्याचा उपाय एकमेव 'परमात्मा' हा आहे. अजून कोणी नाही. ज्या दिवशी हा बोध होतो, त्यादिवशी माणूस धार्मिक होतो. इथे तर प्रेमाच्या नावाने ईर्षा आहे, मोह-मत्सर आहे. प्रेमाच्या नावाने एक दुसऱ्याची हत्या आहे. इथे प्रेमाच्या नावाखाली गुलामगिरी आणि हुकूमशाही चालते.

जैसे हवा में अपने को खोल दिया है इन फूलों ने
आकाश और किरणों और झोंकों को सौंप दिया है अपना रूप
और उन्होने जैसे अपने में भरकर भी उन्हें छुआ नहीं है
ऐसा नहीं हो सकता क्या तुमसे मेरे प्रति?
नहीं हो सकता है शायद और इसी का रोना है
या ऐसा भी किसी दिन होना है?
तुम्हारे वातावरण में डाल दी है कितनी बार मैने अपनी आत्मा
तुमने उसे या तो अपने अंक में ही नहीं लिया
या फिर इतना अधिक भींच लिया है, जितना तुम्हें न पा सकने पर
मैनें जीवन को छाती तक खिंच लिया है
क्यों नहीं रह सकते हम परस्पर फूल और आकाश की तरह?
या नहीं हो सकता शायद और इसी का रोना है
या ऐसा भी किसी दिन होना है?

तुम्ही फुलाला आणि आकाशाला बघितलंत! आकाश फुलावर कुठलंही बंधन घालत नाही. फूल आकाशाकडून कुठल्याही अपेक्षा ठेवत नाही. आकाश फुलाला वेळ देतं फुलण्यासाठी. फूल आपलं सर्वस्व लुटू देतं, आपली सर्व संपत्ती, जेव्हा फूल फुलतं तेव्हा सर्व सुगंध आकाशाला देऊन टाकतं. देणं-घेणं तर मस्त होतं, पण अटी मात्र अजिबात नसतात. ना फूल म्हणतं आकाशा, तू माझ्यासाठी आहेस,

ना आकाश म्हणतं की फुला तू माझ्यासाठी जन्मलास. तुझी-माझी अशी गोष्टच होत नाही. मी-तू हा भावही उठत नाही.

ह्या काव्याच्या निर्मात्याने, कवीने माणसाच्या मनातल्या खोल भावना सांगितल्या आहेत.

जैसे हवा नें अपने को खोल दिया है इन फूलोंने
आकाश और किरणों और झोंकों को सौंप दिया है अपना रूप
और उन्होने जैसे अपनें में भरकर भी उन्हें छुआ नहीं है
ऐसा नहीं हो सकता क्या तुमसे मेरे प्रति?
नहीं हो सकता शायद, और इसी का रोना है
या ऐसा भी किसी दिन होना है?

प्रेम करणाऱ्यांचं रडणं काय आहे? व्यथा, दुःख काय आहे? शोकांतिका काय आहे? शोकांतिका ही आहे की ज्याच्यावर आम्ही प्रेम करतो, तेच बेड्या बनतात. ज्याच्यावर प्रेम करतो, पूर्णपणे प्रेम होतही नाही आणि त्याचा तुरुंग होतो. ज्यांना आम्ही काही देऊ करतो, देत आहोत, देऊ इच्छितो हे सांगेपर्यंत, ते मालकीहक्क गाजवतात, घोषणाच करतात. ज्यांना पहिल्यादिवशी मनापासून आनंदाने देतो, तिथे दुसऱ्या दिवशी अपेक्षा सुरू होतात. कायदेशीर हक्क! मिळायलाच हवं!

आकाशाला आज फुलाने त्याचा रूप रंग दिला आहे, उद्या आकाश फुलाच्या दाराशी येऊन विचारणार नाही. आता काय झालं तुझ्या रूप रंगाला! आता मला दे. काल दिलं होतंस, आज पण दे, आणि कायम दे. हे आता नीरगाठीसारखं बंधन झालं. नाही दिलंस तर त्रास होईल. ना फूल नंतर आकाशाला म्हणतो, 'काल मला फुलवलं होतंस, मला जाग दिली होतीस, सन्मानाने माझा स्वीकार केला होतास, सिंहासन दिलंस, आज मी मातीत पडतोय, मला सावर. आज माझ्या पाकळ्या तुटत आहेत, आज मी मृत्युमुखी पडतोय, आता संभाळ मला आणि जर वाचवू शकत नाहीस, तर हे कसलं तुझं प्रेम!' ना काही अटी ना अट्टहास!

ना आकाश फुलाला स्पर्श करतं, ना फूल आकाशाला आणि तरीही देणं-घेणं पूर्ण होतं. फूल त्याच्या मनातलं सर्व काही आकाशाला सांगतं. आकाश त्याची स्वतंत्रता, विशालता फुलाला देतं. दोघंही एकमेकांच्या मुक्तीमधे सहभागी आहेत.

हेच तर प्रेमाचं शल्य आहे. कारण प्रेमाची आकांक्षा, मुळांत स्वातंत्र्याची आकांक्षा आहे. प्रेम हे मोक्षाचं मूळ आहे, बीज आहे. पण जसं तुम्ही कुणावर प्रेम करता, स्वातंत्र्य हरवून बसता, पारतंत्र येतं आणि पारतंत्र्यात प्रेम मरतंच, खुलत नाही. प्रेमाला पारतंत्र्यात जखडून ठेवायचं म्हणजे आकाशाला बंद डब्यात कोंडण्यासारखं, सूर्याच्या किरणांना पेटीत बंद करून ठेवायचा प्रयत्न हा फुलाच्या सुगंधाला मुठीत ठेवण्याचा प्रयत्न करण्यासारखं! हे होऊ शकत नाही. हे अस्वाभाविक आहे. पण

प्रेमी हेच करतात आणि मग प्रेमाच्या नावाखाली फक्त साखळदंड राहतात. जड, बेढब साखळदंड. तोंडात कडवट चव राहते फक्त!

पण ह्या जगात फक्त हेच होऊ शकतं. तुम्ही ते मागणं मागत आहात. ना फूल आकाशाला स्पर्श करेल, ना आकाश फुलाला, हे तर फक्त परमात्म्याच्या प्रेमातच शक्य आहे. म्हणूनच मीराने त्याला 'सांचा प्रीतम' असं म्हटलंय. त्याच्या प्रेमात बंधन नाही. त्याच्या प्रेमात संपूर्ण स्वतंत्रता आहे. त्याच्या प्रेमात तुमच्यावर कुठलंही बंधन-सीमा नाही. मर्यादा नाही. तुमचं प्रेम तो स्वीकारतो. तुम्ही जसे आहात तसे, त्याचं प्रेम तुम्हाला तशा तऱ्हेने स्वीकारतं. तो कधीही असं म्हणत नाही, की तुम्ही असे व्हा, मग मी तुमचं प्रेम स्वीकारतो, जर तसे झाला नाहीत तर तुमचं प्रेम स्वीकारणं जड जाईल.

ह्या जगात प्रत्येक प्रेम सशर्त आहे. तुम्ही जेव्हा कुणावर प्रेम करता, सांगता. 'असं करा, तरच मी प्रेम करेन, नाही केलंत तर मी प्रेम करू शकणार नाही.' हे तर प्रेम नाही. हा तर सौदा झाला, व्यवहार झाला.

प्रेम अडथळ्यांशिवाय व्हायला हवं. त्यामागे कुठलाही हेतू किंवा कारण असता कामा नये. माझं ऐकलं तर प्रेम देईन. नाही ऐकलं तर प्रेम हिरावून घेईन. हे प्रेम नाही. ही तर लाच! हे तर केवळ फूस लावणं झालं. हे तर तुम्हाला मनवण्यासाठी. हे असं झालं की कोणी नदीकिनारी गळ टाकून बसलंय मासे पकडायला. माशाला अन्न देण्यासाठी गळाला कणिक लावून कोणी बसत नाही. कणकेखाली काटा लपवलेला आहे. असंच तुमच्या प्रेमात काटा लपला आहे. म्हणून मीरा म्हणते, 'हे खरं प्रेम नाहीये' त्याच्या आत काटा लपलेला आहे, विषाने भरलेला.

'गिरधर म्हारो सांचो प्रीतम...'

परमात्मा आकाशा एवढा विराट आहे. विराट, भव्यतेशी मैत्री कराल तर तुम्हीही विराट, भव्य व्हाल. क्षुद्राशी मैत्री केलीत तर तुम्हीही क्षुद्र व्हाल. मैत्री विचारपूर्वक करा.

आणि आम्ही अगदी बावळट आहोत, आम्ही मोठ्या क्षुद्रतेशी मैत्री करतो. कुणी संपत्तीशी मैत्री करतं, बास, नोटा मोजत बसायच्या. नोटांकडे बघत राहायचं. सर्व जगाचं सौंदर्य केवळ त्या नोटांमधे. कुणी खुर्चीशी मैत्री केली आहे. हुद्दा, खुर्ची दिवसें दिवस कशी टिकेल आणि आत्ता आहे त्यापेक्षा मोठी खुर्ची कशी मिळेल? संपूर्ण आयुष्य ह्याच कारणासाठी उद्ध्वस्त करून टाकतात आणि शेवटी खुर्चीसहीत पडतात, स्मशानात!

ही मैत्री तुम्ही खूप क्षुद्रांशी केली आहे. मैत्री करायचीच आहे तर विशालतेशी करा. निसर्गाशी, परमात्म्याशी! तोच अर्थ आहे :-

'गिरधर म्हारो सांचो प्रीतम, देखत रूप लुभाऊं ।
रैन पड़ै तब ही उठी जाऊं भोर भये उठी आऊं ।
रैन दिना बाके संग खेलूं ज्यूं-ल्यूं वाहि रिझाऊं ।'

मीरा सांगते दिवस असो, रात्र असो मनात एकच सामावलेला आहे. सकाळ असो, संध्याकाळ असो, मनात सतत एकच एक, हृदयात तो एकच. संध्याकाळ असो. त्याच्या पूजेसाठी उठून येते. रात्री त्याच्या आठवणींनी भारून जाते. त्याचीच स्वप्नं डोळ्यांमधे तरळतात. त्याचीच लगन, रसप्रवाह हृदयांतून होत राहतो आणि सकाळ झाल्यावर त्याचंच नामस्मरण. ती प्रभात त्याचीच, कण न् कण त्याच्या धुंद स्वरांनी भरलेला.

'रैन पडैं तब ही उठी जाऊं भोर भये उठी आऊं ।
रैन दिना बाके संग खेलूं...।।'

सकाळ असो की संध्याकाळ, दिवस असो की रात्र, त्या प्रियकराबरोबर एक खेळ चालू आहे. ज्यांनी ह्या प्रेमरसाला कधीही अनुभवलं नाही, ते ह्याला वेडेपण समजतील. कुणाबद्दलच्या ह्या गोष्टी चालल्या आहेत! मीरा कुणाच्या 'रस'च्या गोष्टी करत आहे! ज्यांनी ह्या प्रेमाला ओळखलं नाही, जाणवून घेतलं नाही, त्यांच्यासाठी ह्या गोष्टी विचित्र, विक्षिप्त आहेत. पण ज्यांनी ओळखलं त्यांच्यासाठी सर्व जग फिकं आहे.

माहीत करून घेतल्याशिवाय निर्णय घेऊ नका. फक्त ऐकून निर्णय घेऊ नका. कारण जर तुम्हाला मीरा एकांतात गिरीधरशी बोलताना दिसली. तर तुम्ही काय विचार कराल? तुम्ही विचार कराल की ह्या बाईला वेड लागलंय. ही कुणाशी बोलत्ये? कुणी दिसत तर नाहीये. ही सकाळपासून-दुपारपर्यंत कुणाच्या संगतीत मस्त राहते, रमून जाते?

अदृष्याची पण मस्ती असते, त्यातही रमून जाता येतं आणि अदृष्याशी बंधनही बंधलं जातं. हे खरं आहे की अदृष्याशी जो संबंध होतो, तो दुसऱ्यांसमोर सिद्ध होत नाही, समर्थन होत नाही. पण सिद्ध करण्याची आवश्यकता कुणाला आहे? मीरा मस्त आहे, आनंदित आहे. तुम्ही दुःखी आहात.

जर मला विचारत आहात तर मी तुम्हाला उदाहरण देतो. आनंदाला तुम्ही सत्याचं उदाहरण माना. ह्या पलीकडे दुसरं उदाहरण मानू नका. जो माणूस दुःखी आहे, समजून जा की तो असत्यामधे जगतो आहे आणि जो आनंदी आहे, आनंदात मग्न आहे, समजून जा की तो सत्यात जगतोय. आनंद हे उदाहरण आहे.

जसं सराफाकडे गेलात तर, त्याच्याकडे सोन्याची पारख करणारा दगड असतो. तो त्या दगडावर सोनं घासतो. ती सोन्याची रेषा त्या दगडावर उमटते. तेव्हा समजतं सोनं खरं आहे की खोटं, किती खरं, किती खोटं?

आनंदाचं तसंच आहे, तुम्ही प्रत्येक आनंद पडताळून पाहा. तुम्ही तुमच्या साथीदारासमोर बसून बोलत आहात, कुणीही तुम्हाला वेडं म्हणणार नाही. कारण साथीदार दृष्य आहे. फोटो काढू शकता. चार माणसं साक्षीदार आहेत. प्रश्न असा आहे की साथीदाराबरोबर बोलताना तुम्ही आनंदित आहात! जर आनंदित नाही आहात, तर मग साक्षीदार म्हणेल की बायको खरी आहे, नवरा खरा आहे, आणि ज्या दोघांमधे गप्पा, बोलणं होतंय तेही खरं आहे. पण काय मिळतंय त्यातून? त्यातून जर नरकच निर्माण होणार असेल तर ह्या सर्व गोष्टींचं सार काय? तात्पर्य काय?

मीराला वेडं म्हणू नका. तुम्ही तिला जर वेडं म्हटलंत तर तुम्ही स्वत:ला त्या दिशेनं जाऊ देऊ शकणार नाही. तुम्ही स्वत:ला अडवाल, घाबराल. वेडे तुम्ही आहात. वेडे म्हणजे, जे दु:खी आहेत ते. ज्यांनी आपल्या दु:खालाच वास्तव मानलंय आणि वास्तविकतेची व्याख्याच अशी केली आहे की दु:ख म्हणजे वास्तव. आनंद कधीच वास्तव ठरू शकत नाही. स्वत:च त्यामुळे त्रासत राहतात. परमात्म्याकडे जाण्याचं दारच घट्ट बंद करून टाकलं आहे.

आपल्या दु:खातून थोडं थोडं बाहेर या. तथाकथित वास्तवातून जरा सरका, बाहेर या. म्हणूनच जे ज्ञानी आहेत, त्यांनी संसाराला माया म्हटलं आहे. जी दिसते आणि परमात्म्याला सत्य म्हटलंय, जे दिसत नाही. हा संसार जो आहे, तो दाही दिशांनी दिसतो. प्रत्येक ठिकाणी ठोकर लागते. परमात्मा तर कुठे दिसत नाही. वेगळे, अजब होते ते लोक ज्यांनी सांगितलं की परमात्मा-सत्य आहे, जो दिसत नाही. आणि जो दिसतो तो खोटा आहे, ती माया आहे, स्वप्न आहे. रात्री पण तुम्हाला स्वप्न दिसतं, दिसण्यात काही कमी नाही. सकाळी उठल्यावर कळतं. 'अरे, स्वप्न होतं!' असंच एक दिवस जेव्हा मृत्यू दारासमोर येऊन उभा राहील, तेव्हा समजेल सर्व स्वप्न होतं. पण तेव्हा खूप उशीर झाला असेल. त्या अगोदर मिळणाऱ्या ह्या वेळेचा जरा उपयोग करा.

आनंदाला परीक्षा समजा. आपल्या जीवनातल्या हरएक घटनेतल्या आनंदाचं परिक्षण करा, आणि विचार करा की त्या घटनांमधून आनंद मिळतोय का? ह्यात मग्न व्हायला होता येतंय? जर होता येत असेल तर विसरून जा की विज्ञान काय सांगतं. तुम्ही योग्य दिशेने आहात. जसं बागेजवळ जाता जाता हवेतला थंडावा, गारवा जाणवू लागतो. बाग नजरेसमोर नसते तरीही जाणवतं, तुम्ही त्याच दिशेने जात आहात, हवेत गारवा येत चालला आहे. मग तुम्ही अजून जवळ जाता, अजूनही बाग दिसत नाहीये. असं असू शकेल, बाग डोंगराच्या कुशीत कुठे लपली आहे. पण आता फुलांच्या सुगंधाचा दरवळ जाणवू लागतो. तेव्हा खात्री होते की, अगदी योग्य दिशेने वाटचाल होत आहे, अजूनही काही दिसत नाहीये. अजून नजिक

जाता आणि पक्ष्यांचं गाणं ऐकू यायला लागतं, तरीही बाग दिसत नाही. अजून जवळ गेल्यावर दिसतं की चार-दोन माणसं ह्याच दिशेने, वाटेवरून ये-जा करत आहेत, आणि त्यांच्या वस्त्रांना फुलांचा सुगंध येतो आहे. ते बागेतूनच येत असणार. खात्री होते.

जसजसा तुमच्या जीवनात आनंद वाढत जातो, शांतता, मस्ती, समाधी वाढत जाते, समजून जा की तुमची वाटचाल परमात्म्याच्या दिशेनेच चालू आहे आणि जर कधी अशा माणसाला भेटाल तर समजा की तो परमात्म्याला भेटून येत आहे. त्याच्याशी मैत्री करा. त्याच्या सान्निध्यात बसा.

'भगत देख राजी हुई, जगत देख रोई' त्याच्याबरोबर बिघडून जायचं. तो जिथे घेऊन जाईल, तिथे जा.

रैन दिना बाके संग खेलू ज्यूं-ल्यूं वाहि रिझाऊं।' आणि मीरा म्हणते त्याला खेळवू, जसं जमेल तसं. कधी रुसते, कधी समजूत काढते, कधी नाराज होते, कधी प्रेमाच्या गोष्टी करते, कधी चिडवते, कधी गाणी गाते. 'ज्यूं त्यूं वाहि रिझाऊं' म्हणूनच मी म्हटलं की भक्ताचे भाव ऋतूंप्रमाणे बदलत राहतात.

तू मुझे बता की क्या था तू मेरे बयां से पहले
तेरी थी तो क्या हकीकत थी मेरे गुंमा से पहले

भक्त भगवानाला सांगतो, तू असं समजू नकोस की आम्ही तुझ्यावर निर्भर आहोत. तूही आमच्यावर निर्भर आहेस.

तू मुझे बता की क्या था तू मेरे बयां से पहले

मी जोपर्यंत तुझ्या संदर्भात काही बोललो नव्हतो, तेव्हा तू काय होतास? हे सांगू शकशील?

तेरी थी तो क्या हकीकत थी मेरे गुमां से पहले

आणि जोपर्यंत मी माझ्या अनुभवांना शब्द-स्वर दिले नव्हते, तोपर्यंत तुझं असणं-नसणं कुणाला ठाऊक होतं! ही गोष्ट खरी आहे. जसं मीराने गोपाळाला गायलं, तसं कुणीही गायलं नाही. मीराच्या गाण्यानंतर गोपाळामधे जेवढं सत्य आहे, तेवढं त्या अगोदर कधीही नव्हतं. जर मीरा नसती तर गोपाळ कमजोर झाला असता, थोडासा गरीब असता. मीराने समृद्धी दिली.

असं नाही की भक्त भगवानाला काही देतो. भक्त देतो, भगवान देतो. हे देणं-घेणं दोन्ही बाजूंनी होत असतं. ही आग दोन्ही बाजूंनी लागलेली असते. हे प्रेमासारखं एकतर्फी नाहीये. की फक्त भक्त रडत राहतो, आणि भगवान रडत नाही, मजेत असतो. हे असंच व्हायला हवं, नाहीतर प्रेमाला काही अर्थ उरणार नाही.

तू मुझे बता की क्या था तू मेरे बयां से पहले,
तेरी थी तो क्या हकीकत थी मेरे गुमां से पहले,

मिला राजे लामकां भी तो मकां की ही आगही से,
न शऊरे लामकां था कहीं भी मकां से पहले,
इसे मैने ही बसाया इसे मैने ही सजाया,
यह चमन चमन नहीं था तेरा बागवां से पहले,
न पता था बिजलियों को कोई अपनी मंजिलों का,
युं ही बस भटक रहीं थी मेरे आशियां से पहले,
तेरे जोहए लनतरानी को अयां किया था मैने,
तेरा जल्वा कब था जल्वा मेरे इम्तहां से पहले,
हुआ है दर्दे दिल से पैदा ये तसब्बरे मुसर्रत,
ये निशाते जहां कहां थी गमें जावदां से पहले,
न फुगाने नीम शब थी न दुआये सुबहगाही,
तेरा जिक्र तक नहीं था, मेरी दास्तां सें पहले ।

भक्त सांगतो, ना भजन, ना कीर्तन काहीच नव्हतं. ना पहाटेची आरती होत होती, ना संध्याकाळी कुणी तुझं भक्तिगीत गात होतं. ना मंदिरात घंटानाद होत होता, ना दिवाबत्ती होत होती, ना धूप जाळला जायचा, ना पूजा-आरतीची ओवाळणी व्हायची.

न फुगाने नीम शब थी! ना संध्याकाळचा घंटानाद व्हायचा, ना प्रार्थना, ना नमाज पढला जायचा. न दुआये सुबहगाही – आणि न सकाळची प्रार्थना व्हायची.

तेरा जिक्र तक नहीं था मेरी दास्तां से पहले ।

जोपर्यंत माझ्या संदर्भातली गोष्ट घडली नव्हती, तोपर्यंत पत्ता नव्हता, तुझा उच्चारही नव्हता.

मेरे शौक-ए-बंदगी से बने दैर औ हरम सब ।
तेरी सजदागाह कहां थी मेरे आस्तां से पहले ।

भक्त कधी कधी फुशारकीने म्हणतो, की हे मी बनवलंय, हे मंदिर, मस्जिद, हे गुरुद्वार, हे गिरजे!

मेरे शौक-ए-बंदगी से बने दैर औ हरम सब

हे माझंच प्रेम आहे, ही माझीच साद आहे, ज्यांनी ही सारी मंदिरं, मस्जिद बनवली.

तेरी सजदागाह कहां थी तेरे आस्तां से पहले

आणि जोपर्यंत मी नतमस्तक झालो नव्हतो, तोपर्यंत कुठे होती तुझी मूर्ती आणि कुठे होती पूजा-स्थळं? कुठे होतास तू? तुझं असणं माझ्या अगोदर होणं शक्य नाही.

मेरे नक्शे पा से पैदा हुए जिंदगी के रस्ते,

मी गिरिधरच्या घरी जाते । ८३

मैं ही गामजन हुआ था यहां कारवां से पहले,

तेरा नाम तेरी हस्ती तेरी अस्ल तेरी सूरत,

ये तमाम लफ्जो माजी थे कहां बयां से पहले

जोपर्यंत मी बोलत नव्हतो, तोपर्यंत ह्या शब्दांना अर्थ तरी काय होता?

भक्त कधी भांडतो, कधी रुसतो, कधी मानतो. भक्त ह्या सर्व भावनांतून प्रवास करतो. जसं ह्या जगात सर्वसाधारण प्रेमी प्रवास करतो. ह्या दोहोंत मात्र फरक आहे. दोघांच्याही आयुष्यांत समांतर घटना घडतात. पण सर्वसाधारण प्रेमाची सुहागरात फार कमी दिवसांची असते. क्षणभंगुर असते, येते आणि जाते. लवकरच रस-निरस होऊन जातो. एक दुसऱ्यांच्या संदर्भात उदासीनता येते. धबधबा परत वहात नाही. फरक एवढाच, भक्त आणि भगवान ह्यांच्यामधे धबधबा सदा वहात असतो. एकदा वहायला सुरुवात झाली की झाली. हाच तर अर्थ आहे खऱ्या प्रेमाचा. शाश्वत प्रेम फक्त परमात्म्याचं आहे.

'रैन दिना बाके संग खेलू. ज्यूं त्यूं वाहि रिझाऊं ।

जो पहिरावै सोई पहंरू जो दे सोई खाऊं ।।'

भक्त म्हणतो, माझं जीवन हे तुझी मर्जी. तुझं अनुशासन.

'जो पेहरावै सोई पहंरू, जो दे सोई खाऊं.' भक्त स्वत:ची इच्छा दूर सारतो. प्रेमी स्वत:ची आवड-निवड दूर सारतो. इच्छा राहिली तर प्रेमात कमतरता येते. इच्छा जागृत असल्या की त्या लादल्या जातात. आपल्या इच्छेनुसार आपण वागत राहतो. प्रेमी आपल्या सर्व इच्छा बाजूला सारतो.

'जो पेहरावै सोई पहंरू, जो दे सोई खाऊं'

भगवान जे काही देईल ते...

मेरी उनकी प्रीत पुराणी, उन बिन पल न रहाऊं...

आणि जसजसा हा प्रेमाचा संबंध, हे प्रेमाचं नातं गहिरं होत जातं, संवाद सफल होतो. जसजसं भक्ताचं मन, हृदय परमात्म्यासाठी धडधडतं, तसतशी त्याची मूर्ती स्पष्ट होत जाते. समजतं की जन्मो न् जन्म ह्यालाच तर शोधत होतो. हे प्रेम जुनं आहे. हा शोध काही नवा नाही आणि तुम्ही कुणा दुसऱ्याला प्रियकर समजत होता. तेव्हाही हा शोध चालू होता हे समजून येतं. जेव्हा तुम्ही कुणा पुरुषाच्या, स्त्रीच्या, मुलांच्या, आईवडिलांच्या, मित्राच्या प्रेमात पडला होतात, तुम्हाला आश्चर्य वाटेल, ज्या दिवशी तुम्ही परमात्म्याच्या प्रेमात पडाल, आश्चर्यचकित व्हाल की ह्या सर्व संबंधात तुम्ही परमात्म्याचा शोध घेत होतात, त्यालाच शोधत होतात आणि म्हणूनच हे कुठलेही संबंध तृप्त करू शकले नाहीत. कारण शोध चालला होता परमात्म्याचा, आणि त्याला शोधत होतात भलतीकडेच. संसारात शोधत होतात. मागणी मोठी होती. थेंबात समुद्र शोधत होतात. अतृप्त राहणार नाही तर काय

होणार? असफलता येणार नाही तर काय होणार? हिऱ्याचा शोध घेत होतात दगडामधे. निराशेत विफलताच मिळणार. असफल होणार. पराजित होणार, स्वाभाविकच होतं. निश्चित होतं.

'मेरी उनकी प्रीत पुराणी, उन बिन पल न रहाऊं।' आणि हे मी तुम्हाला सांगू इच्छितो, की हा फक्त मीराचा अनुभव नाहीये, हे ज्यांनी जाणलं त्या सर्वांचा अनुभव आहे. आमचं प्रेम एकच आहे. परमात्म्याचं प्रेम! आम्ही त्याचाच शोध घेतो आहोत. कधी चुकीची दिशा कधी योग्य दिशा, पण शोध त्याचाच आहे. आपण वेगळं काही शोधत नाही. आपण वेगळं काही शोधू शकतच नाही.

ह्याहून पलीकडे मी सांगतो की ज्या गोष्टींमधे परमात्मा आहे, असा विचारही तुम्ही करत नाही, त्यातही तुमच्या नकळत तुम्ही परमात्मा शोधत असता. एक माणूस 'पद' शोधत होता. जेव्हा केव्हा तुम्ही 'जागे' व्हाल, तेव्हा तुम्हाला समजेल की त्या 'पद'मधेही भगवानाच्या पदाचा शोध लपलेला होता. 'पद' मिळवण्यातही आकांक्षा हीच होती की तिथपर्यंत पोहोचू, जिथून कुणी पाडू शकणार नाही. तिथे पोहोचू जिथून पडण्याची भीती नसेल. हीच आकांक्षा होती.

जेव्हा तुम्ही संपत्ती शोधता, तेव्हाही परमात्माच शोधता. कारण परमात्मा हे धन आहे. म्हणजे पैशांत मिळणार नाही, पण संपत्तीत जर तुमची इतकी वासना असेल तर तुमची मूळ वासना काय आहे?

गरीब माणसाला मर्यादा माहीत असतात. गरीब माणसाने रस्त्यावरून धावणारी नवी गाडी बघितली, तो ती विकत घेऊ शकत नाही. मर्यादा आली. त्याच्या छातीत हलचल झाली, पैसा असता तर विकत घेतली असती! पैसा असता तर थोडं स्वातंत्र्य असतं. मर्यादा, त्याच्या कक्षा जरा रुंदावल्या असत्या.

श्रीमंताला कुठल्या सुविधा आहेत? त्याला सुविधा एवढीच की मनात आलं, विकत घ्या, जे हवं ते मिळवा. त्याच्या कक्षा रुंदावलेल्या आहेत. त्याचं वर्तुळ मोठं आहे. गरीबाला फास लागलाय, त्याच्याकडे वर्तुळच नाहीये. घाण्याच्या बैलाप्रमाणे त्याच त्याच कक्षेत फिरत राहतोय, बस. कुणी शंभर रुपयांच्या कक्षेत, कुणी हजार रुपयांच्या, कुणी लाख, कुणी करोड, कक्षा त्या त्या प्रमाणे.

संपत्तीचा शोध हा स्वतंत्रतेचा शोध आहे. संपत्तीचा शोध, म्हणजे शक्तीचा शोध आणि परमात्मा. परम शक्ती आहे. परम स्वतंत्रता आहे. संपत्तीतून परम शक्ती मिळत नाही, पण शोध त्याचाच आहे.

कुणी स्त्री सुंदर दिसू इच्छिते, तरुण दिसू इच्छिते, कायम! स्त्रिया स्वत:चं वय लपवतात. एका वयापाशी मुक्काम ठोकतात. त्यांचं वय वाढतच नाही. का? का असं करतात? परम सौंदर्याची इच्छा आहे. शाश्वत सौंदर्याची आकांक्षा आहे. ह्या पलीकडे काही नाही. ह्या शरीरात हे होणारच. तुम्ही वाढलेलं वय सांगा, नका सांगू,

तुम्ही मान्य करा. नका करू. शरीर तर सांगणारच. तुम्ही कितीही लपवण्याचा प्रयत्न करा, लपणार नाही, प्रकट होणारच. चेहऱ्यावरच्या रेषा सांगतील, हात-पाय थकलेत हे सांगतील. हे तर होणारच आहे. किती काळ लपवणार? कसं लपवणार?

पण इच्छा, आकांक्षामधे, मुळात आकांक्षा काय आहे? आकांक्षा हीच आहे. जर असं झालं असतं की आयुष्य असं कायम सुंदर, तरुण असतं! हा परमात्म्याचाच शोध आहे, कारण त्याचं जीवन हे सदा सुंदर आहे, शाश्वत आहे, तरुण आहे. तिथे 'वेळ' 'काळ' नाहीये, म्हणून वयस्कर होण्याचा प्रश्नच नाहीये. तिथे काळापुढे मनुष्य जातो. तिथे शरीर नाहीये. म्हणून दुबळेपण. कमजोरी नाहीये आणि इथे शरीराची गरजही नाहीये. म्हणून कुणी गरीब-श्रीमंत नाहीयेत.

आपण जीवनात जे काही शोधतो, शेवटी त्याचा मथितार्थ असाच होतो की हा परमात्म्याचा शोध आहे. आता काही जणं चुकीचं शोधताना दिसतात, पण मनात खरं तर तसा भेद नसतो. चुकीच्या शोधातून, योग्य शोधाकडे कालांतराने सगळे वळतातच.

'मेरी उनकी प्रीत पुराणी, उन बिन पल न रहाऊं।'

आणि परमात्म्याचं अस्तित्व हळूहळू जाणवायला लागलं की क्षणभरही त्याच्या शिवाय जगणं, राहणं पसंत होणार नाही. चांगलं वाटणार नाही. त्याच्याशिवाय स्वत:चं अस्तित्व निरर्थक वाटेल.

तू पास नहीं मेरे तो कुछ पास नहीं है,
तेरी जो नहीं आस कोई आस नहीं है,
लब पर है हंसी तेरे तो सब कुछ है मुझे रास,
रंजीदा अगर तू है तो कुछ रास नहीं है,
तेरे लिये हूं चाके गरेबां को छुपाये,
दुनिया का तो कुछ इतना मुझे पास नहीं है,
सुन लेते हो तो हो जाती है तसल्ली मेरे दिल की,
रुदादे मुहब्बत मेरी कुछ खास नहीं है,
तुमसे नहीं बाबस्ता मेरी कौन सी उम्मीद,
कहने को मुझे तुमसे कोई आस नहीं है ।

जेवढे जेवढे क्षण हळूहळू परमात्म्याच्या संगतीत व्यस्त होतात, ते सार्थकी लागतात. जे क्षण त्याच्याशिवाय व्यतीत होतात ते दु:खाचे, विषादाचे, नरकक्षण असतात. जे त्याच्या संगतीत जातात, ते स्वर्गीय असतात.

तू पास नहीं मेरे तो कुछ पास नहीं है,
तेरी जो नहीं आस कोई आस नहीं है,
लब पर हैं हंसी तेरे तो सब कुछ है मुझे रास,

रंजीदा अगर तू है तो कुछ रास नहीं है,
सुन लेते हो तो हो जाती है तसल्ली मेरे दिल की,
रुदादे मुहोब्बत मेरी कुछ खास नहीं है ।

भक्त सांगतो, माझ्या प्रेमकहाणीमधे खास असं काहीही नाहीये. मग मी तुम्हाला एकसारखं काय सांगू, काय ऐकवू!

मीराच्या ह्या भजनांतही खास काय आहे? तोच भक्ताचा जुना भाव. तेच जुनं प्रेम. त्याच उपमा, तीच प्रतिकं, तेच ते शब्द! वेगळं काय आहे?

रुदादे मुहोब्बत मेरी कुछ खास नहीं है। प्रेमाची वेगळी अशी काय गोष्ट असू शकते? अडीच अक्षरांत पूर्ण होते. वेगळी काय गोष्ट असणार?

पण- 'सून लेते हो तो हो जाती है तसल्ली मेरे दिल की।

भक्त जेव्हा भगवानाची स्तुती करतो, भजनं गातो, त्याच्या मोठेपणाची, सुंदरतेची, उदारतेची गाणी गातो, हे केवळ भगवानाला खुष करण्यासाठी नाही करत आणि असंही नाही की त्याच्याजवळ खास असं सांगण्यासारखं काही आहे. पण बस् त्याला आनंद आहे. त्याचं मन, हृदय भरून येतं, समाधान मिळतं, जेव्हा भगवान भक्ताचं गाणं ऐकतो.

तुमसे नही बाबस्ता मेरी कौन सी उम्मीद,

भक्त सांगतो. मी तुला सांगू तर काय सांगू? असं काय आहे जे तुला माहीत नाही? माझी अशी कुठली इच्छा आहे, जी तुला माहीत नाही? मी तुला काही सांगावं असं तर मला वाटत नाही.

पण तरीही भक्त सांगतो, भक्त रडतो, तरीही तो नाचतो. भक्त भाव भावनेच्या प्रत्येक टप्प्यातून प्रवास करतो, जो एक प्रेमी करतो. फरक इतकाच की भक्त खऱ्या प्रेमात पडतो, खरं प्रेम मिळवतो आणि इतरेजन खोट्या, मोहाच्या प्रेमात अडकतात आणि अडकतच जातात.

खोट्या प्रेमातून जागे व्हा, कारण तिथे धोका आहे आणि जेव्हा मी सांगतोय की खोट्या प्रेमातून जागे व्हा तेव्हा चुकूनही असं समजू नका, मी तुम्हाला घर-दार सोडून जायला सांगतोय की बायकोला, नवऱ्याला, मुलांना सोडा, असं नाहीये. जेव्हा मी सांगतो की खोट्या प्रेमातून जागे व्हा, तेव्हा त्याचा अर्थ असा आहे, की तुम्ही तुमच्या पत्नीत पत्नीला बघू नका, तिच्यात परमात्मा बघायला सुरुवात करा. पतीमधे परमात्मा बघायला सुरुवात करा. जे मूल तुमच्या घरात जन्मलं आहे, त्याच्यात परमात्मा बघा. ह्या पाहुण्यांना प्रेम द्या. काळजी घ्या, पळून जाण्याची गरज नाही. फक्त बघण्याचा दृष्टिकोन बदला.

'जहां बैठावै तित ही बैंठू, बेचैं तो बिक जाऊं।
मीरा के प्रभु गिरधर नागर, बार बार बलि जाऊं।'

जहां बैठावै तित ही बैठू...

मीरा म्हणते, आता तर तो जी काही आज्ञा करेल तीच! त्याची आज्ञा, हेच माझं जीवन! जिथे बसायला सांगतो, तिथे बसते. उठायला सांगतो, उठते. आता मी माझा कुठलाही विचार, कुठलाही निर्णय घेऊ शकत नाही. ती गोष्ट कायमची संपली.

ह्यालाच समर्पण भाव म्हणतात. ज्यांनी ही कला अवगत केली त्यांना जगात मग कुठलीही अडचण नाहीये. त्यांना कष्ट होतच नाहीत. कष्ट तेव्हाच वाटतात जेव्हा तुम्ही त्यासाठी तयार नाही आहात. तुमच्या आत वासना फिरत राहते. की मला ह्या जागी बसव. मला असं बनव आणि जर तुम्ही तसे नाही होऊ शकलात, नाराज होता. नाराज होता तर परमात्म्याशी संबंध तुटतात. राग येतो, आणि संबंध तुटतो.

एका व्यक्तीने मला येऊन सांगितलं की, 'माझा मुलगा आजारी होता आणि मी जाऊन प्रार्थना केली.' हनुमानाचा भक्त होता; आणि मी त्याला वेळही दिला. 'अल्टिमेटम' दिला? कुठल्याशा फॅक्टरीत काम करता होता, त्यामुळे संप हा शब्द शिकला होता. 'अल्टिमेटम'! अल्टिमेटम दिला हनुमानाला की जर पंधरा दिवसांच्या आत मुलगा बरा नाही झाला तो बस. समजून जा. मग तर माझी खात्रीच होईल की भगवान वगैरे कुणी नाहीये. सगळं बकवास आहे.

मुलगा बरा झाला तर तो माझ्यापाशी आला, म्हणाला. 'हनुमानाने माझी लाज राखली.' मी म्हणालो, 'लाज तुझी राखली की स्वत:ची? अल्टिमेटम तू दिलं होतंस की हनुमानाने दिलं होतं?' मग मी म्हणालो, 'आता पुन्हा अल्टिमेटम देऊ नकोस. नाहीतर हनुमान त्यांची लाज एकसारखी राखू शकणार नाही. हे तर योगायोगाने घडलं, मुलगा वाचला. आता पुन्हा चूक करू नकोस. नाहीतर नास्तिक होशील. ही तुझी आस्तिकता पोकळ आहे. मुलगा मेला असता तर? तर मुलगा मेला नसता, हनुमान मेले असते. तर मुलाची प्रेतयात्रा नसती निघाली, हनुमानाची निघाली असती. आता चुकूनही तू हे पुन्हा करू नकोस.

तो म्हणाला, 'हे तुम्ही काय सांगताय? गुरुकिल्ली हाताला लाभल्ये माझ्या!'

तर मी सांगितलं, 'तुझी मर्जी. लवकरच तू कुठल्या अडचणीत सापडशील.'

आणि नंतर दोन महिन्यांनी तो आला. म्हणाला, 'तुम्ही बरोबर सांगत होतात. सर्व श्रद्धा आस्था नष्ट झाल्येय. माझ्या मोठ्या मुलाला नोकरी लागत नव्हती. मी अल्टिमेटम दिलं. पंधरा दिवस सरले, पण काही झालं नाही. मग मी विचार केला, आणि उदार होऊन अजून पंधरा दिवस दिले. तेही सरले. पण काहीही झालं नाही. आता मला नास्तिकता येत चालली आहे.'

मी म्हटलं, 'भाई, अजून पंधरा दिवस दे. आता तू अडचणीत तर पडणारच. कारण आता तुझी एक वासना आहे. ती जर परमात्म्याने पूर्ण केली तरच ह्याचं

असणं-नसणं हे ह्या गोष्टीवर अवलंबून आहे.'

ही श्रद्धा आहे का? ही तर एक सुविधा आहे. ह्याला फक्त परमात्म्याचा उपयोग करून घेणं म्हणतात.

जसं परमात्मा ठेवतो, ते मान्य करा. त्यानं 'उचलून' नेलं तरीही! कुठलीही अट नको.

डॉ. शुक्ल इथे बसले आहेत. त्यांची पत्नी देवाघरी गेली. त्यांचं नाव मीरा होतं. त्यांना मी हे नाव दिलं होतं मीरा. आता ते दु:खी आहेत, बेचैन आहेत. मुळात त्यांनी खूप प्रेमाने पत्नीशी संसार मांडला होता. पत्नी गेली आणि हे उदास, कष्टी, वेडसर झाले. ते आता म्हणतात, मी एकटा कसा राहू? मूलबाळही नाही. घर अगदी सुनं सुनं झालंय.

आणि वर्षोन्‌वर्ष दोघं एकत्र होते. आता मोठी बेचैनी आली, खूप अस्वस्थता आली. बायकोचं नसणं त्यांना स्वीकारता येत नव्हतं. परमात्म्याची, ईश्वराची मर्जी, त्यात काही लाभ असेल, कल्याण असेल. कुणास ठाऊक परमात्म्याने मीराला म्हणूनच बोलावून घेतलं असेल की बास झालं, किती काळ मीरामधे गुंतून राहणार? आता गोपाळाला बघा. नाही तर संपूर्ण सावली बनून राहिले होते. त्यांना वाटलं सर्व ठीक चालू आहे, ह्या शिवाय अजून वेगळं काय हवं? म्हणूनच कदाचित मीरा राहिली नाही, हे जे क्षणभंगुर प्रेम होतं, ते आता शाश्वताशी लागावं.

भक्त असाच विचार करेल. भक्त नेहमी एक मार्ग काढत राहील. शोधत राहील, ईश्वराची तशी इच्छा आहे ह्याचा काही तरी अर्थ असणार. एका प्रेमिकाला, प्रेमाला हिसकावून घेतलं आहे. नव्या प्रेमाची सुरुवात व्हावी म्हणून. एका नव्या प्रेमाचा जन्म. देह तर गेला. देहावर प्रेम केलं होतं, ते संपलं. आता अदेहाशी प्रेम करा. आता असं प्रेम करा की जे कधी मरणार नाही. मरणाऱ्यांशी जन्मोन्‌जन्म प्रेम केलं, आणि प्रत्येक वेळेला त्रास झाला. प्रत्येक वेळेला बेचैनी आली. ह्या डॉक्टरांना पहिल्यांदा थोडा ना विरह झाला होता, असं कित्ती वेळा झालंय.

जागे व्हा! सजग व्हा! आता एका नव्या प्रेमाची सुरुवात करा. एक नवं प्रेम! जे शाश्वत आहे. ज्याला मरण नाही.

'मेरी उनकी प्रीत पुराणी ऊन बिन पल न राहाऊं।
जहां बैठावे तित ही बैठूं बेचै तो बिक जाऊं।।'

आणि असा भाव पाहिजे की विकत असाल तर विकण्यासाठी मान्य. नाही, म्हणणार नाही, हूं की चू करणार नाही. 'नाही' हा उच्चारच नाही. विकत असाल तर विका. खरं तर लोक म्हणतात तसं. इथे माझ्याजवळ येतात. म्हणतात, 'आम्ही तुम्ही जे सांगाल तेच करू, जी तुमची आज्ञा असेल तसंच लावा, आज्ञेचं पालन करू.' तर मी त्यांना सांगतो ठीक आहे, तुम्ही परत घरी जा, ध्यान करा. पत्नी

मुलांची काळजी घ्या.

ते मला म्हणतात, 'आता आम्ही कुठे जाणार नाही.' मी सांगतो. 'घरी जा.' ते म्हणतात. 'आम्ही कुठेही जाणार नाही. आता आम्ही तुमच्या पायाशी आलो आहोत. आता तुम्हाला सोडून जाणं शक्य नाही.'

मी त्यांना सांगतोय, 'बाबांनो घरी जा. तुमची बायको आहे, मुलं आहेत.'

'आता नाही. आता तर समर्पण केलं.'

त्यांना हीच गोष्ट समजत नाही की एकीकडे ते म्हणतात, की 'तुम्ही जे सांगाल ते करू' आणि आता जे सांगतोय 'घरी जा' तर नाही. नुसतंच म्हणत राहतात, 'जे तुम्ही सांगाल ते..'

कधी कधी काही मित्रांना मी इथे आश्रमात घेतो. जेव्हा ते आश्रमात समाविष्ट होतात, तेव्हा म्हणतात. 'बस् आता आम्ही सर्व तुमच्यावर सोडून दिलंय. तुम्ही जे सांगाल, तुम्ही जसं सांगाल तसं! तुम्ही आमचे प्राण जरी मागितलेत तरी आम्ही तयार आहोत.

प्राण वगैरे आम्ही घेत नाही; कारण कोर्ट-कचेरी वगैरे करायचं नाहीये. पण महिन्या दोन महिन्यात हे प्राण वगैरे विसरून जातात. मग तर त्यांना जे काम देईन, तेही आवडत नाही. म्हणतात, हे आमच्याकडून होत नाही. आम्हाला दुसरं काम हवं. ते दुसरं काम दिलं, चार-आठ दिवसांनंतर पुन्हा, 'हे आम्हाला नाही जमत. ह्यात रस वाटत नाही.' मग त्यांच्या सर्व गरजा त्यांना जाणवायला लागतात. त्यांना विशिष्ट अन्न पाहिजे, विशिष्ट खोली पाहिजे. एवढं दिलं तरी ते जास्त काळ काम करू शकत नाहीत. ते घड्याळ बघून उठतात. पण भाव त्यांचा असा असतो, सांगत राहतात, सर्व काही समर्पित केलं आहे. जे तुम्ही सांगाल, तेच आम्ही करू.'

मुल्ला नसरुद्दीनने आपल्या प्रेयसीला पत्रं लिहिलं की माझं तुझ्यावर एवढं प्रेम आहे की, आग जरी पेटलेली असली, तरीही मी तुला भेटायला येईन. प्रलय आला, पूर आला तरीही मी तुला भेटायला येईन आणि पुन्हा पत्राच्या शेवटी लिहिलं की जर शनिवारी पाऊस नाही पडला तर भेटायला जरूर येईन. जे पुन्हा लिहिलं तेवढंच खरं आहे.

'जहां बैठावे तित ही बैठूं...'

ह्यात खूप अर्थ सामावलेला आहे. खोलवर विचार हवा. हे सूत्र म्हणजे क्रांती आहे. सर्व शास्त्रांचं सार ह्या सूत्रात आहे. सरळ व साधं वचन आहे. 'जहां बैठावे तित ही बैठूं' पण ह्यात सर्व काही आलं. एवढं जरी केलंत तरी अजून काही मग करण्यासारखं उरत नाही. अजून राहिलंच काय?

'बेचै तो बिक जाऊं...'

पण मीराने प्रमाण दिलंय. आपल्या जीवनातून ती सर्व काही हरवून बसली

आपल्या गोपाळाकरता. प्रतिष्ठा, लोक लज्जा हरवली. सन्मान, घर-दार, परिवार, सर्व तऱ्हेचे अपमान सहन केले. सर्व हरवलं. विकली. संपूर्णपणे विकली गेली. ह्यात तिने कणभरही धोका दिला नाही.

'पुन्हा' ठेवलंच नाही. म्हणून पोहोचली. म्हणून त्या परमेश्वराच्या चरणांपर्यंत पोहोचली. खूप कमी स्त्रिया ह्या परमेश्वराच्या पदापर्यंत पोहोचल्या आहेत जिथे मीरा पोहोचली. पण ह्या सूत्रात सर्व गोष्टी सामावलेल्या आहेत.

'मीरा के प्रभु गिरधर नागर बार बार बली जाऊं!'

आणि मीरा म्हणते, की 'एकदाच? ह्याने काय होणार? पुन्हा पुन्हा निछावर होऊ इच्छिते. एकदा निछावर होऊन उपयोग नाही. पुन्हा पुन्हा निछावर होऊ इच्छिते, पुन्हा पुन्हा जीव ओवाळून टाकू इच्छिते, कारण पुन्हा जेव्हा जीव ओवाळून टाकते, तेव्हा आणि हर एक वेळा, प्रत्येक वेळा स्वर्गाचं, मोक्षाचं दार उघडतं. प्रत्येक वेळेला स्वतःला मिटवून टाकते आणि स्वर्ग बरसतो, अमृतधारा बरसतात.

राजी हो रजा पर तेरी

हुए मजबूर थे, हम मुख्तार बने,

ये हार हमारी हार है वो

जो जीत को भी शरमाती है।

हे एक विरुद्ध– उलट वचन आहे. हा विरोधाभास आहे. पण धर्माचं सूत्र-सार ह्याच विरोधाभासातच दडलेलं असतं. वचन म्हणतं, राजी हो रजा पर तेरी, हुई मजबूर थे हम, मुख्तार बने. तू जे सांगशील ते ऐकायला, मान्य करायला सुरुवात काय केली, त्या अगोदर आम्ही असहाय्य होतो. स्वतंत्रता मिळाली. आम्ही आमचे मालक झालो. जेव्हा तुझे गुलाम झालो, आम्ही मालक झालो. जोपर्यंत स्वतःच्या मालक असण्याबद्दल शंका होती, तोपर्यंत गुलाम होतो. जोपर्यंत स्वतःच चालत होतो, कुठेही पोहोचलो नाही. फक्त लंगडत राहिलो. जोपर्यंत स्वतःची कहाणी सांगावयाचा प्रयत्न केला तोपर्यंत अडखळलो, चाचरलो आणि जेव्हा सर्व तुझ्यावर सोपवलं तेव्हापासून अवीट, अपूर्व गीतांचा जन्म झाला. आम्ही आमचे मालक झालो.

राजी हो रजा पर तेरी हुए मजबूर थे हम, मुख्तार बने,

ये हार हमारी हार है वो, जो जीत को भी शरमाती है।

प्रेमातली ही अशी हार, हा पराजय, विजयापेक्षा मोठा आहे. प्रेमात जो हरला तो जिंकला. प्रेमात ज्याने जिंकण्याचा प्रयत्न केला, त्याला प्रेमाची भाषा, शास्त्र समजलं नाही. तो तर प्रेमाच्या दारातही उभं राहू शकणार नाही. मग प्रवेश मिळण्याचा प्रश्नच उद्भवत नाही. प्रेमात हार हेच विजयाचं परिमाण आहे.

ये हार हमारी हार है वो, जो जीत को भी शरमाती है,

ये नुरे जोहदो तायत है, जो बिजली बनकर गिरता है,
इसियां की काली बदली तो रहमत की घटा बत जाती है।

जर तुम्ही विचार केलात की तुम्ही तपस्या केली. व्रत, उपास, नियम इत्यादी... तर हा तुमचा अहंकार असेल. हा अहंकार विजेसारखा तुमच्यावर कडाडेल आणि तुम्ही नष्ट होऊन जाल.

ये नूरे जोहदो तायत है जो बिजली बनकर गिरता है।

हा तुमचा अहंकार तुमची राख रांगोळी करेल. हे तुमचं व्रत, तपस्या, साधना, पूजा अर्चा कामास येणार नाही.

इसियां की काली बदली तो रहमत की घटा बन जाती है।

भक्त सांगतो, 'मी पापी आहे. कुठलं पुण्य, कसला तप, कसलं व्रत, माझं सामर्थ्य आहेच काय मुळी?'

'जहां बैठावे तित ही बैठूं, बेचै तो बिक जाऊं।'

मी तर तुझी गुलाम, तुझी सावली, तुझी दासी. जर असा भाव असेल तर 'इसियां' की काली बदली तो रहमत की घटा बन जाती है...' तर पापाचे काळे ढग सुद्धा करुणा बरसवू लागतात. दयेची बरसात होत राहते.

अहंकाराची निर्मिती करू नका आणि अहंकार निर्माण कसा होतो? मी म्हणेन तसंच, मी माझंच ऐकायला लावेन, वागायला लावेन. जोपर्यंत तुम्हाला असं वाटत राहील, की तुम्हाला ह्या जगात काही करून दाखवायचं आहे, होऊन दाखवायचं आहे, हे असंच झालं पाहिजे तोपर्यंत तुम्ही अहंकारी आहात. भक्तांच्या जगात अहंकाराला जागा नाही. संकल्पांना काही फक्त समर्पण हवं. मात्र, समर्पण!

जो चाहे दुनिया कहने दो, तुम अपना काम किये जाओ,
मय्यार जमाने के हिम्मत इसांन की आप बनाती है।
बख्शी है मुसलसल एक तडप तो इतना एहसां और करो;
हम पर भी नजर वो हो जाये जो दोनों जहां गरमाती है।

बस, इतकी प्रार्थना पुरेशी आहे की एकवार आमच्याकडेसुद्धा डोळे उघडून बघ. आम्ही तयार आहोत, मान्य आहोत आणि आज जर बघितलं नाहीस, तर उद्या सुद्धा आम्ही वाट बघत राहू आणि उद्याही नाही, तर परवा सुद्धा. आम्हाला तेवढा धीर आहे. निवेदन, अर्ज तर केला आहे की एकदा आमच्याकडेही बघ, अशी नजर जी दोन्ही जगांना प्राण दान करते. ज्यामुळे पृथ्वी स्वर्ग दोन्ही जीवन सांभाळलं जातं. तशी एक नजर आम्हाला मिळू दे.

पण अशी नजर अशांनाच मिळते, *'जहां बैठावे तित ही बैठूं, बेचै तो बिक जाऊं। मीरा के प्रभु गिरधर नागर बार-बार बलि जाऊं।'* अशा भावनेने समरस होतात.

मीरा मगन हुई हरी के गुण गाय

आणि हरीचे गुण तुम्ही तेव्हाच गाऊ शकता, जेव्हा ही भावदशा तुमची निर्मिती असेल, जेव्हा हे समर्पण होऊ शकतं. मीरा तेव्हाच गाऊ शकली. नंतर मीरा गायली नाही. ती बासरी झाली, बासरीची पुंगी झाली. गायलं कृष्णानेच. तेच गायक आहेत.

'जहां बैठावे तित ही बैठूं, बेचै तो बिक जाऊं।'

हीच तर बासरीची पुंगी! आता तुमची मर्जी, गायला तर गायलात, नाही गायलात तर नाही.

मीरा मगन भई हरी के गुण गाय।

आणि तेव्हा एक मग्नता येते. तल्लीनता येते. एक समाधी लागते.

पीये बगैर ही रहता हुं मस्त, मेरे लिए
ये जामो वादाओ पैमाना ओ सबू क्या है।

भक्त सांगतो, की मला मद्याची सुरई नको, ना मद्याच्या सेवनासाठी पात्र हवं, मला काहीही नको. मद्यही नको.

पीये बगैर ही रहता हूं मस्त, मेरे लिये
ए जामो वादाओ पैमाना ओ सबू क्या है
मेरी निगाह में रक्सा है मौजे हुस्ने अजल
जमाल जोहरा जबानी की आबरु क्या है।

मला अप्सरा नकोत, सुंदर स्त्रिया नकोत, कारण माझ्या नजरेत तर...'मेरी निगाह में रक्सा है मौजे हुस्ने अजल' ते जे अनंताचं सौंदर्य आहे. ते माझ्या नजरेत नाचत आहे. गोपाळ नाचतोय माझ्या नजरेत. आता माझ्यासाठी कुणी अप्सरा नकोत, उर्वशी नकोत.

मेरी निगाह में रक्सां है मौजे हुस्ने अजल,
जमाल जोहरा जबानी की आबरु क्या है,
मेरे खयाल में तखलीक है बहारों की,
मैं जानता हूं ये अफ्सूं रंगो बू क्या है।

आणि आता फुलांत गंध काय आहे? आणि आता वसंतात, फुलांच्या हंगामात तरी काय ठेवलंय? आता तर वसंताला बनवणारा माझ्या आत वास्तव्य करतोय.

मेरे खयाल मैं तखलीक है बहारों की,
मैं जानता हूं ये अफ्सूं रंगो बू क्या है,
मेरे सकूत के पर्दों से राग उठते है,
तिलस्म हुस्ने बयां सहरे गुफ्तगू क्या है।

मेरे सकूत के पर्दों से राग उठते है!

जेव्हा तुमचा अहंकार गेला, तेव्हा शांतता मिळाली. सर्व त्रास जो काही होता

तो अहंकारामुळे होता. हे सर्व-तू-तू-मी-मी जे तुमच्या आत अव्याहत चालू होतं, ते अहंकारामुळे होतं. हे जे युद्ध सतत आत चालू आहे, ते अहंकारामुळे आहे.

मेरे सकूत के पर्दों से राग उठते है,
तिलस्म हुस्ने बयां सहरे गुफ्तगू क्या है।

ही जी पहाटे हवा वृक्षांमधून फिरते, सुगंधाने भरलेली, वृक्षांना सळसळत ठेवते. गाणी म्हणजे, हे तसं काहीच नाहीये. ज्या दिवशी तुम्ही शून्य व्हाल, तुमच्या आत परमात्म्याचे स्वर फिरत राहतील, घुमत राहतील.

मेरे ही शौके तमाशा का एक करश्मा है,
हजूमें जल्वाए अनवार चार सू क्या है,
बिनाये जीस्त हूं अस्ले निशात है मुझसे,
मेरा ही खेल है तुफाने आरजू क्या है,
मेरे ही कदमों से मिलता है मंजिलो का पता,
ये देख जौके सफर शौके जुस्तजू क्या है,
मेरा मकाने फना है सकून, पदीये गैब,
बस इक जहुरे खुदी शौरशे नमुं क्या है

भक्ताचं ध्येय काय आहे? परम शून्य होणं. स्वत:ला उधळून टाकणं, समर्पित करणं.

मेरा मकाने फना है पदीये गैब।

मिटवून टाका स्वत:ला, हीच खरी जादू आहे. हेच खरं रहस्य आहे. जिथे तुम्ही तुम्हाला मिटवलंत तिथे परमात्मा मिळाला. जेव्हा भक्त मिटून जातो, तेव्हा जी गाणी उमटतात त्यांचा गोडवा काही और असतो.

'मीरा मगन भई हरी के गुण गाय।
सांप पिटारा राणा भेंज्यो, मीरा हाय दियो जाय।'

मस्ती, आनंद असा होता, जसा मद्याचा! शराबीची मस्ती, ह्या मस्तीपुढे काय टिकाव धरणार? सापातही साप दिसला नाही. साप राणाने पाठवला होता. परिवार, कुटुंब, दु:खी होत आहे. मीराचा आनंद, मस्ती दु:खाचं कारण बनलं आहे. धर्मगुरू, पंडित, पुरोहीत राणाकडे जाऊन तक्रार करत आहेत की आता काही तरी करावं लागेल. हा तुमच्या इज्जतीचा प्रश्न आहे. हे पंडित, पुरोहीत कबीराच्याही विरोधात होते. हे पंडित, पुरोहीत रैदासच्याही विरोधात होते. हे पंडित, पुरोहीत जीझस, बुद्धाच्याही विरोधात होते. पण हे मीराच्या जरा जास्तच विरोधात होते. कारण आहे, की कबीर वीणकर होता. नाराजी होती कारण तो क्षूद्र होता. रैदास चांभार होता. नाराजी होती कारण तोही क्षूद्र होता. बुद्ध अशा गोष्टी करत होते जे हिंदू संस्कृतीच्या आणि परंपरेच्या विरोधात होत्या. महावीर नग्न होऊन फिरत होते, जे पंडितांना

अशोभनीय वाटत होतं. पण मीराच्या बाबतीत गोष्ट वेगळी होती, ती स्त्री होती आणि राजघराण्यातली होती.

पुरुषांनी पुरुषांना कसं तरी सहन तरी केलं. पण स्त्रीला सहन करणं कठीण आहे. पुरुषांचा अहंकार हे सहन करू शकत नाही की स्त्रीने परमात्मा मिळवला. ती तिथपर्यंत पोहोचली. पुरुष असताना स्त्रीला परमात्म्याची प्राप्ती झाली? जैन धर्माने तर निषेध केला आहे. स्त्रियांना मोक्ष मिळवण्याचा, प्राप्त करण्याचा मार्ग त्यांनी बंद केला आहे आणि गंमत अशी आहे की स्त्रिया हा नियम पाळतात, मुनीचं हे वचन त्यांनी मान्य केलं आहे. त्या सर्वांना पळवून लावा. त्यांना सांगा की हे शास्त्र बदला. हा स्त्री जातीचा अपमान आहे. पण गंमत अशी आहे की मंदिरात तुम्हाला पुरुष खूप कमी प्रमाणात दिसतील.

'औसत अनुपात' चार स्त्रिया आणि एक पुरुष, असा असतो आणि तो एकही असाच आला आहे. कुणी ढब्बू पुरुष असेल जो पत्नी बरोबर असाच गेला, का काही असंच साधारणसं कारण! मंदिरांशी त्यांचं काही देणं घेणं नाही. पत्नी तिथे जाते तर काय करणार? आणि पत्नीने सांगितलं की जावं लागणार, तर गेले, ठीक आहे. किंवा काही दुसऱ्या कारणाने जावं लागलं असेल.

आणि ही शास्त्रं सांगत राहतात की स्त्रीला मोक्ष नाही. असं दिसतं जैन साधू जर पुरुष असेल, किंवा नवा पुजारी असेल, तरीही जुन्या स्त्री साध्वीला त्याला वाकून नमस्कार करावा लागतो. का? ती स्त्री आहे. मग ती वीस-बावीस वर्ष जुनी दिक्षित असो तरीही नव्या दिक्षित पुरुषाला तिला नतमस्तक व्हावंच लागतं.

आणि गंमत अशी आहे की स्त्री साध्वींमधे थोडं तरी साधुत्व मिळेल, पण पुरुष साधुंमधे काहीही दिसत नाही. कारण स्त्रीमधे एक सौम्यता आहे, सरळता आहे. बेईमानी नाहीये. पाखंडी नाहीये ती. स्त्री जेव्हा साध्वी होते, तेव्हा ती पूर्णत्वाने साध्वी होते. पुरुष एक हिशोब ठेवतो. न जाणो काय काय हिशोब असतात त्याचे! मोठं गणित मांडतो. पोहोचल्यावरही त्याचं गणित चालू असतं. त्याचं राजकारण चालू असतं. एखाद्या संस्थेचा मुख्य कसा असतो, हे असं कसं असावं, आचार्य पद, अध्यक्ष पदावर कसं बसता येईल, अशाच तऱ्हेचं राजकारण चालतं.

पण जैन शास्त्र सांगतं, स्त्री हा पर्याय असल्यामुळे स्त्रीला मोक्ष नाही. हा स्त्री देहाचा मोठा अपमान आहे आणि हे सांगणारे लोक आध्यात्मिक आहेत, आणि तरीही ते देहाला एवढं महत्त्व देतात. ही गोष्ट समजून येत नाही. आत्मा ना स्त्री असते, ना पुरुष! पण हा त्रास कायम राहिला आहे. सर्व धर्मांनी स्त्रियांचा अपमान केला आहे.

तर आता तुम्ही विचार करू शकता की मीराला किती अडचणींचा सामना करावा लागला असेल आणि सर्वांत कठीण गोष्ट म्हणजे पुरुषांनी तर मीराला विरोध

केलाच होता पण स्त्रियासुद्धा मीराच्या विरोधात होत्या. स्त्रियांमधे दुसऱ्या स्त्रीसाठी जन्मजात वैमनस्य आहे.

आता कालच एक प्रश्न विचारला गेला होता, की कुणा देवीने मीराच्या विरोधात एक महान शोध लावून ग्रंथ लिहिला होता. कुणा देवाला हे नाही सुचलं. देवीला ज्ञान झालं. स्त्रिया फार ईर्षा धरतात एकमेकांविरोधात! स्त्रिया जेवढी माहिती, जेवढी शोधाशोध एक दुसरीची करतात, तेवढे पुरुष करत नाहीत आणि पुरुषांना तेवढा रस ही नसतो. पण ती काय चुकीचं वागत्ये. संपूर्ण आयुष्यात ह्याच गोष्टींत रस. तर पुरुषांनी विरोध, प्रतिनिधित्व केलं मीराच्या बाबतीत, कारण ती स्त्री होती. स्त्रियांनीही प्रतिनिधित्व केलं, कारण ती स्त्री होती. मीराला खूप कष्ट त्रास, दुःख दिलं असणार. मीरा टिकू शकली नाही. राजस्थान सोडावं लागलं तिला. मथुरा, वृंदावनात गेली, तिथूनही तिला पळून जावं लागलं. पळत राहिली.

आम्ही पण त्या जगात जे लोक परमात्माच्या प्रेमात पूर्णपणे बुडले त्यांच्या बाबतीत दुर्व्यवहार केला. आमच्या अहंकाराला डिवचलं गेलं.

गरेबां चाक भी होगा फुगां तक बात आ पहुंची,
वहां तक जा ही पहुंचेगी जो यां तक बात आ पहुंची,
मिटा कर अपनी हस्ती तुझको आखिर पा ही लूंगा मै,
जलेंगे बालों पर भी आशियां तक बात आ पहुंची,
बनाया था जलाने ही को आखिर आशियां अपना,
चमन में शुक्र है बर्के तपां तक बात आ पहुंची,
शरीके कारवां हूं मै गुबारे कारवां होकर,
मेरे मिटने की मीरे कारवां तक बात आ पहुंची,
मुझे जो मुस्कुराकर अपने हाथों जाम बख्शा था,
इनायत थी मगर अब दास्तां तक बात आ पहुंची,
चमन वालो उठो आराइशे महफिल का वक्त आया,
खिजां से अब बहारे बेखिजां तक बात आ पहुंची,
सजायेदार हो तजवीज अब मेरे लिये शायद,
जो कह बैठा हूं मै पीरे मुगां तक बात आ पहुंची।

जेव्हा कुणाच्या आतून 'मी सत्य आहे', 'अहं ब्रम्हास्मि'चा नाद घुमू लागतो,

चमन वालो उठो आराइशे महफिल का वक्त आया,
खिजां से अब बहारे बेखिजां तक बात आ पहुंची।

जेव्हा कुणी मोक्षाची बातमी आणतं, जिथे शिशिर ऋतू, पानगळ होत नाही, जिथे वसंतऋतू शाश्वत आहे, जेव्हा कुणी त्या परम आनंदाची बातमी आणतं, त्या परम नृत्याची बातमी आणतं, जेव्हा कुणाच्या पावलांत त्या परम नृत्याचे झंकार

उमटतात आणि कुणाच्या कंठात थोडासा स्वर, सूर, संगीत उमटतं, आणि जेव्हा कुणाच्या नयनांत परमात्मा डोकावतो, तेव्हा अडचणी सुरू होतात.

सजायेदार हो तजवीज अब मेरे लिए शायद

आता माझ्यासाठी सुद्धा मन्सूरला जसं सुळावर चढवलं होतं, तशीच सोय केली जात असणार. मलाही सुळावर चढवलं जाईल.

जे काही मी सांगितलं आहे, ते आता पंडित, पुरोहितांपर्यंत पोहोचलं असेल. जे काही मी बोलून गेलोय ते पीरांपर्यंत पोहोचलं असेल. लोकांपर्यंत पोहोचलं असेल. आता लवकरच ते घडणार आहे जे मन्सूरच्या संदर्भात घडलं, तेच जे जिझस, सुकरातच्या बाबतीत घडलं. मीराने असे वेगळे वचन कथिले, प्रेमाने भरलेले, गदगदलेले, गोड, मधुर, पण आम्ही तिला प्रतिसाद म्हणून काय दिलं? आम्ही दगड मारले, आम्ही शिव्या दिल्या. आम्ही ह्या वेगळ्या, अद्‌भूत स्त्रीला गाव-गाव भटकायला भाग पाडलं. सतवलं. अडचणी अनेक प्रकारच्या होत्या. सर्वात मोठी अडचण होती, ती म्हणजे ती स्त्री होती आणि स्त्रीने अशी घोषणा ह्या अगोदर ह्या देशात कधीही केली नव्हती. गोपाळाला मिळवल्याची बातमी, जरी आधी कधी घडली असेल कुणा स्त्रीच्या बाबतीत तरी ती मूग गिळून गप्प बसली असेल, कधी जगजाहीर केलं नसेल. कारण कोण विश्वास ठेवणार? पण मीरा बेधडक होती, तिच्यात हिम्मत होती. तिने कुणाची पर्वा केली नाही. काळजी सोडून दिली आणि जे घडलं ते सांगू लागली. जसं घडलं तसं सांगू लागली. नाचू लागली गावोगाव! महावीरांना नग्न उभं राहिलेलं पाहूनही लोकांना चिंता वाटली नाही, त्यांना मीराच्या नाचण्याने चिंता लागून राहिली. ते खूप त्रासले. तर राणाने सापाचा पेटारा पाठवला.

सांप पिटारा राणा भेज्यो, मीरा हाथ दियो जाय।

ती तर मस्तीत असणार.

तुम्ही कधी लहान मुलांना बघितलं आहेत? साप दिसला तर त्यालाही पकडतात आणि आश्चर्याची गोष्ट अशी आहे की लहान मुलाने सापाला पकडलं तर साप कदाचित त्याला चावतही नाही. लहान मुलाची निरागसता, मैत्री, सापालाही कळते.

तुम्ही बघितलं असेल, शराबी कधी कधी दारुच्या नशेत सापाला पकडतो, ती त्याची नशा सापालाही कळते. ही नशा तर परमात्म्याची नशा होती आणि ही निरागसता, परमात्मात्याची, त्याच्यामधून आलेली. सापाला हे समजलं तर त्यात काही आश्चर्य वाटण्याचं कारण नाही.

आपण जर कुणाला स्पर्श केला तर आपल्या लहरी, शरीराच्या लहरी, जाणवून देतात, आपल्या भावना!

तुम्ही बघितलं असेल, तुमचा हात जर कुणी धरत असेल, तर वेगवेगळ्या व्यक्तींच्या स्पर्शाचे वेगवेगळे तरंग, लहरी उमटतात, असा अनुभव येतो. कुणी प्रेमाने हात धरतं तर उष्णता, त्यांची जीवन उर्जा तुमच्या शरीरात खेळू लागते. कोणी असंच सहजपणे धरतं, तेव्हा तो स्पर्श थंड असतो, मेलेला स्पर्श. वाटतं लगेचच हात सोडून द्यावा म्हणजे झंझट मिटेल. एक उपचार होता, पूर्ण झाला. तर कुणी शत्रुत्वाने पकडतं. तर तुम्हाला फरक जाणवला? कदाचित तुम्ही तसा विचार केला नसेल कारण लोक संवेदनाहीन होत चालले आहेत. पण जर थोडा विचार केलात तर समजेल. फरक जाणवेल. हर एक गोष्टीत फरक असतो. आता तर शास्त्रज्ञ सांगतात की झाडांनाही लहरी जाणवतात. जर कुणी कुऱ्हाड घेऊन झाडांना कापायला जातं तर त्यांचे प्राण कंठाशी येतात. हे जाणवण्याचे, समजण्याचे उपाय आहेत. जसं माणसाच्या हृदयाला कार्डिओग्रॅम लावतात, तसाच कार्डिओग्रॅम वृक्षांनाही लावता येतो. पश्चिमेकडे या संदर्भात बरेच शोध चालू आहेत आणि जेव्हा माळी पाण्याची बादली येऊन त्यांना पाणी पाजायला येतो तेव्हा हे वृक्ष आनंदित होतात, फुलून येतात. आता जो कुऱ्हाड घेऊन येतो त्याने कुऱ्हाड चालवली नाहीये आणि पाण्याची बादली घेऊन येणाऱ्याने पाणी पाजलेले नाहीये. पाणी पाजल्यावर वृक्ष आनंदित होत असेल तर आपण समजू शकतो, की ठीक आहे. पाणी मिळाल्यामुळे वृक्ष तृप्त झाला आहे. तहान लागली असेल, मुळं सुकी झाली असतील. पण पाणी येतंय हे बघूनच, वृक्ष मस्त होऊन जातात. आकाशात काळे ढग बघून फक्त मोरच नाचत नाही, वृक्षंही नाचतात. आता ह्याचे शास्त्रीय दाखले आहेत.

तर ह्यात काहीही आश्चर्य नाही की मीराचा आनंद, तल्लीनता सापाला समजली असेल.

'सांप पिटारा राणा भेज्यो, मीरा हाय दियो जाय।
न्हाय-धोय जब देखन लागी सालिगराम गई पाय।।'

तर मीराला साप तर मिळाला नाही. मीराला साप मिळू शकतच नाही. ज्याच्या मनात परमात्मा बसला आहे त्याला सर्व जागी शाळीग्रामच मिळणार. त्याला ठिकठिकाणी परमात्माच मिळणार. त्याचीच तस्वीर मिळणार.

'जहर हा प्याला राणा भेज्यो अमृत दीन्ह बनाय।' ती म्हणते, हे प्रभू तुझी लीला अगाध! असं म्हणतात की विष पाठवलं होतं... न्हाय धोय जब पीवन लागी अमृत दीन्ह बनाये... पण तू काय चमत्कार केलास की विष अमृत झालं.

सर्व नजरेचा प्रश्न आहे. तुम्ही कसं घेता! इथे तुम्ही सद्भावनेने घेतलंत तर काटे सुद्धा फुलं होऊन जातात. दुर्भावनेने घेतलंत तर फूल काटा होतं. प्रेमाने घेतलंत तर शिव्याही गीतासारख्या, गाण्यासारख्या वाटतात आणि जर प्रेमाने नाही घेतलंत तर गीतांच्या शिव्या होतात. सर्व काही नजरेचा प्रश्न असतो. दृष्टी हीच सृष्टी आहे.

'*सूल सेज राणा ने भेजी दीज्यो मीरा सुलाय।*' असं म्हणतात की राणाने एक असा पलंग बनवला, ज्याला काटेच काटे होते आणि अशी इच्छा होती की विषारी काटे, विषात बुडवून काढलेले ते काटे, जेव्हा मीरा त्यावर झोपेल तर काटे तिला टोचतील, शरीरभर आणि ते विष तिच्या शरीरात सर्वत्र पसरेल.

'*सूल सेज राणाने भेजी दीज्यो मीरा सुलाय।*

सांझ भई मीरा सोवण लागी मानो फूल बिछाय।'

ते काटे फुलासारखे झाले. मानून घ्या की फुलांचा पलंग मिळाला.

जीवनात जर आम्ही परमात्म्याचा हात पकडला तर आमचं दु:ख, वेदना समाप्त होतील. हाच अर्थ, हेच सार आहे ह्या एवढ्या गोष्टीचं. असं वास्तवात घडलं की नाही ह्याचा विचार करत बसू नका. ह्याचा अर्थ इतकाच की ह्या जगात परमात्म्यावर प्रेम करणाऱ्यांसाठी काटे नसतातच, फुलंच असतात.

मीरा के प्रभु सदा सहाई, राखे बिघन घटाय।

भजन भाव में मस्त डोलती गिरधर पै बिल जाय।।

मीरा म्हणते, तू माझे विघ्न, अडथळे सर्व संपवत चालला आहेस. माझी एवढी पात्रता नाही. पण मग पात्रता अजून काय असते? हीच तर पात्रता आहे की, '*जहां बैठावे तित ही बैठूं बेचै तो बिक जाऊं*' हीच एक पात्रता आहे, बस! मीराने त्याला पूर्ण केलं. तुम्ही ह्या पात्रतेला पूर्ण कराल तर परमात्मा तुम्हाला त्याच्या अमृताने भरून टाकेल. आत्ता आणि इथेच. ज्या दिवशी तुम्ही ही गोष्ट पूर्ण कराल, त्याच क्षणी भरून जाल. पण हेच कठीण वाटतं, '*कसं सोडू! कसं सर्व त्याच्यावर सोडू!*'

आम्हाला हा खोटा आत्मविश्वास आहे की मीच माझ्या जीवनाचा शिल्पकार! आम्हाला हा गैरसमज आहे की जर आम्ही नाही सांभाळलं तर कोण सांभाळणार?

आणि मोठी मजा आहे, की काय सांभाळता आहात तुम्ही? तुमचा जन्म झाला, तो तुम्ही ठरवलात? मग तुम्ही श्वास घ्यायला लागलात, तो तुम्ही घेतलात? मग एक दिवस श्वास बंद होईल. तुमची घ्यायची इच्छा असेल तरी घेऊ शकणार नाही.

मुल्ला नसरुद्दीनला कोणी विचारत होतं, की तुमच्या दीर्घ आयुष्याची गोम काय आहे? मी पण जास्त दिवस ह्या दुनियेत जगू इच्छितो, मी काय करू?

मुल्लाने सांगितलं, काहीही नाही. श्वास घेत राहा. बस. काहीही झालं तरी श्वास घेणं बंद करू नका.

पण कसा घ्याल श्वास? जेव्हा मरण येईल तेव्हा काय करणार? जो श्वास बाहेर गेला. बाहेर गेला, परत जर आलाच नाही तर काय कराल? आपल्या श्वासावर स्वत:चा हक्क नाही तर आणखीन कुठल्या गोष्टीवर कसा हक्क असणार?

पण आम्हाला गैरसमज आहे की आम्हीच नियंता आहोत. जर आम्ही आपली

व्यवस्था नाही केली तर सर्व बिघडून जाईल. तुमच्या व्यवस्थेमुळे सर्व बिघडतंय. कृपा करा आणि तुम्ही ह्या व्यवस्थेतून बाजूला जा आणि त्याला सांगून टाका की तूच सांभाळ. जिथे बसवशील तिथे बसू. जे खायला घालशील ते खाऊ, जे पाजशील ते पिऊ, जशी तुझी मर्जी. तुझ्या मर्जीला आमची मान्यता आहे.

असं सांगताना तुमच्या अचानक लक्षात येईल की सर्व व्यवस्था आता ठीक झाली आहे. तुम्ही विनाकारण ओझं घेऊन फिरत आहात. तुम्ही सर्व ओझं त्याच्यावर सोडून द्या. तुम्ही 'निर्भार' होऊ शकता.

आजच्या सूत्राचं सार, मथितार्थ एवढाच आहे की 'तुम्ही निर्भार व्हा, तर तुमच्या जीवनात आनंद येईल.' 'भजन भाव में मस्त डोलती' आता कुठली चिंता उरली नाही. व्यवस्था राहिली नाही. नियंता नाही, कर्ता नाही, तर चिंताच नाही. तेव्हा मग 'भजन भाव में मस्त डोलती, गिरधर पै अलि जाय' आणि हाच मार्ग आहे, आपल्या खऱ्या घरापर्यंत पोहोचण्याचा.

मैं तो गिरधर के घर जाऊं।

गिरधर म्हारो सांचो प्रीतम, देखत रूप लुभाऊं।
रैन पड़ै तब ही उठि जाऊं, भोर भये उठि आऊं।
रैन दिना बाके संग खेलू, ज्यूं त्यूं वाहि रिझाऊं।
जो पेहरावै सोई पहरूं, जो दे सोई खाऊं।
मेरी उनकी प्रीत पुराणी, उन बिन पल न रहाऊं।
जहां बैठावे तित ही बैठूं, बेचैं तो बिक जाऊं।
मीरा के प्रभु गिरधर नागर, बार बार बलि जाऊं।
मैं तो गिरधर के घर जाऊं।

आज इतकंच!

मृत्यूची निवड : अमृताचा स्वाद

प्रवचन चौथे

_____

प्रश्न-सार

● प्रवचन ऐकत असताना आत अशी हलचल होते, की त्याचं काही मोजमाप नाही. प्राण घेऊनच राहणार का?

● भक्तीचं शास्त्र आणि भक्तिगीतं ह्यात काय फरक आहे?

● जुनी शास्त्रं आणि त्यांची शिकवण पर्याप्त नाही?

● बरेच संत-महात्मे सांगतात की मीरा कृष्णाच्या सगुण रूपांत अडकून बसली म्हणून परमपदापर्यंत पोहोचली नाही, तिला परमपद प्राप्त झाले नाही?

● मी हरलो तेव्हा हलका झालो, भार गेला. मी वाकलो तेव्हा थांबलो. आता तुम्ही भेटलात, प्रभू साथ द्या.

● मी जे मिळवतो आहे, ते वाटू इच्छितो. पण शब्द मिळत नाहीत. मी काय करू?

पहिला प्रश्न : प्रवचन ऐकत असताना आत अशी हलचल होते, की त्याचं काही मोजमाप नाही. काही समजत नाही, अश्रू थांबतच नाहीत. प्राण घेऊनच राहणार का?

✳ ह्यापेक्षा कमीमधे काम कधी झालंच नाही. ह्यापेक्षा कमीमधे काम होईल असा विचारही करू नका. ह्यापेक्षा कमीत काम झालं असतं तर परमात्मा स्वस्त झाला असता. ह्यापेक्षा कमीत काम होत नाही म्हणून तर इतके सारे लोक परमात्म्याला वंचित राहिले. स्वत:ला दिल्याशिवाय त्याला मिळवण्याचा दुसरा कुठलाही मार्ग नाही.

पण स्वत:मधे इतकं मौल्यवान असं काय आहे, जे जपून ठेवावंसं वाटतं? कुठली अशी संपत्ती आहे तुमच्याजवळ? ज्याला तुम्ही तुमचा प्राण म्हणता, त्यातही असं काय आहे? पण कदाचित आपण असा विचारच करत नाही की, आपल्या अस्तित्वात असं काय आहे? जर हरवायला लागणार असेल, तर हरवण्यासारखं काय आहे?

अर्थहीन अस्तित्व आहे. ह्यात अर्थ येतो जेव्हा परमात्मा सामावला जातो. ही वीणा तर अशीच पडली आहे, जोपर्यंत त्याचे हात स्पर्श करत नाहीत. तोपर्यंत तीत संगीत निर्माण होत नाही आणि जर वीणा तुटल्यामुळे संगीत निर्माण होणार असेल, तर वीणा तुटून देण्याची तयारी ठेवा. कारण अंतिम सत्य संगीत आहे, अंतिम ध्येय संगीत आहे. वीणा नाही. ज्यांनी स्वत:ला हरवलं त्यांनी परम धन मिळवलं. राम रतन पाया! जे स्वत:ला वाचवत राहिले विनाकारण हरवत राहिले, रिकामे आले, रिकामे गेले.

मृत्यू तर येणारच आहे. त्यासाठी घाबरण्याचं कारणच काय? तुम्ही घाबरलेले असलात तरीही मृत्यू येणारच! मृत्यू त्याच दिवशी आला जेव्हा तुमचा जन्म झाला. जन्माबरोबरच आला. तो जन्माचाच दुसरा जोडीदार आहे. जन्मानंतर एक गोष्ट निश्चित आहे. मरण! जन्मानंतर कधीही असं झालेलं नाही की जन्मला पण मरण पावला नाही. मग सात दिवसांनी मरता की सात वर्षांनी की सत्तर वर्षांनी काही फरक पडत नाही. मृत्यू तर येतोच आहे, निघाला आहे. आपण रोज रोज मृत्यूच्या दिशेने वाटचाल करतच आहोत. एक एक क्षण जातोय, मृत्यू मोठा होत जातोय, आपण छोटे होत जात आहोत.

हे तुमचं असणंही हिरावून घेतलं जाणार आहे. हिरावून घेतलं जाण्यापूर्वीच का नाही परमात्म्याच्या चरणाशी लीन होऊन जात? वाहून टाका स्वत:ला. परमात्म्याच्या चरणाशी ते वाहून टाका जे हिरावून घेतलं जाणार आहे असं वाटतं. असं काही मिळेल जे कधीही हिरावून घेतलं जाणार नाही.

जगात दोनच तऱ्हेची माणसं आहेत. मृत्यूला घाबरणारी, नुसतं 'मृत्यू' म्हटलं की थरथरणारी आणि मृत्यूचा सहज स्वीकार करणारी. जे मृत्यूचा सहज स्वीकार करतात त्यांना परमात्म्याचं घर उघडं आहे. जे मृत्यूला घाबरलेले आहेत ते स्वत:च्याच अंधारात बुडून गेले आहेत. ते दरवाजा उघडू शकत नाहीत. एकाच भीतीने 'मरण आलं तर!' ते कधीही प्रेमही करू शकणार नाहीत कारण प्रेम प्राण मागतं. ते कधी प्रार्थना करू शकणार नाहीत कारण प्रार्थनाही प्राण मागते. ते परमात्माच्या दारावर थाप मारू शकणार नाहीत कारण तोही ह्याच्यापेक्षा खालच्या गोष्टी मागत नाही.

ह्या जगात जे जे महत्त्वपूर्ण आहे ते प्राण दिल्यावरच मिळतं आणि मजा अशी आहे की प्राणांत काहीच नाहीये. नुसत्या राखेचा ढीग आहे.

वही तो है जिंदगी की जिसमें अडूट अहसास हो बका का,
है मौत का जिसमें खौफ, हरदम वह जिंदगी जिंदगी नहीं है।
वही तो है रौशनी हो जिससे दिलो दिमाग बेशर दरकशां,
करे जो दिवारो दर को रौशन वह रौशनी, रौशनी नहीं है।
वही तो है ताजगी जो दौडे रगों मे मौजे निशात बनकर,
जो आरजो लब को रंग दे बस, वो ताजगी नहीं है।
वही तो है कैफे हस्त जिसने पता न हो कैफे हस्त का भी,
है जिसमें एहसास बेरबुदी का वो बेखुदी बेखुदी नहीं है।
वही तो है आशकी सरूरे निशाने रहती हो जिसमें हरदम,
हो गम का एहसास जिसमें पैदा वह आशकी आशकी नहीं है।
वही तो है खुद सपुर्दगी, जिसमें हे शऊरे खुदी फना सब,

खयाल अपना हो जिसमें बाकी वो बेदिली बेदिली नहीं है।
वही तो है बंदगी फक्त जो तेरी खुशी के लिये अदा हो,
तलब कि जिसमें हो लाग कुछ भी वो बंदगी बंदगी नहीं है।

जिणं, जीवन जगणं, हे तेव्हाच होऊ शकतं जेव्हा मृत्यूच्या सावलीतून तुम्ही स्वत:ला मुक्त कराल. मृत्यूच्या सावलीतून मुक्त कोण होतं? जो मृत्यूला स्वीकारायला तयार आहे. तुमच्या आयुष्याला अर्थ येतो, जेव्हा तुमच्या आयुष्यात एके दिवशी अशी गोष्ट घडते, ज्यासाठी तुम्ही तुमचं जीवन पणाला लावायला तयार होता. नाहीतर जीवन निरर्थक आहे. परमात्म्याशिवाय जीवनात याहून मोठी कुठली गोष्ट असणार? ज्यासाठी जीवन अर्पण केलं जातं, त्याच्या बरोबर खरं आयुष्य जगणं सुरू होतं.

तुमच्या आत जे आहे, ते आधीही होतं, आजही आहे, पुढेही राहणार आहे आणि जे तुमच्यामधे बाहेरून आलं आहे, उधार आहे ते परतून जाणार आहे. जे पृथ्वीने दिलंय, ते ती परत घेईल. जे आकाशाने दिलंय, ते आकाश परत घेईल. जे सूर्याने दिलंय, सूर्य हिरावून घेईल. आग-पाणी ह्यापासून जे मिळालंय ते पुन्हा आगीत-पाण्यात परतून जाईल. हवेने जे तुम्हाला तिची ठेव, जी तुम्ही कर्जाऊ आणली आहेत, परत द्यावी लागेल. हा देह, हा श्वास, हे रक्त, मांस-मज्जा हे सर्व जाणार. फक्त एक तुमच्याकडे असं आहे, ज्याचा तुम्हाला पत्ताच नाहीये, तुमची चेतना, तीच फक्त तुमच्याजवळ राहील.

परमात्म्याला तुम्ही जेव्हा सर्व अर्पण करता, तेव्हा जे हिरावून घेतलं जाणार आहे, तेच अर्पण करता, आणि जे हिरावून घेतलं जाणार नाहीये, ते तुमच्यापाशी राहातं आणि जे राहातं ते प्रगाढतेने प्रकट होतं. स्वच्छ दिसून येतं.

स्वत:ला वहायला शिका.

वही तो जिंदगी जिसमें अटूट एहसास हो बका का,
है मौत का जिसमें खौफ हरदम वो जिंदगी जिंदगी नहीं।
वही तो है रौशनी जिसमें दिलो दिमागे बशर दरकशां,
करे जो दिवारे दर को रौशन रह रौशनी, रौशनी नहीं है।

घराला ज्या दिव्यांनी उजळवलं जातं, त्याला उजळवणं म्हणू नका, समजू नका, जोपर्यंत आतले दिवे उजळून निघत नाहीत.

वही तो है कैफे हस्त जिसमें पता न हो कैफे हस्त का भी।

आणि आत्मानंद काय आहे? आत्मानंद असा आहे की जिथे आत्मानंद आहे, ह्याचा पत्ता ही लागत नाही. हे जाणून घेणारा वेगळा राहत नाही. तिथे संपूर्ण लीनता आहे.

हैं जिसमें एहसास बेखुदी का वह बेखुदी बेखुदी नहीं है।

जिथे तुमच्या लक्षात आहे की तुम्ही वाहिलं आहे, मी वाहून टाकलंय. तर

तुम्ही काहीच वाहिलं नाही. तुम्ही तर बाकी आहात. वाहाणारा अजून बाकी आहे. तेच आणि वाहून टाकायचं होतं. ही अस्मिता, हा अहंकार, हे जायला हवं.

जर तुम्हाला असं वाटायला लागलं की, बघा, किती आनंद मिळतोय. किती आनंदात आहे मी! तर मग अजून आनंद नाही मिळाला. हा जो मिळाला आहे, तो निघून जाईल. कारण तुम्ही दूर उभे आहात. ह्यात पूर्ण बुडले नाही आहात. त्याच्याशी एकरूप नाही झालेले आहात. तुम्ही हा आनंद बघू शकता. हे नजरेचे भ्रम आहेत. तुम्ही द्रष्टा आहात. जेव्हा आनंद असा होतो की तुम्ही एकरूप होता, न दिसणारा, न बघू शकणारा, दृष्य आणि द्रष्टा हा भेद राहत नाही. इथे तुम्ही मिटलात, संपलात तिथे निर्माण झालात.

वही तो बंदगी फकत जो तेरी खुशी के लिए अदा हो

आम्ही प्रेमी कुणाला म्हणतो? आम्ही भक्त कुणाला म्हणतो? आम्ही आशिक कुणाला म्हणतो?

वही तो है बंदगी फकत जो तेरी खुशी के लिए अदा हो।

मीरा म्हणते, 'जहां बिठाता, वहां बैठ जाती, जो खिलता, रवा लेती, जो सुलाता सो जाती, उठाता उठ आती! त्याची मर्जी. आता आपली ना काही आकांक्षा आहे, ना कुठला आनंद?

वही तो है बंदगी फकत जो तेरी खुशी के लिए अदा हो,
तलब कि जिसमें हो लग कुछ भी वो बंदगी बंदगी नहीं है।

आणि जिथे काही मिळवण्याची इच्छा असते, तिथे तुम्ही स्वत:ला परमात्म्याला सोपवलेलं नाही. प्राणाला अजूनही धरून ठेवलं आहे. तुमच्या सर्व अपेक्षांचं जुळणं म्हणजे तुमच्या प्राणाशी जुळणं. जेव्हा तुम्ही तुमच्या सर्व अपेक्षा, इच्छा त्याच्या चरणाशी वहाल तेव्हा मग तुम्ही उरताच कुठे? थेंब सागरात पडला आणि सागरच झाला.

एवढं वेडेपण हवंच हवं.

जहां तक एहसास बेखुदी है कमाले दीवानागी नहीं है।

आणि जिथे तुम्हाला सतत जाणीव आहे की मी असा, मी तसा वेगळा, तर तिथे वेड्यासारखं वेडेपण नाहीये. तुम्हाला अजून वेडेपणाची हद्द गाठता आलेली नाही. तुम्हाला अजून भक्त होण्याची कला साधली नाही.

तू विचारलंस, 'प्रवचन ऐकताना आत अशी हलचल होते ज्याचा हिशोब नाही. होऊ दे ही हलचल. असाच तर परमात्मा येतो. ही त्याच्या येण्याची बातमी आहे. हे त्याचे पदरव आहेत. ही तुमच्या हृदयावर दिली जाणारी थाप आहे. ही हलचल, अस्वस्थता, हलचल, अस्वस्थता नाहीये, ही येऊ घातलेल्या क्रांतीची नांदी आहे. ही त्याची साद आहे. तुम्ही नशीबवान आहात. कमनशिबी तर ते आहेत, ज्यांना ही हलचल, अस्वस्थता, हुरहुर येत नाही. परमात्म्याचं नाव त्यांच्या कानांवर पडूनही

ते बहिऱ्यासारखे बसून राहतात. मीराचं भजन येतं जातं. त्यांच्या हृदयांत रोमांचं उठत नाहीत. मीरा नाचते, निघून जाते, हे असे बघत राहतात जसं काही घडलंच नाही. ऊं सुद्धा हलत नाही, तर हलचल होण्याची गोष्ट दूर! एक कण धडपडत नाही. मग प्राणाचं थरथरणं दूरच! तुम्ही भाग्यवान आहात. तुमचं सौभाग्य! ह्या हलचलीला, हुरहुरतेला येऊ दे. तिला बोलवा. तिला पाहुणे म्हणून बोलवा. तिला नटवा. घाबरू नका. ह्याने दुखापत होईल कारण जुनं पुराणं सर्व निखळून जाईल. हे भूकंपासारखं होईल. घर थरथरेल, वस्तू पडतील. जुनी पद्धत मोडून जाईल. नवी पद्धत यायला जरा वेळ लागेल, जुनं आधी मोडेल. जुन्याला आधी संपावं लागतं. नव्याला येण्यासाठी. तुम्ही घाबराल. तुमची सुरक्षितता, तुमची आत्तापर्यंतची व्यवस्था, आत्तापर्यंतचे विचार, विश्वास, आस्था, मंदिर-मशिद-गुरुदान सर्व पडेल, कोसळेल. तुमची गीता-कुराण-बायबल, वेद लटपटतील. तुम्ही भयभीत व्हाल. तुम्ही त्यांना धरण्याचा प्रयत्न कराल.

मी तुम्हाला आठवण करून देतो, ही हलचल अव्वल गोष्ट आहे, धरून ठेवा. वेद जाऊ देत. कुराण जाऊ दे. कारण हे वेद कुराण ह्या हलचलीनंतर आले. त्यातूनच निर्माण झाले. त्याच्या पाठोपाठ आले.

परमात्मा वादळासारखा येतो. वावटळी सारखा उधळतो. विशाल उर्जा आहे. जसा एक छोटासा कण वादळात सापडतो. तसेच तुम्ही सापडाल. पण हा छोटासा कण जर तयार आहे तर हे वादळ त्याला डोक्यावर उचलून घेईल. वादळ त्याला आकाशाची सफर करवेल. तुम्ही मान्य व्हा आणि तो एक कण बनून जा.

प्रवचन ऐकताना आत अशी हलचल होते की ज्याला उत्तर नाही.

हिशोब तुम्हाला करायचा असेल, तरी तुम्ही करू शकणार नाही. परमात्म्याकडून जे काही येतं ते बेहिशोबी आहे. ते तुम्ही मोजू शकत नाही. तराजू घेऊन मापू शकत नाही. काहीही मोजमाप नाही. माप नाहीच आहे, सर्व अमाप आहे.

'कुछ समझ में नहीं आता है।'

जी तुमची समज आहे ती जाईल तेव्हाच समज येईल. ही समज येण्यामधेच तर अडचण आहे. तुमची समज म्हणजे तुमच्या भूतकाळात मिळालेले संस्कार, तुमच्या धारणा, तुमचे शास्त्र! तुमची समज म्हणजे काय? धूळ... जी तुम्ही गोळा करून ठेवली आहे. अनुभवाशिवाय. तुमची समज म्हणजे तुमचं पांडित्य, तर्क, तुमचा अहंकार, तुमची बुद्धिमत्ता. तुम्ही जे वाचलंत, जे ऐकलंत, त्याचा जो संग्रह तुमच्या आत पडला आहे, तीच तुमची समज.

नाही, परमात्मा तुमच्या ह्या 'समज'मधे येणार नाही. तो इतका लहान नाहीये की तुमच्या मुठीत मावेल, की तुम्ही त्याला एका रेषेत सामावाल, त्याची परिभाषा करू शकाल. जेव्हा परमात्मा येईल, सर्व परिभाषा उखडून जाईल. सर्व रेषा

अस्ताव्यस्त होतील. तुम्ही तयार केलेले नियम, धारणा अशा कोसळतील जसं पत्त्यांचं घर आणि तुमची शास्त्रं अशी बुडतील जशी कागदाची होडी बुडते.

शास्त्रं आहेतच कागदाच्या होड्या. त्यात बसून कधी यात्रा होणार नाही, झाली नाही. हां, आता ज्यांना यात्रा करायचीच नसेल त्यांनी मजेत नदीकिनारी बसून कागदाच्या रंगीबेरंगी होड्या बनवाव्यात आणि पाण्यात सोडाव्यात, रंगीबेरंगी होड्या, हिंदूंच्या, मुसलमानांच्या, जैन, इसाईंच्या, आणि वाद घालत बसावं, डोकी फोडत राहावीत एकमेकांची की कुणाची बोट सुंदर आणि कुणाची बोट रंगीत आणि कुणाची बोट तरंगत तरंगत घेऊन जाणार! कुणी बोटीत बसत तर नाही पण बोटीवरून वादविवाद चालू राहतात. पण ज्या दिवशी 'त्याची' वादळी हवा, वादळ यायला सुरुवात होईल, त्या दिवशी ह्या सर्व बोटी उलटतील. मग ना तुम्ही हिंदू राहणार. ना मुसलमान, ना इसाई!

मीरा कोण आहे? हिंदू आहे, मुसलमान आहे की इसाई? मीरा कुणीही नाहीये. ती बस 'त्याची' आहे. त्याचं असणं हीच तिची विशेषता आहे.

समजणार नाही आणि जेव्हा समजणार नाही, तेव्हाच हे आश्चर्य घडेल. ज्यांनी प्रश्न विचारला आहे, 'स्वामी यशभारती'. हा प्रश्न बौद्धिक नाहीये. हा प्रश्न योग्य आहे. जसा दिसतो तसा. पहिल्यांदा हलचल होते आणि नंतर काहीच समजत नाही. मग फक्त अश्रू गळत राहतात. जेव्हा समजणार नाही, बुद्धी थकेल, तेव्हा हृदय धडधडेल, अश्रू बरसतील. समजेल तेव्हा अश्रू वाहणार नाहीत, मग गरजच नाही. तुम्ही हिशोब मांडू शकलात. बुद्धीने काम केलं. सगळं निपटून टाकलं, बुद्धीच्या बाहेरून बाहेर. कुणी पाहुणा आला होता, पण रखवालदाराने त्याला घालवलं. मालकाला समजलंच नाही. त्याने सांगून टाकलं सर्व काही ठीक ठाक आहे, आत जाण्याची गरज नाही. मी बातमी देईन. मी सर्व ठीक समजलो आहे. तुम्ही जे सांगितलंत ते सर्व कळलं. मालकांना मी कळवेन. ते आत झोपलेले आहेत. अश्रू तर तेव्हा वहातील जेव्हा रखवालदार समजू शकणार नाही. रखवालदाराला थोडी अडचण येईल. त्याच्या बुद्धीला हे समजणार नाही, काय बोलताय, हे काय चाललंय? समजलं तर निश्चितच बाहेरच्या बाहेर घालवेल.

तर ज्याक्षणी तुम्हाला काही समजणार नाही, स्वाभाविक आहे हृदय द्रवेल, अश्रू वहातील. अश्रू हे तुमची प्रार्थना! आणि लक्षात ठेवा. तुमचं कृत्य तुम्हाला शुद्ध करू शकणार नाही. तुमचे अश्रूच तुम्हाला शुद्ध करतील. तुमच्या अश्रूंच्या पुरातच तुमची पापं वाहून जातील. ह्या अश्रूंच्या पुरातच तुमचा अंध:कार वाहून जाईल. हे अश्रू तुम्हाला परत 'कुमार' करतील. तेच तुम्हाला निर्मळ, पवित्र करतील. भक्तीच्या शास्त्रात अश्रू हाच एकमेव उपाय आहे. म्हणूनच जो रडू शकत नाही तो भक्त होऊ शकत नाही. ज्याचे डोळे दगडाचे झालेत, हृदय दगडाचं झालंय आणि ज्याचे अश्रू

तरळत नाहीत तो भक्त होऊ शकत नाही. भक्त होण्याची पात्रता त्याची आहे ज्याचे डोळे सरळ भावनेने भरून येतात. ज्याचं हृदय गदगदतं. ज्याच्या आत भावना आहेत. तोच भक्त होऊ शकतो आणि भावनेपाशी शब्द नाहीयेत, केवळ अश्रू आहेत. भावनेपाशी तर्क नाहीये. भावनेपाशी नाच आहे, गाणं आहे, गायन आहे.

म्हणूनच मीरा नाचली, रडली, गायली.

येऊ देत त्या अश्रूंना, सहकार्य करा. वाहू देत. अडवू नका. तुमच्या जडधारणा, म्हणतील, काय करतोस? पुरुष असून रडतोस? हे तर स्त्रियांचं काम आहे. अशासारख्या मूर्ख प्रतिक्रियांवर जाऊ नका, कारण परमात्म्याने तुम्हाला डोळे दिले आहेत. तुम्ही पुरुष असा की स्त्री असा आणि डोळ्यांच्या मागे तेवढ्याच अश्रूंच्या ग्रंथी दिल्या आहेत. ह्यात स्त्री-पुरुष असा भेदभाव केलेला नाही.

मनुष्य जातीत एक मोठी तफावत केली गेली आहे, मानवाचं विभाजन. स्त्री आणि पुरुष! जिथे परमात्म्याला मिळवण्याचा संबंध आहे. जराही तफावत नाहीये. जीवनातलं कुठलंही गहिरं सत्य-तिथे जराही भेद नाहीये आणि जर भेद असेल तर शारीरिक!

तुझ्या डोळ्यांमागे 'यश' अश्रूंच्या तेवढ्याच ग्रंथी आहेत जितक्या कुणा स्त्रीच्या! मग जर तुझी धारणा अशी असेल की, पुरुष असून रडू नकोस, कोणी काय म्हणेल?'

छोट्या छोट्या मुलांना आपण म्हणतो, 'अरे, तू रडतोयस, आता तू मोठा झालास. छोट्या छोट्या मुलांना आपण म्हणतो, 'तू मुलगा असून रडतोस? हे काय मुलींसारखं रडायचं? मुली रडतात, मुलगा रडत नाही.' बिचारा लहान मुलगा, रडणं थांबवतो, अश्रूंना थांबवतो. अश्रूंचा गळा दाबून टाकतो.

तुम्हाला आश्चर्य वाटेल हे ऐकून, ही माहिती मानसशास्त्रज्ञांनी दिली आहे की बायकांच्या दुपटीने पुरुष आत्महत्या करतात. स्त्रियांच्या दुपटीने पुरुष वेडे होतात आणि अनेक कारणांपैकी एक कारण असं आहे की पुरुष रडणं विसरले आहेत. कारण भावनांचे तरंग उमटत नाहीत. हळूहळू सर्व जड होत जातं. मग एखादे दिवशी वेडेपण येईल किंवा आत्महत्या केली जाईल आणि हे तर संख्येमधे मोजलं की वेडे होतात किंवा आत्महत्या करतात. पण त्यांचं काय सांगावं जे मोठमोठाली युद्धं लढतात. स्त्रियांनी तर कुठलं युद्ध लढलेलं नाही. स्त्रियांवर दुसरा काही ढब्बा असेल, पण हा ढब्बा नाही.

दर दहा वर्षांनी पुरुषांना एक मोठं युद्ध लढावं लागतं. ज्यात लाखो लोक मारले, कापले जातात. हे मारणं-कापणं, मानसशास्त्रज्ञ सांगतात की मनुष्याच्या मनात जे भाव उमटू शकत नाहीत, त्याचाच परिणाम आहे. जर लोक थोडं रडू लागले, थोडं हसू लागले, थोडं नाचू लागले, थोडी बासरी वाजवू लागले, थोडं कृष्णाचं ऐकू लागले, थोडं मीराचं, तर युद्ध कमी होतील. तर हिंसा कमी होईल,

तर विक्षिप्तता कमी होईल.

पण माणसांची विक्षिप्तता वाढत चालली आहे. ॲटम बॉम्ब बनवला. हायड्रोजन बॉम्ब बनवला, आता म्हणताहेत न्यूट्रॉन बॉम्ब बनवला. न्यूट्रॉन बॉम्ब अद्‌भूत आहे. त्यात दुकानं पडणार नाहीत, घरं बेचिराख होणार नाहीत. रस्ते उध्वस्त होणार नाहीत. माणसं मरतील. पशु-पक्षी माणसं मरतील. जीवन मरेल. न्यूट्रॉन बॉम्बची हीच खासियत आहे. ही मोठी गमतीची गोष्ट आहे की घरं वाचवायची आहेत... माणसं मारायची आहेत. घरं वाचवून काय करणार? जरूर राजकारणी लोकांना काळजी वाटत असणार, घरं पडणार, मग ती परत बांधावी लागणार. माणसांचं काय आहे? माणसांना बनवणं हे राजकारणी लोकांचं काम नाही. ते परमात्मा बघून घेईल. पशु-पक्षी मरतील, कुणाला काय त्याचं?

तर न्यूट्रॉन बॉम्ब हा माणसाच्या विद्वत्तेचा शेवटचा टप्पा आहे. एका कारणाने कुणी मानव जिवंत राहणार नाही. मुंगीपासून मानवापर्यंत! कुठल्याच तऱ्हेचं जीवन वाचणार नाही. वृक्ष सुद्धा मरतील. कारण ते सुद्धा जिवंत आहेत. जे कुणी जिवंत आहेत ते मरतील. फक्त मेलेल्या गोष्टी वाचतील. जीव नसलेल्या गोष्टी. रस्ते, दुकानं, सामान, घरं! जीवन उजाड होईल. प्रेतं पडून राहातील. जर मुंबईवर न्यूट्रॉन बॉम्ब पडला, तर उंच उंच रिकाम्या इमारती राहतील. सजलेली दुकानं तशीच राहतील. एकही गोष्ट नष्ट होणार नाही. कारण न्यूट्रॉनबॉम्ब सरळ जीवनावर हल्ला करतो. कपडे जळणार नाहीत, कार जळणार नाही. फक्त सरळ हृदयांना धगधगत ठेवेल आणि कुणाला कळणारही नाही, ही घटना घडली कधी? हे माणसांच्या विक्षिप्तपणाचे साक्षीदार आहेत, पुरावे आहेत.

शुभ आहे की तुमच्या डोळ्यांत पाणी येतं. युगानुयुगं चुकीचं शिक्षण मिळूनही तुमचे अश्रू संपले नाहीयेत. ह्यांना सहाय्य करा. आनंद भावनेने सहयोग करा. संकोच करू नका.

तू विचारतोस की 'क्या प्राण लेकर रहेंगे?' प्रेमाने विचारलं आहेस, आपलेपणाने विचारलं आहेस. प्राण घेण्याशिवाय दुसरा उपाय नाही.

वाहून टाका प्रभूच्या चरणांशी जे जे काही तुमच्याजवळ आहे आणि तुम्ही सर्वांनी मिळवा जे तुम्ही युगानुयुगं मिळवू इच्छित होतात, पण मिळवू शकला नव्हतात.

मिटवून टाकल्याशिवाय मिळवण्याचा मार्ग मोकळा होत नाही. दुसरा पर्याय नाही.

दुसरा प्रश्न : आपण म्हणालात की नारदाने भक्तीचं शास्त्र दिलं आणि मीराने भक्तीचं गीत. भक्तीचं शास्त्र आणि भक्तीचं गीत ह्या दोहोत काय फरक आहे? आणि भक्तीचं शास्त्र असू शकतं?

* पहिली गोष्ट तर अशी की भक्तीचं शास्त्र संभवनीय नाही. तरीही शास्त्र बनवणं भाग पडलंय. खूप साऱ्या गोष्टी संभवनीय नाहीयेत. तरीही कराव्या लागतात. बोलून काही उपयोग नाहीये. जे काही आम्ही बोलू, चुकीचं ठरेल.

'सत्य'ला बोललं जात नाही, त्याबद्दल बोलता येत नाही. मौनात सत्य अनुभवता येतं. मौनातच सत्य संवादित होतं. पण तरीही सदैव सत्यवचनी असणाऱ्यांनी, सत्य मिळवलेल्या व्यक्तींनी, त्याबद्दल बोलण्याची हिम्मत केली आहे. कारण ते जर गप्प बसले तर तुम्ही काहीच समजणार नाही. ओरडून ओरडून बोलतात. मरून जातात. तरीही तुम्ही समजू शकत नाही, तर गप्प बसल्यानंतर तुम्ही काय समजणार?

बुद्ध चाळीस वर्षं बोलत होते. सकाळ-संध्याकाळ-सतत, तरीही तुम्ही समजला नाही. तर मग बुद्ध चुपचाप आपल्या बोधीवृक्षाखाली बसले, आणि तसंच बसून निघून गेले असते, तर तुम्ही कसं समजला असतात?

जीझस् आपल्या शिष्यांना सांगायचे, घरांवर चढून छपरांवर पोहोचा, मोठमोठ्यांदा ओरडा, कारण लोकं बहिरे आहेत. तसं तर जीझस स्वत: हे असं सुद्धा म्हणायचे की जे आहे, ते बोलू शकत नाही, व्यक्त करता येणार नाही, शब्द पुरेसे नाहीत. आता ह्या दोन्ही गोष्टीत विरोधाभास दिसतो, पण तसा तो नाहीये.

सत्य बोलू शकत नाही, पण लोकं बहिरे आहेत. त्यांना ओरडावं तर लागेलच. सत्याला सांगण्याचा काही उपाय नाही, पण ओरडून ओरडून लोकांना जागं करण्याचा उपाय आहे. भक्तीचं शास्त्र असू शकत नाही. पण नारदांनी अपूर्व प्रयत्न केला आहे. जे होऊ शकणार नाही त्याला जवळ जवळ करून दाखवलं आहे. 'जवळ जवळ'! होऊ तर शकणार नाही. आपण संपूर्णपणे भक्तीला शास्त्रात बांधू तर शकत नाही. कारण भक्ती भाव आहे, शब्द नाही, विचार नाही तर्क नाही.

शास्त्रं म्हणजे, तर्क, विचार, व्यवस्था! भक्ती तर भावदशा आहे. अश्रूंचं शास्त्र कसं बनवणार? हृदयात उमटणाऱ्या तरंगांना शब्दात कसं व्यक्त करणार? प्रेमाला कागदावर कसं उतरवणार? ती अडीच अक्षरं प्रेमाची उतरवता येत नाहीत. पण तरीही आपण आरडा ओरडा करू शकतो. आरडा ओरडा केल्यामुळे लोकांना 'सत्य' समजेल असं नाही. पण तरीही आपण आरडा ओरडा करू तर शकतो, त्यामुळे त्यांना निदान एवढं तरी समजेल की जे आपल्याला मिळालेलं नाही, ते इतरांना मिळालेलं आहे. त्यामुळे उत्सुकता, तहान लागेल, त्याची जाणीव होईल. मी तुमच्याशी रोज बोलतो. त्यामधे मी अजिबातच अशा चुकीच्या समजुतीत नाहीये की माझं बोलणं ऐकल्यामुळे तुम्हाला 'सत्य' म्हणजे काय हे समजलं. पण मला ऐकल्यामुळे सत्य समजून घ्यायचं आहे. ही आकांक्षा जागी होऊ शकते. ह्या आकांक्षेच्या आधारे तुम्ही तुमच्या आत चालत राहिलात, तर कुठल्या एखाद्या

दिवशी सत्य तुम्हाला समजेलही.

म्हणून सत्याच्या संदर्भात ज्या काही गोष्टी बोलल्या जातात, त्या शेवटी सत्यापर्यंत घेऊन जातात. पण खूप आडून, खूप फिरवून, अप्रत्यक्षपणे, सरळ सरळ नाही. असं होत नाही की मी सांगितलं आणि तुम्हाला कळलं आणि मग संपलं. मी सांगितलं, तुम्ही समजलात तर गोष्ट सुरू होते, संपत नाही. यात्रेला सुरुवात होते. मग तर खूप काही घडायचं आहे. ज्यांनी ज्यांनी भक्तीचं शास्त्र निर्माण केलं, त्यात नारदांनी अतिशय कुशलतेने, जे संभवनीय नाही, त्याला संभव केलं. पण फक्त 'जवळ जवळ' सत्यापाशी पोहोचलो असा आभास, बस! असं समजा की, कुणी माझं चित्र काढतंय, तर तुम्ही असं म्हणणार का, की माझं चित्र 'मी' झालो. कुणी तुम्हाला माझं चित्र दिलं, तर चित्रच दिलं त्याने, मला तर दिलं नाही ना तुम्हाला? तुमच्या घरी घेऊन जाल, सांभाळून ठेवाल. तरीही त्या चित्रात 'मी' नाहीये. हे तर तुम्हालाही समजतं की चित्रात 'मी' कसा असेन? कागदावर पडलेल्या काळ्या पांढऱ्या डागांमधे मी कसा काय असू शकतो? जीवनाला असं पकडता येत नाही. तरीही चित्र माझं आहे. चित्र आणखीन कुणाचं नाहीये. ही गोष्टही खरी आहे.

आणि चित्र काढण्यामधे कसब असू शकतं. दहा लोकांनी चित्र काढलं, तर सगळ्यांमधे एवढं कसब असू शकत नाही. दहा चित्रांमधे तुम्ही म्हणाल, 'हे चित्र सर्वांत चांगलं आहे.' का? कारण सत्याच्या सर्वात जास्त जवळ पोहोचतं. तरीही ते सत्य नाहीये.

असं नारदाचं सूत्र आहे. खूप जवळ पोहोचतं, तरीही स्वतः भक्ती नाहीये. भक्तीच्या संदर्भात बुद्धी जितका विचार करू शकते, त्याचं सार आहे.

मग मी म्हटलं, नारदाने तर शास्त्र दिलं भक्तीचं आणि मीराने गीत दिलं. गाणं जास्त जवळ पोहोचतं. शास्त्रापेक्षा जास्त जवळ. कारण शास्त्र तर्कबद्ध असतं. गीत गाण्यात तर्कबद्धता नसते. गीत मुक्त असतं. शास्त्रात तुमच्या बुद्धीला समजवण्याचा उपाय असतो. गीतात तुमच्या हृदयाला भिडण्याचं सामर्थ्य असतं. शास्त्र तुमच्या विचारांना प्रभावित करतं. गीत तुमच्या हृदयात आंदोलन निर्माण करतं. ह्या दोन्ही वेगवेगळ्या प्रक्रिया आहेत. कारण हृदय आणि बुद्धी वेगवेगळे आहेत.

तुम्ही नारदाचं शास्त्र समजून त्यात पारंगत होऊ शकता, पण म्हणून तुमच्यात भक्ती निर्माण होईल, ह्याची खात्री नाही. होऊ शकतं की तुम्ही कुठल्या विश्वविद्यालयांतून नारद सूत्रांवर पी.एच.डी कराल, त्याची व्याख्या, विश्लेषण कराल, तर्कसंगती लावाल, संदर्भ तयार कराल. मोठे पंडित व्हाल. पण त्यामुळे कुठलाही भाव तयार होणार नाही.

मीराची गाणी उत्तम कारागीर आहेत कारण सरळ हृदयाला जाऊन भिडतात. जेव्हा मी म्हटलं की मीरा भक्तीची साकार प्रतिमा आहे, तर तिला समजण्यासाठी तुम्हाला जास्त जवळ जावं लागेल. नारदाला समजायचं असेल तर त्याचं पुस्तक

हा पर्याय आहे, त्याच्याजवळ जाण्याची आवश्यकता नाही. पण मीराला समजण्यासाठी तिची गाणी पुरेशी नाहीयेत, गायकाजवळ जावं लागेल.

तुम्ही कधी ह्या गोष्टींचा विचार केलात? एकच राग दोन वीणावादक वाजवत आहेत, तर त्यात फरक पडतो. एकच गाणं दोन गायक गात असतील तर फरक पडतो. कारण स्वरांत फरक असतो, प्राण भिन्न असतात.

तुम्ही बघा, 'तरू' सूत्र गाते तर अगदी पूर्णत्वाने गाते जणू मीराने गायलं, इतकं. पाठी उभं राहून, वेगळी राहून गात नाही. त्या गाण्यामधे रसभरीत होऊन जाते. म्हणून तुमच्या हृदयाला ते स्पर्श करतं.

गाणं समजायला हवं असेल तर गायकापाशी जायला हवं. नृत्य समजायला हवं असेल तर नर्तकीच्या जवळ जायला हवं. ध्यान समजायला हवं असेल तर ध्यानी जवळ जायला हवं. शास्त्र समजायला हवं असेल शास्त्राजवळ, शास्त्रकाराजवळ जाण्याची गरज नाही.

मीरा जिवंत आहे. मीरामधे बुडाल तर समजू शकाल. मीराकडे स्वाद मिळेल, नारदाकडे सिद्धान्त मिळेल. मीराकडे स्वाद मिळेल आणि हा स्वादच शेवट आहे, निर्णायक आहे.

तिसरा प्रश्न : आपण रोज नव्या नव्या गोष्टी सांगता, त्याने गुंतागुंत होते. जुनी शास्त्रं आणि त्यांची शिकवण योग्य नाहीये का?

* गुंतागुंत वाढू शकते, जर जुन्या शास्त्राची पकड घट्ट असेल तर. जर सत्याचा शोध घ्यायचा असेल तर गुंतागुंत जराही वाढणार नाही. कारण मी जे सांगतोय ते सर्व शास्त्रांचं सार आहे. माझे शब्द नवे असतील, पण सार तेच आहे आणि शब्द नेहमी नवे हवेत. कारण जुने शब्द गुळगुळीत होतात, जशी जुनी नाणी. शब्द तितका जास्तीत जास्त वापरला जातो. दिवस दिवस वापरला जातो, अर्थहीन होत जातो. खूप वेळा ऐकून ऐकून बोथट होतो, त्याची टोचणी राहत नाही. त्यामधे जो भाव असतो जो तुमच्या हृदयाच्या यंत्राला छेडू शकतो, तो राहत नाही.

धर्माला रोज रोज नव्या शब्दांचा देह द्यावा लागतो. वेदांत काही सांगितलं गेलं, तेव्हा न जाणो किती जणांच्या हृदयाची वीणा छेडली गेली असेल, किती जणांचं आयुष्य दरवळून गेलं असेल. मग पंडित तेच उगाळत राहिला, उगाळत राहिला, युगं सरली, मग सर्व कठीण झालं. उगाळता उगाळता ऐकत ऐकत पंडितांना ऐकत राहिले युनानुयुगं! ज्यांनी सर्वप्रथम वेद म्हटले ते पंडित नव्हते, प्रज्ञावान पुरुष होते. त्यांनी अनुभवलं होतं. त्यांनी ईश्वराला बघितलं होतं. ते प्रत्यक्षदर्शी होते. ते साक्षी होते. त्यांनी जाणलं होतं, ते तसं जगले होते, अनुभवलं होतं. त्यांच्या शब्दांत

जिवंतपणा होता, एक तेज होतं. मातीचा दिवा होता पण त्यात ज्योतही होती.

मग ज्ञानी, असे ज्ञानप्रवण झाले, त्यांचे शब्द पंडितांच्या हाती आले. हे असं नेहमी घडतं. ह्याला काही उपाय नाही. शेवटी शब्द पंडितांच्या हातीच पडणार. कारण ते शब्द शोधत असतात, समजा तुम्ही मला इथे ऐकत आहात. मी जे सांगतोय, ते दोन तऱ्हेच्या लोकांच्या हातात पडणार. एक जे माझ्या गोष्टी, माझं सांगणं समजतील. जगतील, बुडून जातील आणि दुसरे जे माझं बोलणं, शब्द पकडतील. संग्रह करतील, विश्लेषण करतील. पंडित होतील. ह्या दोघांचे रस्ते वेगवेगळे होतील. माझ्या बरोबर ह्या रसात बुडतील ते एक आणि शब्दांना माझ्या पकडून संग्रह करतील ते दुसरे!

आणि आश्चर्याची गोष्ट अशी आहे की जे रसात बुडतील त्यांचा प्रभाव ह्या दुनियेत राहणार नाही आणि रसात बुडणाऱ्यांना ह्या प्रभावाची चिंताही नाही. ते स्वतःच्या मस्तीत जगतात आणि निरोप घेतात. पण पंडित जो आहे, ज्याला रसाची प्राप्ती झाली नाही, ज्याने फक्त शब्द गोळा केले, तो शब्दांना उधळत फिरत राहील. तो सर्व ठिकाणी समजावत फिरेल, सांगत फिरेल. तो आपल्या शब्दांचा फायदा करेल. आपल्या शब्दांनी आपल्या अहंकाराची वाढ करवेल. मग पंडित वादावादी करतील, कोण बरोबर, कोण चूक! आणि ते निर्णायक होतील. पंडित राजरस्ता बनवतात. मग तो शब्दांचा मालक होतो. जोपर्यंत मी आहे तोपर्यंत तो मालक होणार नाही. पण मी गेलो की होईल. तो शब्दांना तर्कानं वितर्कानं सिद्ध करत राहील. त्याच्याकडे कसब आहे.

तर वेद, ज्यांनी परमात्म्याला जाणलं, त्यांनी गायले. लवकरच पंडितांच्या हाती लागले आणि लगेचच ते उच्चारत राहिले. उधळू लागले. जागोजागी फेकू लागले. एक दुसऱ्यांवर त्यांचा उपयोग करू लागले.

पंडित शास्त्राचा उपयोग शस्त्रासारखा करतो. दुसऱ्यांचा अहंकार नष्ट करण्यासाठी, स्वतःचा अहंकार वाढवण्यासाठी. तर ब्राम्हणांचं एक मोठं जाळंच तयार झालं. त्या जाळ्यात वेदांना फाशी लागली. वेदांना मारलं कुणी? तर ब्राम्हणांनी.

पण नेहमीच असं घडतं. फक्त वेदांच्या बाबतीतच असं घडलं, असं नाही. हे सर्वत्र होतं, नेहमी होतं, सर्व ठिकाणी होतं. हा अनिवार्य असा दोष आहे. ह्यातून वाचू शकत नाही.

मग बुद्ध, महावीर ह्यांना नवीन शब्द शोधावे लागले. मग बुद्ध महावीर ह्यांना वेदांना विरोध करावा लागला कारण वेदांबरोबर पंडित होते आणि त्यांना विरोध दर्शवण्याचा दुसरा मार्ग नव्हता. ही गोष्ट समजून घ्या. नाही तर बुद्ध, महावीर ह्यांना वेदांना विरोध करण्याचं कारणच काय? बुद्ध, महावीर वेदांना साक्षी बनले असते. ते तसेच पुरुष होते जसे वेद सांगणारे ऋषी होते. पण त्यांना नाईलाजाने वेदांना,

पंडितांच्या कारणामुळे विरोध दर्शवावा लागला. वेदांच्या आत्म्याला पंडितांच्या कचाट्यातून सोडवण्याचा एकमेव मार्ग, वेदांच्या शब्दांना विरोध करावा, कारण त्याचे मालक तयार झाले होते. त्यांनी पुंजी बनवून ठेवली होती. म्हणून मग जैन, बौद्ध धर्म तयार झाले, जे वेदांच्या विरोधातले धर्म आहेत आणि आश्चर्याची गोष्ट म्हणजे त्यांच्यात जराही वेदांच्या संदर्भात विरोध नाहीये. होणं शक्यही नाही. दोन सत्य कधी एक दुसऱ्याच्या विरोधात असू शकत नाहीत. सत्याची व्यक्त होण्याची पद्धत वेगवेगळी असू शकते. सत्य तर एकच आहे.

पण पुन्हा तसंच महावीर, बुद्धाच्या बाबतीत घडलं. पंडित आला. तुम्हाला हे समजून हैराण व्हायला होईल की महावीर क्षत्रिय होते, पण त्यांचे अकरा पट्टशिष्य आहेत, जे ब्राम्हण आहेत. ज्यांनी महावीरांच्या शब्दांना गोळा केलं ते सर्व ब्राम्हण आणि पंडित. बुद्ध तर क्षत्रिय होते. पण बुद्धाचे जे मुख्य शिष्य आहेत, ज्यांनी बुद्धाचं शास्त्र निर्माण केलं, ते सर्व ब्राम्हण आणि ब्राम्हण म्हणण्याचा माझा अर्थ ब्राम्हण घराण्यात जन्म घेतलेल्या माणसांशी नाहीये. ज्यांची पकड शब्दांवर आहे, ते ब्राम्हण! पुन्हा तसंच जाळं तयार झालं. पुन्हा ब्राम्हणांनी, पंडितांनी बुद्ध महावीराला मारून टाकलं.

मग आले कबीर, मीरा, दादू, नानक! पुन्हा शब्दांना मुक्त केलं. पुन्हा त्यांना विरोध करायला लागला आणि असं अव्याहत घडत राहील.

तर मी जेव्हा जुन्या शब्दांना विरोध करतो तो एवढ्याचसाठी की त्या शब्दांच्या आत्म्याला मुक्ती मिळावी. शब्दांसाठी विरोध आहे. आत्म्याला बाहेर काढायचं आहे. जेव्हा तुम्ही समजाल माझं बोलणं, तेव्हा तुम्हाला ही सुद्धा गोष्ट कळून येईल, निश्चित समजेल की ज्यांनी कुणी जाणलंय, मी त्यांच्याबद्दल बोलतोय. पण संदर्भ नवा आहे. भाषा नवी आहे, उपाय नवा आहे. परिस्थिती नवीन आहे, काळही नवा आहे, सर्व बदलून गेलं आहे. जर सर्व बदललं आहे तर जुने शब्द कामाचे नाहीत. ते संदर्भाच्या बाहेर जातात.

पाच हजार वर्षांपूर्वी कुणी काही बोललं होतं. ते निश्चितच पाच हजार वर्षांपूर्वीच्या भाषेत बद्ध होतं. आता तुम्ही बैलगाडी चालवत नाही. आता तुम्ही विमानातून प्रवास करता. आता तुमची भाषा जेट विमानाची भाषा आहे, बैलगाडीची भाषा नाहीये. पण तुमचं 'सत्य' अजून बैलगाडीच्या भाषेतच अडकलेलं आहे. त्याला मुक्त करायला हवं. तुमच्या सत्यालाही जेट, 'सत्य'ला नेहमी नव्या शब्दांचं आवरण हवं. जशी जुनी वस्त्र जीर्ण शीर्ण होतात, मग आपण त्यांना बदलतो. नवीन वस्त्र घालतो. तुम्ही सत्याला जुनीच वस्त्र घालून ठेवणार नेहमी. वेदाने संस्कृत शब्द दिले सत्याला, बुद्धाने पाली, मीराने हिंदी! भाषा बदलली. ढंग बदलला कारण लोक बदलले आणि जर तुम्ही हटून बसलात की जुन्या गोष्टींना घेऊन तसंच चालू, जसं जुनं होतं. तर तुम्ही स्वतःला कायम सनातनी ठेवाल. काळाप्रमाणे, काळाबरोबर

कधी राहू शकणार नाही आणि कायम कुठल्या ना कुठल्या त्रासांत राहाल.

मी काल एक गोष्ट वाचत होतो. मला वाटतं तुम्ही पण त्या गोष्टींकडे लक्ष द्या. एक बडे मियां ज्यांनी आपल्या आयुष्यात खूप सारं कमावलं होतं, बनवलं होतं, शेवटी आजारी पडले. मृत्यु-रोग मधे अडकले. त्यांना एकमेव काळजी होती ती ही की त्यांच्या पाच मुलांमधे सख्य नव्हतं. गाढ नातं काय पण ती पाचजणं पातळ नात्यातही एकत्रित नव्हती. भांडणं होत होती. कुठल्याच गोष्टीत चुकूनही ऐक्य नव्हतं. खरं तर चुकून घडणाऱ्या घटनांमधे भरभराट होते. शेवटी बडे मियांनी पाच ही जणांमधे एकता आणि संयोग निर्माण व्हावा म्हणून एक जुनी योजना विचारात आणली. इसापनितीमधे कधी किंवा पंचतंत्रमधे कधी वाचलं असेल. किंवा लुकमानच्या वचनांमधे!

जुनी युक्ती आहे, तुम्ही पण कधी ऐकली असेल, वाचली असेल, की एक बाप मरणासन्न झाला होता. त्याने पाच काठ्या एकत्र बांधल्या आणि आपल्या मुलांना सांगितलं, 'तोडा' त्यांनी तोडण्याचा प्रयत्न केला, पण ती काठ्यांची मोळी तुटू शकली नाही. मग त्याने मोळी उघडायला सांगितली आणि प्रत्येक काठी वेगवेगळी करून प्रत्येकाच्या हातात दिली. सांगितलं. 'तोडा' त्याक्षणी प्रत्येकाने काठी तोडली. बाप म्हणाला. 'लक्षात ठेवा. जोपर्यंत तुम्ही पाचही जण एकत्र आहात, तुम्हाला कुणी तोडू शकत नाही. पण जर वेगवेगळे झालात तर दुबळे व्हाल. हेच माझं शेवटचं सांगणं.'

असं सांगून बाप मेला. बडे मियांना ही गोष्ट आठवली. त्यांनी ह्याच गोष्टीचा उपयोग करायचं ठरवलं.

बडे मियांनी आपल्या पाचही मुलांना बोलावलं. म्हणाले, 'बघा. आता मी काही दिवसांचाच सोबती आहे. सर्वजणं जा आणि एक एक काठी घेऊन या.

एक म्हणाला, 'काठी! तुम्ही काठी घेऊन काय करणार?'

जमाना बदलला आहे. जुन्या गोष्टींमधे असा प्रश्न येत नव्हता, 'तुम्ही काठी घेऊन काय करणार?'

तो जमाना वेगळा होता. बापाने सांगितलं. 'काठी आणा,' तर मुलं काठ्या घेऊन येत होते. तुम्ही काठीचं काय करणार? दुसऱ्याने हळूच विचारलं, 'बडे मियांचं डोकं बिघडलं आहे. लकडी नही, शायद ककडी कह रहे है!' काकडी खायची इच्छा झाली असेल.

तिसरा म्हणाला, 'नाही. त्यांनी थंडी वाजत असेल. शेकोटी पेटवण्यासाठी लाकूड हवं असेल.'

चौथा म्हणाला, 'बाबूजी, कोळसे आणू?'

पाचवा म्हणाला, 'नको, कोळसे नकोत, त्याने काय होणार? बाप ओरडून म्हणाला, 'अरे नालायकांनो, मी जे सांगतो आहे, ते करा.'

कारण त्याला तर एक सिद्धान्त सिद्ध करायचा होता. त्यासाठी कोळसे उपयोगी नव्हते. त्यांनी तर मूळ गोष्टच बदलली. सर्व गोष्ट खराब करून टाकली आणि बाप असंही सांगू शकत नव्हता, की मी तुम्हाला ती जुनी गोष्ट... त्यातला अर्थच संपला असता. त्याला तर लपवून ठेवायचा आहे. तेव्हाच तर सिद्धान्त सिद्ध होईल.

बापाने चिडून म्हटलं, 'नालायकांनो, मी जे सांगतोय ते करा. जंगलातून कुठून तरी लाकडं आणा.'

एक मुलगा म्हणाला, वा! हे तर कठीणच आहे. इथे जंगल कुठे आहे! आणि सरकार जंगलातली लाकडं कापू कुठे देतं? शिक्षा करायची आहे का?

दुसरा म्हणाला, 'बापूजी त्यांच्यात नाहीयेत. काहीही बडबडत आहेत वेडेपणात.'

तिसरा म्हणाला, 'ही लाकडांची काय गोम आहे. मला तर अजिबात समजत नाहीये.'

चौथा म्हणाला, 'बडे मियांनी आयुष्यात आज पहिल्यांदाच काही इच्छा व्यक्त केली आहे. पूर्ण करायला काय हरकत आहे? जा. आणा. वेड लागलंय हे तर कळतंय, पण काम बिघडतंय, पाचच लाकडं हवी आहेत. आणा.'

पाचवा म्हणाला, 'इच्छा, मी जातो. लाकडं घेऊन येतो.'

तो लाकडाच्या वखारीत गेला. म्हणाला, 'खाज साहेब, जरा पाच लाकडं द्या. चांगली मजबूत.' त्याने लाकडं घेतली. चांगली जाड, मजबूत. बापाने लाकडं बघितली आणि तो हिरमुसला झाला. कारण लाकडं इतकी मजबूत होती की एक एक करूनही तुटणार नाही, तर पाच एकत्र बांधून तुटण्याचा प्रश्नच येत नाही. हे सांगणंही अनाठायी होतं की लाकडं मागवून नैतिकतेचा धडा द्यायचा होता, जो त्यांच्यासाठी परिणामकारक ठरला असता. शेवटी त्याने मुलांना सांगितलं, 'आता तुम्ही लाकडं आणलीच आहेत तर त्यांचा गठ्ठा करून त्यांना बांधा.' मुलांमधे धुसफूस सुरू झाली. 'गठ्ठा? तो कशाला? आता दोरी कुठून आणणार? काय त्रास देतोय हा म्हातारा!' शेवटी एकाने त्याच्या पायजम्याची नाडी काढली आणि मोळी बांधली. जमाना बदलला आहे. तुम्ही कुठे त्या जुन्या गोष्टी घेऊन बसला आहात?

बडे मियां म्हणाले, 'आता ही मोळी तोडा.' मुलं म्हणाली, 'वा! काय पण? आता ही तोडणार कशी? कुऱ्हाड कुठून आणायची? अरे ह्या म्हाताऱ्याला झालंय काय? डोकं फिरलंय. मरायचं आहे तर मर ना. उगीचच त्रास कशाला देतोय?

बाप म्हणाला, 'कुऱ्हाडीने नाही, हातांनी तोडा, गुडघ्यांनी तोडा.' बापाने बघितलं. हातांनी मोळी तुटणं तर शक्य नाही. ही गोष्ट जास्तच बिघडत चालली आहे. म्हणाला, 'हातांनी, गुडघ्यांनी तोडा. पण तोडा.'

बापाचा हुकूम शिरसावंद्य! पहिल्याने प्रयत्न केला, मग दुसऱ्याने, तिसऱ्याने, चौथ्याने, पाचव्याने! लाकडाचं तूसही निघालं नाही. सर्वजण म्हणाले, 'बाबूजी,

आमच्याकडून नाही तोडता येत ही लाकडाची मोळी.' बाप म्हणाला, 'ठीक. आता ही मोळी सोडा. दोरी सोडा.' एक चरफडत म्हणाला, 'दोरी नाही, माझी पायजम्याची नाडी आहे. जर तुम्हाला गठ्ठा सोडवायचाच होता, तर आधी बांधायला कशाला सांगितलंत? तुम्ही शुद्धीत आहात की शुद्ध हरवल्ये? द्या रे कुणी मला पेन्सिल. मी पायजम्यात नाडी घालतो आधी.

तसं तर बापालाही समजत नव्हतं नेमकं काय करायला हवं, गोष्ट तर जुनी होती पण खूप अर्थपूर्ण होती. पण जमाना बदलला आहे, काळ बदलला आहे. ढंग बदलला आहे. विचारांची पद्धत बदलली आहे. मग बाप म्हणाला, इच्छा!' तोपर्यंत मुलाने पायजमा काढला होता. 'ह्या लाकडांना एक एक करून तोडा.' लाकडं जाड-जाड मजबूत, कुणाहीकडून तुटली नाहीत. खूप प्रयत्न केला, तरीही नाही. शेवटी मोठ्या मुलाची पाळी आली. त्याने गुडघ्यांवर जोर देऊन, कष्टपूर्वक लाकूड दाबलं आणि कडा तुटण्याचा आवाज आला. बाप तयारच होता की वानगीदाखल एक तरी तुटावं! आणि बघतो तर मुलगा बेशुद्ध पडलाय. लाकूड सहीसलामत होतं आणि मुलाची तंगडी तुटली होती.

एक म्हणाला, 'हा म्हातारा खवीस आहे.'

दुसरा म्हणाला, 'आखडू, जिद्दी!'

तिसरा म्हणाला, 'कुजकट! खुनशी! सणकी, अकलेने शून्य.'

चौथा म्हणाला, 'सगळे म्हातारे असेच असतात! मरतही नाहीत.'

म्हाताऱ्याला बरं वाटलं, की मुलं निदान ह्या एका गोष्टीत तरी एकमताने बोलत आहेत. म्हणून अगदी शांतचित्त झाला. त्याने शेवटचा श्वास सोडला.

आणि तुम्ही विचारता की जुन्या गोष्टींना मी नवीन नवीन शब्द का देत जातो? सत्याला कायम नव्या शब्दांची गरज असते. सत्य जुन्या शब्दांत, जुन्या साच्यात बद्ध राहून मरून जातं. सत्याला नवीन भावना, नवे तरंग हवेत, नवी गाणी हवीत. तरच सत्य हृदयापर्यंत पोहोचतं आणि ऐकलेल्या, ऐकवलेल्या गोष्टी तुम्ही पुन्हा पुन्हा ऐकता, तर नंतर ऐकण्याची गरजच वाटत नाही. काय ऐकायचं? किती वेळा तरी ऐकलंय. पहिल्यांदा ऐकलं तेव्हा काही फरक पडला नाही. आता काय पडणार? तुम्ही त्याच पुस्तकांना वाचत राहाता, पाठ करता, रोज. रोज. कालही केलं होतं. आजही करणार, उद्याही करणार. ना काल काही झालं होतं, ना आज काही होतंय, ना उद्या काही होणार आहे. हळूहळू तुम्ही मुर्दाड होत जाणार.

पण मी समजतोय तुमचा त्रास काय आहे. तुम्ही विचारता, 'जुनी शास्त्रं आणि त्यांची शिकवण पर्याप्त नाही आहे.

शिकवण तर पर्याप्त आहे. पण त्या शिकवणीला आजच्या काळासाठी प्रस्तुत करावं लागेल. तर ती शिकवण होईल, नाही तर शिकवण राहणार नाही.

जसं माणूस संपूर्ण आयुष्य जगतो. शरीर जुनं होत जातं, तर आत्मा निघून जातो त्या शरीरातून. मग त्या शरीराला आपण पुरून टाकतो, जाळतो. मग आत्मा नवा गर्भ घेतो. तसंच सत्य सुद्धा पुन्हा पुन्हा जुन्या शास्त्रांतून नष्ट होत जातं, मग पुन्हा नवा जन्म घेतं. पुन्हा कुठल्या गर्भात शिरकाव करतं. बुद्धपुरूष सत्यासाठी गर्भधारणा करतात, गर्भ बनतात. पुन्हा जन्म होतो सत्याचा!

तुमची अडचण सत्य व्यक्त करणाऱ्या नव्या शब्दांमुळे नाहीये, तुमची अडचण अशी आहे की जुन्याला खूप जखडून राहिला आहात. त्यातच गुंतला आहात. तरी जुन्यामधून काही लाभही होत नाहीये. लाभ होत असता तर ठीक होतं. मग माझ्याजवळ येण्याची गरजच नव्हती आणि जर जुन्यांमधे लाभ होत असेल तर माझ्याजवळ येऊही नका. मग उगीचच गुंतायचं कशाला? जुन्यामधूनच रस्ता तयार होईल. जायचं आहे परमात्म्यापाशी. कुठल्या रस्त्याने गेलात, हे थोडी ना बघायचं आहे? पोहोचायचं आहे तिथे. कसे पोहोचाल ही काळजी तुम्ही घ्या. जर जुनं यशस्वी होत नसेल तर माझं सांगणं ऐका.

मी तेच सर्व सांगतोय जे जुन्यात आहे. पण मी माझ्या पद्धतीने सांगतोय. व्यक्त करण्याचं कसब माझं आहे. बाकी फरक काहीच नाही.

चौथा प्रश्न : खूप संत-महात्मे सांगतात की, मीराबाई कृष्णाच्या सगुण रूपाशी बांधलेली राहिली, म्हणून तिला मुक्ती आणि परमपद उपलब्ध झाले नाहीत.

* ह्या संत-महात्म्यांचं मला काही माहीत नाही. हे संत-महात्मे 'निर्गुण' शब्दाशीच बांधले गेले आहेत. ह्यांची अडचण हीच आहे की ह्यांनी शब्दांचं जाळं पसरवून ठेवलं आहे, की 'निर्गुणातून मुक्ती होईल, सगुणांत मुक्ती कशी मिळेल? पण परमात्मा तर सगुण निर्गुण दोहोत आहे. दोन्ही त्याचीच रूपं आहेत. आकारात तो आहे आणि निराकारातही तोच आहे. आकारात जर तो आहे, तर आकारमधून मुक्ती का नाही मिळणार? परमात्मा मुक्तदायी आहे. तुम्ही कुठूनही प्रवेश करा. मुक्ती मिळणारच. कुठल्या दारातून प्रवेश करताहात, ह्याने काही फरक पडत नाही.

पण संत-महात्म्यांना दृष्य बघण्याची नजर नाहीये. मीराला बघणार नाहीत. हे जे मीरात अमृत बरसतं आहे, हे मुक्ती शिवाय बरसणारच नाही. ही जी मीराच्या पायांत घुंगरुंची झंकार आहे ती परम आनंद असल्याशिवाय झंकारणार नाही आणि ह्या संत-महात्म्यांमधे तुम्हाला कुठलाही झंकार ऐकू येणार नाही. जरा लक्ष देऊन बघा. जो संत-महात्मा असं म्हणतो की मीरा परमपदांशी पोहोचलेली नाही, तर मग जरा ह्यांना बघू या, हे कुठल्या पदापर्यंत पोहोचले आहेत. जरा ह्यांना हलवून बघा, ठोक वाजवून बघा. माणूस दोन पैशांचं मडकं बाजारातून विकत घेतो तर वाजवून विकत घेतो. इतक्या

लगेचच विकत घेऊ नका. चांगलं ठोकून सवरून बघा आणि मग तुम्ही आश्चर्यचकित व्हाल की परमपद तर दूरची बात. त्यांना त्या फुलाचा गंधही मिळालेला नाही. पण खूप सोपं आहे असं म्हणायला की त्यांना नाही मिळाला. का नाही मिळाला?

निर्णायक होण्यात फार मजा आहे. तसं झालं की वाटतं आपण कुणी तरी मोठे, वरच्या पायरीवर. ज्याच्यामधे थोडं तरी संतत्व निर्माण झालं असेल, तो असा निर्णायक होणार नाही. तो थोडा चाचरेल. मीरासारख्या व्यक्तीबद्दल वक्तव्य देण्यात तो थोडा चाचरेल, संकोच करेल, एवढ्या निर्लज्जतेने नाही बोलणार.

आणि हेच संत-महात्मे बोलत फिरतात की सर्व रूपात तोच आहे. आकारात, कणाकणात तोच आहे. जर पानांपानांत तो आहे, तर पानांमुळे मुक्ती मिळू शकते. कृष्णाची तर गोष्टच सोडून द्या. जर तोच आहे तर कुठूनही कसाही त्याचा हात धरा, तिथून मुक्ती होईल.

> सितारों के जहां तक आ गये हैं
> गुबारे कारवां तक आ गये हैं
> तलाशे आस्ताने यार में हम
> जमीं से आसमां तक आ गए हैं
> मकान अपना मुअय्यन है न मंजिल,
> कहें क्या हम कहां तक आ गए हैं,
> फलक की वुसऊतों से गुजर कर,
> हदुदे ला मकां तक आ गए हैं,
> ये माना हमने वाईज और मोमन
> सभी बागे जनां तक आ गए हैं,
> मगर ऐसे भी हैं गुमगश्ता कुछ लोग
> जो रब्बे दो जहां तक आ गए हैं
> ये माना हमने वाईज और मोमन
> सभी बागें जनां तक आ गए हैं।

हे मानलं की पंडित, पुरोहित, साधू, तथाकथित सज्जन, संत सर्वजण स्वर्गापर्यंत पोहोचले आहेत, आम्ही हे मानलं. त्यांनी पुण्याचं सुख मिळवलं हे आम्ही मानलं. पण 'ऐसे भी है गुमगश्ता कुछ लोग' पण अशीही वाट हरवलेली, भरकटलेली माणसं आहेत जी परमात्म्यापासून, दोन हातांच्या अंतरावर पोहोचली आहेत. ही जी अशी भरकटलेली, वाट हरवलेली माणसं आहेत, त्यांचं नाव 'प्रेमी' आहे. असे आशिकही आहेत.

जे समजूतदार आहेत, ते पोहोचतात. पण स्वर्गाच्या पुढे नाही. स्वर्ग म्हणजे सुख. समजूतदार जास्त जास्त सुखापर्यंत पोहोचतात. जो समजू शकत नाही तो

दु:खात पडतो. समजूतदार सुखापर्यंत पोहोचा. पण एक अजूनही समजूतदारपणा आहे जो समजूतदारपणाच्या बाहेर आहे. म्हणून त्याला म्हटलंय, 'गुमगश्ता' कुछ लोग, जे विसरलेत, फार समजत नाही. भटकले आहेत, निर्बुद्ध आहेत असं म्हणता परमात्म्यापर्यंत पोहोचतात. परमात्मा म्हणजे सच्चिदानंद! हा फरक समजून घ्या.

दु:खाचा अर्थ आहे, तुम्ही ह्या जीवनाला आंधळेपणाने मूर्खासारखं जगलात. दु:खाचं अंतिम टोक म्हणजे नरक. सुख, तुम्हाला हवं होतं, पण इतक्या आंधळेपणाने मूर्खासारखं जगल्यावर सुख कधीही मिळालं नाही. सुखशेवट म्हणजे स्वर्ग! जो स्वर्गात रूपांतरित होतो. सुखाचा अर्थ आहे, अतिशय बुद्धिमत्तेने जगणं. अशा बुद्धिमत्तेने जगा की दु:ख जिथे होतं, तिथून तुम्हाला वाचवू शकाल. जिथे सुख होतं तिथे स्वत:ला सरकवाल. जीवन जगण्याची शैली अशी बनवलीत. जीवनाला अशा पद्धतीने आकार दिला की सुखच सुख मिळालं. पण ह्या दोन्ही स्थिती एकमेकांना बांधील आहेत. एकाच नाण्याच्या दोन बाजू सुख आणि दु:ख!

नरक आणि स्वर्ग दूर दूर नाहीयेत, जसं तुम्ही सर्वसाधारणपणे समजता. की स्वर्ग वरती आणि नरक खाली, पाताळात. स्वर्ग आणि नरक शेजारी एकमेकांचे आहेत आणि दोघांच्यामधे दरवाजा आहे. येणं जाणं चालू राहातं. जुन्या शास्त्रांतून, पुराणांतून सांगितलं आहे की जो स्वर्गात जातो, त्याचं पुण्य संपतं तेव्हा तो पुन्हा धरतीवर येतो. सुख मिळवलं होतं, ते संपलं, हिशोब संपला. तुम्ही दहा-पाच दिवस कष्ट केले, दहा-पंचवीस रुपये मिळवलेत मग डोंगरावर गेलात, दोन-चार दिवस आराम केलात, पैसे संपले, मग परत आलात. सुखही असंच संपतं.

आणि जिथे सुख आहे तिथे दु:खाची सावली असणारच आणि जिथपर्यंत दु:ख आहे, तिथपर्यंत सुखाची आशा राहणारच. ह्या दोन्हींच्या पलीकडे जाण्याची जी अवस्था आहे, त्याला आपण आनंद म्हणतो. आनंद ह्याचा अर्थ सुख नाही, हे समजून घ्या. शब्दकोशात काहीही लिहिलं असेल, शब्दकोशाशी मला घेणं-देणं नाही. जीवनाच्या कोशात आनंद ह्याचा अर्थ सुख असा होत नाही. आनंदचा अर्थ आहे, सुख दु:ख दोहोंच्या पार पलीकडे. परमात्मा-मिळणं म्हणजे आनंद मिळणं. परमशांती मिळवणं. आता ना सुख राहिलं, ना दु:ख, ना पाप, ना पुण्य. सर्व द्वंद्व संपलं, सर्व शत्रुत्व संपलं, सर्व दूही मिटली. राहिलं फक्त एकच.

ये माना हमने वाईज और मोमन
सभी बागे जनां तक आ गये है
मगर ऐसे भी है गुमगश्ता कुछ लोग
जो रब्बे दो जहां तक आ गये है।

ह्या भटक्यांमधे मीरा सर्वात सुरेख, अप्रतिम आहे. जे काही थोडे विसरलेले, भटकलेले लोक आहेत त्यांच्यातली. जिने ना पुण्य कमवलं. ना पूजा-विधी-विधान

केले. ना योगासनं, ना तंत्र-मंत्र, जिने ह्या गोष्टींची चिंताच केली नाही. ती औपचारिक गोष्टींमधे गुंतलीच नाही. जिने फक्त प्रेम लक्षात ठेवलं. बस, इतकंच पुरेसं आहे. जिने फक्त तिच्या गिरिधरला हाक मारली. जी इतकंच म्हणाली, 'मैं तो गिरधर के घर जाऊं, मेरे तो गिरधर गोपाल, दुसरा न कोई रे!' एवढंच ती घोटत राहिली. वेडी होती. दिवानी होती. स्वत:पण सांगायची, मानायची की 'दिवानी हूं' पुन्हा पुन्हा म्हणायची, 'मीरा भई दिवानी रे!'

हे जे वेडे लोक आहेत, स्वत:मधेच तल्लीन असलेले, त्यांच्याबद्दल तुम्ही संत-महात्म्यांना काही विचारू नका. संत-महात्म्यांना ह्यांचा पत्ताच लागणार नाही, ह्यांच्या बद्दल विचारायचं असेल तर तशाच लोकांना विचारा जे वेडे आहेत. ही वेडी लोकं अशा रस्त्यावरून जातात, जो राजरस्ता नाहीये.

एक माणूस असतो जो दारासमोर येऊन उभा राहतो. घंटी वाजवतो. स्वत:चं ओळखपत्र पटवून देतो. पहिल्यांदी फोन करून वेळ ठरवतो आणि एक माणूस चोरासारखा रात्री येतो, खिडकीतून उडी मारून घुसतो. हे वेडे लोक असेच आहेत. परमात्म्यामधे कुठूनही कशीही उडी मारून घुसतात. हे ना आधी कळवतात, ना वेळ सांगतात त्यांच्या येण्याची. ना हे असं सांगतात की ही आमची पात्रता आहे, ना दावा करतात. हे तर बस असेच जातात. ते म्हणतात, आमचा तुझ्या करूणतेवर विश्वास आहे. अजून कुणावरच विश्वास नाही.'

फरक समजून घ्या. हे संत-महात्मे दावा करत राहातात. की, 'मी इतका तप केलाय, जप केलाय एवढी पूजा केली आहे, एवढं वाचन केलं आहे. एवढी मोठी कमाई आहे. माझं खातं मी तयार ठेवलं आहे. तुम्ही बघा. माझा हा अधिकार आहे,

संत-महात्मे दावेदार असतात. भक्त दावेदार नसतात. भक्त सांगतो, 'माझ्याजवळ काय आहे? माझ्याजवळ काही नाही. तू जे आयुष्य दिलंस ते ही उधळून लावलं व्यर्थ. तू जी संपत्ती दिलीस ती ही संपवली. सर्व तऱ्हेची पापं केली. सर्व तऱ्हेच्या चुका केल्या. पण मला विश्वास आहे एका गोष्टीचा, की तू दयाळू आहेस, कृपाभिलाषी आहेस. करुणा करशील. मला विश्वास आहे तो एकाच गोष्टीचा, की माझी पापं कितीही मोठी असोत, पण त्याहूनही मोठी तुझी क्षमा आहे.' बस, भक्ताचा हाच भरोसा आहे.

म्हणून तुम्ही कुठल्या जैन मुनीला जाऊन विचारलंत की मीराला मोक्ष मिळाला? तर तो म्हणेल, 'कसल्या गोष्टी करता आहात! तिने उपवास किती केले? पहिलं हे तर पक्कं करा.' लक्षातच नाही, मीराने कधी उपास केलेत? कुठे उल्लेखच नाही आणि तिने उपास का करावेत? ना ती सत्याग्रही आहे, ना मीरा कोणी मोरारजीभाई देसाई आहे, की कुठे ना कुठे घुसण्यासाठी तिला उपास, सत्याग्रह करायचा आहे. मीराला कुणाचं मतपरिवर्तन करण्यासाठी उपास, अन्नत्याग करण्याची गरज नाही.

कारण हे उपास म्हणजे फक्त जबरदस्ती आहे.

गांधीजींनी उपासाला हिंसेविरुद्धचं मोठं शस्त्र असं रूप दिलं. ज्यांना कुणाला हिंसा करायची आहे. उपास करा. उपासाचा अर्थच हा आहे, दुसऱ्यावर जबरदस्ती करणे. जबरदस्ती म्हणजे हिंसा. समजावणं समजूत घालणं ह्या गोष्टी बरोबर आहेत. पण तुम्ही कुणासमोर छातीवर सुरा लावून उभे राहिलात, की तुम्ही तुमच्यावर, छातीवर वार करून घ्याल, जर समोरच्यानं तुमचं नाही ऐकलं तर! आता ह्याला काय म्हणावं? ह्याला अहिंसा म्हणतात का, की 'जर आमचं ऐकलं नाही, तर आम्ही आमच्या छातीवर सुरा भोसकून होऊ' म्हणजे जे म्हणू ते ऐकावं लागेल, नाही तर आम्ही सुरा मारून घेतो. आता समोरच्या माणसांत थोडी जरी दया. माया असेल तर तो सज्जन असेल, तर तो म्हणेल 'थांब बाबा, ह्या एवढ्याशा गोष्टीसाठी असं करू नकोस.'

डॉ. आंबेडकर हरिजनांना हिंदूपासून वेगळं करू इच्छित होते. गांधीनी उपास धरला. इथेच पुण्यात आणि म्हणाले की 'जर माझं ऐकायचं नसेल, तर मी मरून जाईन.' आमरण उपास. आता हा काय व्यवहार झाला? कुठला तर्क? ह्याला तर्क म्हणत नाहीत, ह्याला मुक्ती म्हणतात. ह्याला सज्जनताही नाही म्हणत आणि जर आंबेडकर म्हणाले असते, मान्य केलं असतं त्यांनी की मरू देत गांधी! तर मी मानतो की आंबडेकरांच्या मनात खूप जास्त करुणा आहे. गांधीऐवजी हरिजनांबद्दल! नाहीतर गरज काय होती मान्य करायची? आंबेडकर म्हणाले असते, ठीक आहे. मरायचं तर मरा, तुमची मर्जी. तुमच्या मतांना, तुमच्या मरणाने सत्यता, सिद्धता येऊ शकत नाही. जशी तुमची मर्जी. कुणाला आत्महत्या करायची असेल तर कोण काय करणार? पण आंबडेकरांनी विचार केला की ह्या माणसाचं मरणं देशासाठी महाग ठरेल आणि माझ्या जिद्दीमुळे कुणी मरावं ही गोष्ट योग्य नाही.

आंबेडकरांची गोष्ट अगदी बरोबर होती. हरिजनांना हिंदूबरोबर राहण्याचं काहीच कारण नाही. त्यांनी कधीचच वेगळं व्हायला हवं होतं. अपमान आणि हाल, दुर्दशा ह्याशिवाय तिथे काहीच नाही. आंबेडकरांचं म्हणणं एकदम बरोबर होतं आणि हिंदूना अक्कल आली तर तेव्हाच येईल जेव्हा सर्व हरिजन एकत्र होतील, आणि वेगळे राहातील, तेव्हाच त्यांना काही कळेल, नाहीतर बुद्धी येणार ही नाही. अजूनही हरिजनांना जाळलं जातंय, अजूनही त्यांना मारलं जातंय.

आंबेडकरांची युक्ती बरोबरच होती. तर्कयुक्त, विचारपूर्वक! पण गांधी हट्टी! पण वाटायचं असं की गांधी अहिंसात्मक आंदोलन करत आहेत. पण अहिंसात्मक नव्हतं. संपूर्णपणे हिंसात्मक. स्पष्ट, शुद्ध हिंसा!

तर, मीरा काही सत्याग्रही नव्हती, मग ती उपास का करेल? आणि जैन मुनींचा जो उपास, व्रत, हे ही आपल्यालाच कष्ट देण्याची वृत्ती आहे. असं मानतात की तुम्ही स्वत:ला जितके कष्ट द्याल, तितके तुम्ही पुण्यवान बनता. ह्याला संत

म्हणत नाहीत. ह्याला फक्त रुग्ण दशा म्हणतात. स्वत:ला कष्ट देणं हे रोगी चित्त असल्याचं लक्षण आहे. मानसशास्त्रज्ञ अशावृत्तीला एक खास नाव देतात, 'मैसोचिज्म'

पश्चिममधे एक गृहस्थ होते. मैसोच! तो स्वत:ला चाबकाने मारायचा. काटे टोचवून घ्यायचा. संपूर्ण शरीरभर. त्याने काही हत्यारं बनवली होती. जसं डॉक्टर स्वत:ची बॅग ठेवतात, तसं तो ह्या हत्यारांची बॅग स्वत:जवळ ठेवायचा, स्वत:ला वेदना त्रास देण्यासाठी. कानांत खिळे खुपसून भोकं पाडायचा. मैसोच हे नाव होतं त्याचं. त्याच्या ह्या नावावर आधारित मानसशास्त्रज्ञांनी अशा वृत्तीच्या रोगाला मैसोचिज्म नाव दिलं. अशी माणसं जी स्वत:ला छळण्यात गंमत आहे, असं मानतात तसं वागतात.

आता हे जे जैन मुनी आहेत, उपाशी मस्त आहेत! दिगंबर जैन मुनी असतात, जे आपले केस उखडत राहातात, ओढत राहातात. केस कापत नाहीत, खेचतात! जेव्हा जैन मुनी केस उखडतात तेव्हा मोठा सोहळा होतो. 'केश लोंब' हो रही है! सर्व भक्त जमतात, म्हणतात 'वा!' आता हे वेडेपणाचं लक्षण आहे. वेड्यांमधे एक खास वेडेपण असतं, ज्यात लोक आपले केस खेचतात.

तुम्हालाही माहीत असेल, तुमची बायको कधी कधी, स्वत:चे केस ओढत असेल. ही मोठी शांतीची अवस्था नाहीये. हा फक्त राग आहे. जीवनातला पराभव, हताश, विषाद ह्याचं लक्षण आहे. पण ह्याला 'गुण' समजलं जातं.

तर निश्चितच तुम्ही दिगंबराला जाऊन विचारलंत, तर तो विचारेल, 'मीराने किती वेळा तिचे केस खेचले? एकदाही नाही, मग तिला मोक्ष कसा मिळणार? उपास किती केले? अजिबात नाही. तर मोक्ष कसा मिळणार?

मीराने उपास का करायचे? केस कशाला खेचायचे? ही तर रोगाची लक्षणं आहेत. ही कुठलाही साधना नाहीये. ही मनाची विकृती आहे.

दुसऱ्याला इजा करणं, ही जशी हिंसा आहे, तसंच स्वत:ला इजा करणं, ही देखील हिंसा आहे. लक्षात ठेवा, जेव्हा दुसऱ्याला इजा करायला जाता, तेव्हा तो स्वत:चं रक्षण करू शकतो, उलट वारही करू शकतो. पण स्वत:ला इजा करता तर तुम्ही तुमची परिस्थिती वाईट करून होता. कारण वाचवणारा कुणीच नसतो. रक्षण करणाराही कुणी नसतो.

जीवनात दोन तऱ्हेचे हिंसक लोक आहेत. एक, जे दुसऱ्याची हिंसा करतात. हे तेवढेसे धोकादायक नाही आहेत. कारण दुसरे आहेत स्वत:चं रक्षण करणारे. कायदा आहे, पोलीस न्यायालय आहे. हजार उपाय आहेत रक्षण करण्याचे. दुसरे ते लोक जे स्वत:च स्वत:ची हिंसा करतात. ह्यांचा काही इलाज होऊ शकत नाही. ना कायदा ह्यांना दंड देत. माझं म्हणणं जर मानलं तर अशा लोकांना जे स्वत:ची हिंसा करतात त्यांना शिक्षा व्हायला हवी. कारण ते ह्या शरीराचा अपमान करतात.

हा देह तेवढाच परमात्म्याचा आहे, जेवढा कुठला इतर देह. जर मी तुम्हाला थोबाडीत मारतोय तर न्यायालयात दावा लावला जाईल, आणि जर स्वतःला थोबाडीत मारतोय तर कुठलंही न्यायालय माझ्यावर दावा लावणार नाही. ही गोष्ट बरोबर नाही. कारण ह्या देहालाही तितक्याच वेदना होतील, जितक्या तुमच्या देहाला, देह माझा की तुमचा ह्याने काय फरक पडतो.

जैन शास्त्रात तर आत्महत्या करण्याचीही सोय आहे. जैन मुनी हवं तर आमरण उपोषण करून मरू शकतात, त्याची आज्ञा आहे. निश्चितच लोक असं म्हणतील, 'ही मीरा कुठून पोहोचणार?'

आणि जैनांनी कृष्णाला तर नरकातच टाकलंय. मीराला त्या परमपदांपर्यंत कसे काय पोहोचू देणार ज्यांची मीरा पूजा करते. त्या कृष्णाला त्यांनी नरकात टाकलं आहे. त्यांची पूजा करून तर ती महानरकात जाईल. तिचे गुरूच नरकात, कृष्णाला नरकात टाकलंय, कारण जैन साधूंच्या हिशोबानं कृष्ण साधू नाहीत. हे कसले साधू? मोराचं पीस खोवलेला मुकुट घालतो, सुंदर रेशमी वस्त्रं घालतो, बासरी वाजवतो आणि इतकंच नाही, असं सगळं करून एकटा राहिला असता तर ठीक होतं. पण गोपी नाचतात आजूबाजूने! हे तर सहनशक्तीच्या पलीकडचं आहे. मग कृष्णाला नरकात लोटलं.

तुम्ही म्हणता मीराला परमपद नाही मिळालं. मीराला मिळणार कसं, तिचा गोपाळ तर नरकात पडलाय. त्यांच्याच बरोबर ती ही पडली असेल.

नाही. ह्या नजरा, हा दृष्टिकोन चुकीचा आहे. अजूनपर्यंत धर्माने जीवनाला, आयुष्याला स्वस्थता दिली नाही. जीवन स्वस्थ असायला हवं. संगीतपूर्ण, संगीताने बहरलेलं, सहज सोपं, समर्पित असं असायला हवं. साधनेचा अर्थ असायला हवा, अहंकाराचं विसर्जन, ना की आत्मदहन. साधनेचा अर्थ असायला हवा, ईश्वराच्या चरणी समर्पण. जहां बिठाये, बैठ जाऊं जिथे बसायला सांगितलं, बसू, उठायला सांगितलं तर उठून जाऊ. मी करतोय, पण 'मी' हा भाव नष्ट व्हायला हवा. हेच परमपद आहेत.

तुम्ही विचारलं आहेत. खूप संत-महात्मे म्हणतात, मीराबाई कृष्णाच्या सगुण रूपाशी बांधलेली राहिली म्हणून ती मुक्ती आणि परमपदापर्यंत पोहोचू शकली नाही.

ते खरे संत-महात्मे नाहीयेत जे असं म्हणतात. ते फक्त नावाचे संत-महात्मे आहेत. निर्गुण सोडाच, त्यांना सगुणाचाही पत्ता नाही. निर्गुणाची गोष्ट सोडा. निर्गुण तर पुढलं पाऊल आहे. ती सगुणाची पराकाष्ठा आहे. सगुण असं आहे की जणू तुम्ही एका नावेत बसलात आणि पार गेलात. निर्गुण असं आहे की त्याच्यावर नाव सोपवली आणि उतरून निघून गेलात. निर्गुण हे सगुणाचं पुढलं पाऊल आहे. हे सहज आहे. पण जो माणूस सगुणाशीच घाबरलेला आहे, तो ह्याच तीरावर राहणार.

तुमचे संत-महात्मे वगैरे ह्या अलीकडच्या तीरावरच बसलेले आहेत. गांजा

ओढत. मीराने तीर पार केला. तिने सगुणाची नाव बनवली. पण त्या तीरावर पोहोचल्यावर नावही हाती राहत नाही, सुटून जाते. कुठल्या नावेत थोडी ना बसून राहायचं आहे! जोपर्यंत गोपाळापासून दूर होती, तोपर्यंत त्याच्यासाठी रडली. जोपर्यंत गोपाळापासून दूर होती, त्याला हाका मारत राहिली. जोपर्यंत गोपाळापासून दूर होती नाचली, गायली! ही तर नाव आहे. हे नामस्मरण म्हणजेच नाव आहे. मग जेव्हा गोपाळात सामावून गेली मग कसलं नाचणं गाणं, साद घालणं? दूरी राहिली नाही मग हाक कोण मारणार? कुणाला मारणार? मग कुठलं रूप? ही तर आता म्हणते, 'मेरे नैनन बसो मेरे नंदलाल'. हे तर आत्ताचं कारण अंतर आहे. ह्या पार आहे, ह्या किनाऱ्यावर, तीरावर आहे आणि प्रभू तिथे, त्या किनाऱ्यावर तीरावर. मधे अंतर आहे, तर साद घालत्ये. 'मेरी आंखो में बस जाओ, मेरे हृदय में रम जाओ, मुझे संभालो, मुझे पकड लो, मेरे हाथ को हाथ में ले लो' ही तर ह्या तीरावरची विनंती आहे. जसजशी जवळ जात जाईल, ह्या विनंत्या एक एक करून सुटत जातील. ज्या दिवशी हृदयांत शिरेल ज्या दिवशी दोन ज्योती एक होतील, मग कोण कुणाला साद घालणार? जर साद राहिली नाही तर सगुण राहिला नाही. निर्गुण आपला आपणच फलित होतो.

निर्गुणाचं फळ सगुणाच्या बीजातूनच लागतं. ह्यात भेद नाही. ज्यांनी ही तफावत, फरक केला ते कोरडे पंडित. कवडीमोलाच्या त्यांच्या गोष्टी.

ये जामो सबू दे उठा मेरे साकी,
अब आंखो से अपनी पिला मेरे साकी,
पिलाता चला जा, जो पीना खता है,
तो होती रहे ये खता मेरे साकी,
मेरी तरनगी फैज तक तेरे पहुंचे,
बढा और उसको बढा मेरे साकी,
बकाये हयात खिरद से बचा ले,
मुझे बख्श कैफे फना मेरे साकी,
यही आरजू खत्मे सद आरजू है,
मुझे ऐसा बेखुद बना मेरे साकी,
यही मेरी मंजिल यही मेरा हासिल,
तू कदमों में दे दे मुझको जां मेरे साकी।

मीराची हीच हाक आहे. भक्ताची हीच हाक आहे पूर्वापार!

ये जामो सबू दे उठा मेरे साकी।

भक्त सांगतो, मला पेला भरभरून काय देतोस? बस एवढंच? एवढा कंजूषपणा?

ये जामो सबू दे उठा मेरे साकी,

अब आंखो से अपनी पिला मेरे साकी।

ती मीरा म्हणते, 'मोहनी मुरत सावली सूरत, नैना बने विशाल। आन बसो नंदलाल। मेरे नैनों मे, मेरी आँखो में, वो तुम्हारी जो बडी बडी आँखे है, वे मेरी आँखोमे झुकाओ।' आता तुझ्या डोळ्यांनी ही मदिरा मला पाज.

पिलाता चला जा, जो पीना खता है...

आणि जर कुणी म्हणेल की हे पिणं हा गुन्हा आहे, अपराध आहे, पाप आहे, तर माझ्याकडून हा अपराध घडू दे. हे पाप घडू दे. भक्त म्हणतो,

तो फिर मुझे फिक्र नहीं है, होती रहे यह खता मेरे साकी।

मेरी तश्नगी फैज तक तेरे पहुंचे,

बढा और उसको बढा मेरे साकी।

आणि माझी तहान इतकी वाढव, इतकी वाढव की तुझ्या संपूर्ण सागराचं पाणी मी पिऊ शकेन, इतकं समर्थ मला होऊ दे.

बकाये हयाते खिरद से बचा ले।

हे अतिशय सुरेख वचन आहे. लक्षात ठेवा.

बकाये हयाते खिरद से बचा ले।

मला ह्या बुद्धीपासून वाचव हे परमात्मा!

मुझे बख्श कैफे फना मेरे साकी।

तुझ्यात सामावून जाईन, तुझ्यात विरघळून जाईन, तल्लीन होईन, असा आशीर्वाद दे.

बकाये हयाते खिरद से बचा ले,

मुझे बख्श कैफे फना मेरे साकी।

यही आरजू खत्मे सद आरजू है,

मुझे ऐसा बेखुद बना मेरे साकी।

भक्त हेच सांगतो, 'मला अचेतन कर. माझ्याकडून माझं 'मी' पण घेऊन टाक. माझा अहंकार हिरावून घे. माझ्यात 'मी' हा भाव राहू देऊ नकोस.

यही मेरी मंझिल यही मेरा हासिल

आता एकच माझी मंजिल, एकच आता आकांक्षा

तू कदमों में दे दे मुझको जां मेरे साकी

आता मला तुझ्या चरणांशी जागा दे.

पण चरणांशी जागा मिळणं म्हणजे नावेचीच गोष्ट आहे अजून. जशी चरणांशी जागा मिळाली, जसे दिवे एवढ्या जवळ आले, ज्योती एक होऊन जातात. ज्याने परमात्म्याच्या चरणांना स्पर्श केला त्यांना त्यांच्या हृदयांत प्रवेश मिळतो.

कुठूनही पकडा त्याला, चरणांना धरा... पण धरा! त्याच्याशी एकदा का जोडले गेलात, एक झालात. त्याच्याशी जोडले गेलात की भिन्न राहू शकतच नाहीत.

परमपद, भक्त हीही अपेक्षा ठेवत नाही. तो म्हणतो, 'तुझ्या चरणांशी पडून राहू दे.' पण ह्याच चरणांशी पडल्यामुळे, परमपद उपलब्ध होतात.

प्रेम मुक्ती आहे. भक्ती मोक्ष आहे आणि जे प्रेमरहित आहेत आणि निर्गुण-निर्गुण करत राहातात ते ढोंगी आहेत. ते निराकाराच्या गोष्टी करत राहातात. त्यांच्यापासून सावधान राहा. ज्यांना अजून सगुण म्हणजे काय हे कळलं नाहीये, ते निर्गुणाला काय ओळखणार? प्रथम डोळ्यांना दिसणाऱ्या आकाराला ओळखायचा प्रयत्न करा. तेवढं स्वत:ला योग्य बनवा, मग निराकार आहेच. कारण निराकार आकाराच्या मागेच लपला आहे.

पाचवा प्रश्न : मी हरलो तेव्हा हलका झालो, भार गेला. मी वाकलो तेव्हा थांबलो. आता तुम्ही भेटलात, प्रभू साथ द्या.

* चंद्रकांतने विचारलं आहे. प्रश्न नाहीये हा. चंद्रकांतची संपूर्ण आत्मकथा आहे. असे वर्षोंन्वर्षं माझ्याशी भांडत आणि जोडत आले आहेत हे. भांडत भांडत राहिले आणि कळलं की भांडणात अर्थ नाही. जे भांडतात त्यांनाच, भांडणात काही अर्थ नाही हे समजतं. भांडणं करून चिंता निर्माण होते.

माझ्याशी भांडण, म्हणजे तुम्ही स्वत:शीच भांडत आहात. माझ्याशी भांडायचं सोडून द्या. शेवटी तुमच्या आतलं भांडण समाप्त होईल.

हा प्रश्न नाहीये. चंद्रकांतची आत्मकथा आहे आणि हे सर्वांसाठी उपयोगी होईल. कारण काही ना काही लढाई चालू असते. कारण काही ना काही अहंकार सर्वामधे आहे. तुम्ही जरी मला येऊन सांगितलंत की सर्व सोडून दिलं आहे, तुम्ही तरी कुठे सर्व सोडता? सांगता सर्व समर्पित केलं, तरीही कुठे केलेलं असतं? ते ही औपचारिक आहे. तशी मनिषा आहे. भाव आहे आणि भाव चांगला आहे. पण तशी स्थिती निर्माण होई होईपर्यंत उशीर होतो आणि मी असंही म्हणत नाही की भांडू नका. भांडणाची जी काही थोडी वृत्ती शिल्लक आहे, तिला बाहेर काढायला हवंच. भांडून घ्या! आणि भांडणामुळे काही नुकसानही नाही. कारण जो नकार देणं जाणतो, कधी होकार दिला तर त्या होकाराला महत्त्व आहे.

चंद्रकांतचे खूप अनुमान आहेत, त्याला मान खूप आहे. चंद्रकांतला माझ्यापर्यंत पोहोचायला खूप त्रास झाला. इतरांच्यापेक्षा जास्त. चंद्रकांत वास्तविक कम्युनिस्ट होते. कम्युनिस्ट ते संन्यासी हा एवढा प्रवास, त्यांना हा प्रवास घडवणं म्हणजे किती लांबचा प्रवास करायला लावणं, हे मी जाणतो. पण त्यांनी हिम्मत धरली.

शंका होती. अविश्वास, कुशंका होती. पण काही पण असेल, आणि माझं बोलणं पसंत पडलं असेल, नसेल. त्यांनी एक गोष्ट सोडली नाही. भांडत राहिले, पण मला सोडून गेले नाहीत. पाठीच पडले. भांडण लढाई चालू ठेवली. वादावादी चालू राहिली. जेव्हा तेव्हा मला पत्रं पाठवत राहिले. पण एक गोष्ट मात्र आहे. माझ्यावर त्यांचं जे प्रेम, जी ओढ होती, त्यात तसूभरही फरक झाला नाही. माझं म्हणणं पटलं न पटलं, कधी माझं बोलणं मान्य केलं नाही केलं तरीही! पण मी जो त्यांना पटलो होतो, त्यात कधीही कमी झाली नाही. म्हणूनच मला ठाऊक होतं की हळूहळू क्रांती तर होणारच आहे. जो इतकी हिम्मत ठेवून होता आणि हिम्मत असेल तरच लगन राहणार. नाही तर हजार प्रसंग घडले, त्यांना दूर होता आलं असतं आणि असे अनेक मित्र होते, जे शेवटी दूर गेले.

एक काळ होता. माझ्याकडे खूप कम्युनिस्टांचं जाणं-येणं होतं. अर्धे त्यातले दूर गेले. ह्या अर्थाने चंद्रकांत ह्या सगळ्यांत अव्वल ठरले.

'मै हार गया. तब भार गया' असं म्हणतात. बरोबर म्हणताहेत. हराल, तेव्हाच ओझं हलकं होईल आणि हरलात तरच जिंकाल आणि हरण्यातच जिंकणं आहे, हीच तर खरी शिकवण आहे. हीच खरी शिकवण आहे, सर्व संतांची. हेच तर मीरा सांगते, कबीर सांगतो.

'मैं हार गया, तब भार गया. और झुक गया तो रुक गया.'

आणि थांबाल तर सर्व काही होईल. पळत राहिलात तर्कांच्या मागे, विचारांच्या मागे, शंका, चिंता थांबलात तर 'ध्यान' होईल.

'अब आप मिले।' थांबलात तरच माझी भेट होईल. कारण मी थांबलेलो आहे आणि तुम्ही पळताय मग मीलन कसं होणार? मी हात पसरून उभा आहे पण तुम्ही एक क्षणही थांबायला तयार नाही. तुम्ही पळतच राहाताय. तुम्ही चाकाप्रमाणे फिरत आहात. मी थांबलोय, तुम्ही पळताय, मग मैत्री होणार कशी? पळता पळता कधी जवळ येता तर कधी दूर जाता.

मी निर्भार आहे, आणि तुम्ही जर भारी असाल तर जमणार कसं? थोडं थोडं माझ्यासारखं व्हायला लागलात तर जमेल. जर भार थोडा थोडा हलका होतोय, आणि हरण्यात रस निर्माण होतोय आणि लीन होण्यात मजा वाटत असेल, लीन होण्यातली मजा समजू लागली असेल, कारण जो लीन झाला तो राजा झाला आणि जो थांबला, तो इच्छित स्थळी पोहोचला.

लाओत्सुचं प्रसिद्ध वचन आहे: 'खोजो और खो दोगे! रूक जाओ और पा लोगे!' शोधा म्हणजे हरवून जाल आणि थांबाल तर मिळेल. कारण शोध घेणाऱ्याला पळावं लागतं. पळत राहतो, इथे तिथे. इथे शोधू, ह्या दिशेने, त्या दिशेने! मग हे सर्व सोडून जिथे बसाल, कुणी जिथे बसाल, तिथेच सर्व!

ते काल सांगितलं ना मीराने 'जहां बिठाये तित बैंढु!' जिथे बसवलंत तिथेच बसले तर सर्व होईल. काही करावं लागत नाही. न करताच सर्व होऊन जातं.

हाच ह्या अस्तित्वाचा चमत्कार आहे. जे काही करू इच्छितात ते हलके, रिकामे राहतात आणि जे काही करू इच्छित नाहीत ते जड, भरलेले, भारवाहक होतात. जे काही मिळवू इच्छितात ते शोधू शकत नाहीत आणि जे काही मिळवण्याची इच्छा, आकांक्षा धरत नाहीत त्यांना सर्व मिळतं.

'और झुक गया तो मिल गया! अब आप मिले!'

ठीक आहे. चंद्रकांत आता थोडं मीलन होत आहे. आता थोडी थोडी संगती होत आहे. आता जरा जरा माझ्या हातात तुझा हात स्थिरावत आहे.

सावधान रहा. जुन्या सवयी पुन्हा उभारून येतील. जुन्या सवयी मजबूत असतात. सावधान राहिलास तरच हळूहळू त्या निरोप घेतील. सावध राहिलात तर निरोप घेतला जाईलच. पण हा जो नवा अनुभव मिळतोय थांबण्याचा, लीन होण्याचा, निर्भार होण्याचा ह्याला जरा अवसर द्या. कारण हे नवं रोप आहे. अगदी ताजं, कोवळं. जुनं झाड ह्याला खाऊन टाकेल. ह्याची काळजी घ्या. जुन्याची मुळं कापत राहा. जुन्याच्या फांद्या कापत राहा आणि त्या जुन्या फांद्या कापकापून ह्या नव्या रोपाला खत म्हणून टाका. तर हे नवं रोप मजबूत होईल. ह्या नव्या रोपाला सर्व तुमच्या जुन्या सवयी खत म्हणून टाकत राहा. लवकरच हे रोप एका वृक्षाच्या रुपाने सामोरं येईल. लवकरच ह्याला फुलं येतील, लवकरच पक्षी ह्यावर घरटी करतील. लवकरच ह्या वृक्षाच्या छायेत यात्री आरामासाठी, सावलीसाठी येऊन बसतील.

एक मोठा वृक्ष होण्याची शक्यता सर्वांना आहे. पण आम्ही चुकीचे जोडलेले राहतो. अहंकराला जोडून, धरून राहतो. अर्थातच चुकीचं. माझ्याशी जोडून घ्यायचं असेल तर अहंकार सोडावा लागेल.

सुटतोय हळूहळू. पहिली पहिली किरणं येऊ लागली आहेत. क्षितिज लालसर होऊ लागलंय. पहाटेची पहिली झलक जवळ येत आहे. ह्याचं स्वागत करा.

'अब आप मिले, प्रभु साथ करें'

मी तर खूप दिवसांपासून संगत देत आहे. तुम्हीच नव्हतात माझ्याबरोबर चंद्रकांत! आता तुम्ही संगत धरलीत, बस. मग झालं तर!

शेवटचा प्रश्न : मी जे मिळवतो आहे, ते वाटू इच्छितो, पण शब्द मिळत नाहीत. काय करू?

* स्वाभाविक आहे. जे मिळतंय, ते इतकं सोपं नाहीये की तुम्ही शब्दांमधे व्यक्त करू शकाल. पण प्रयत्न करा. हळूहळू त्यात यश येईल, कौशल्य मिळेल.

अनुभव जर नवे आहेत, तर ते व्यक्त करण्यासाठी शब्द मिळणं कठीण जातं.

जेव्हा पहिल्यांदा तुम्ही 'ध्यान' करता, 'ध्यान' होतं, पण खूप कठीण जातं. कसं सांगू? काय सांगू? काय होतंय हे?

जेव्हा प्रथम प्रेम होतं, तेव्हाही ते सांगण्यासाठी कठीण जातं. जीभ अडखळते काय सांगू, कसं सांगू? आणि जे काही सांगू वाटतं, पूर्ण सांगता आलं नाही. जे सांगू वाटतं, काही तरी राहिलं सांगायचं. चुकचुकल्यासारखं! वाटतं, थेट सांगू शकलो नाही.

पण हळूहळू प्रयत्न करा. माझ्याजवळ ज्या ज्या मित्रांना काही होतंय, सर्वांना वाटायचं आहे. कारण वाटण्याचं हेच, की जितकं वाटू तितकं वाढेल. तुम्ही वाटलंत, तुम्हाला मिळेल. जितकं वाटाल, तितकं मिळतच जाईल. तुम्ही जरा जरी हातचं राखून ठेवलंत, कंजुषासारखा कंटाळा केलात आणि वाटलं नाहीत तर तुम्हाला जाणवेल तुमच्याकडची वाढ थांबली. बंद झाली. ही विहीर अशी आहे, जेवढी उपसाल, तेवढेच नवे झरे ह्या विहिरीला भरत राहतील. पण त्रास तर होतो.

मेरी आंखोने जो देखा है, दिखलाया नहीं जाता
मेरे दिलने जो समझाया है वो समझाया नहीं जाता
मेरे सर में अजल से गुंजता है राग वहदत का
मगर कुछ बात है ऐसी, अभी गाया नहीं जाता
मेरी आंखों में है जलवा तेरा, दिल में तेरा मसकन
मगर मुश्कील तो ये है, फिर भी तू पाया नहीं जाता
है तेरे हुस्ने आलम ताब से मुझको शिकायत तो
मगर हरफे शिकायत लब पे भी लाया नहीं जाता
तेरे दम से हुई कायम शबाबो शेर की दुनिया
शबाबो शेर में लेकिन तुझे पाया नहीं जाता ।

कठीण आहे. जे उत्तम तऱ्हेने सांगण्यात वाकबगार आहेत, तेही अपयशी ठरतात.

रवींद्रनाथ मरणासन्न झाले होते आणि कुणी म्हणालं की 'तुम्ही भाग्यशाली आहात. तुम्ही सहा हजार गीतं लिहिली. एवढी गीतं जगात दुसऱ्या कुणा महाकवीने लिहिलेली नाहीत. पश्चिममधे एक महाकवी होते शैली, त्यांनी तीन हजार गीतं लिहिली आणि तुम्ही लिहिलेली गीतं अशी आहेत, ज्यांना संगीतात गुंफता येतं. तुम्ही अपूर्व आहात. तुम्ही शांततेने, समाधानाने निरोप घ्या.

पण रवींद्रनाथांनी डोळे उघडले, म्हणाले. 'कसली शांती? मी तर परमात्म्याला प्रार्थना करतो आहे, की हे प्रभू, हे तू काय करतो आहेस? आत्ता तर मी बैठक जमवत होतो, सूर लावत होतो आणि माझी जाण्याची वेळ आली? कुठल्या गीतांच्या गोष्टी करत आहात? मी जी गाणी म्हटली, ती ही गाणी नाहीयेत, जी मला गायची होती. जी गाणी मला गायची होती, ती अद्यापी आत, माझ्यातच आहेत. जी

गाणी मी गाऊ इच्छित होतो, ती अजूनही, आत्ताही मी गाऊ इच्छितो. आत्ता कुठे?'

रवींद्रनाथ म्हणतात, 'आत्ता तर मी सूर लावलाय, बैठक बसलीय. आत्तापर्यंत जो तबला मी ठोकत होतो, तारा जुळवत होतो, त्यांचा जो आवाज होत होता, तो आवाज म्हणजे ती सहा हजार गाणी. आता तारा जुळवून झाल्या आहेत, तबला ठीक लागला आहे, आत्ता ती वेळ जवळ आली होती की वाटत होतं, आत्ता गाऊ शकेन आणि ही जाण्याची वेळ आली.'

पण मी तुम्हाला सांगू इच्छितो, की रवींद्रनाथ अजून शंभर वर्ष जरी जगले असते तरी गोष्ट आत्ता होती तशीच राहिली असती. कारण हे गाणं आहे, जे कधी गायलं जाणारच नाही. नेहमी वाटतं, बस, सूर आत्ता जुळले आहेत, जुळले आहेत, जुळले आहेत... पण सूर जुळले जाऊनही जे सांगावंसं वाटतं ते सांगितलं जात नाही, ते सांगता येतच नाही.

तर तुमची अडचण मी समजू शकतो. रवींद्रनाथांसारख्या व्यक्तीलाही अडचण होती. जे स्वत: सांगण्यात वाकबगार होते. ज्यांची अभिव्यक्ती अपूर्व होती. त्यांची अभिव्यक्ती तशीच होती, जशी वेद सांगणाऱ्या ऋषींची होती. तेवढीच कुशलता, तेवढंच माधुर्य, गोडवा. पण तेही इतकंच सांगू शकले की मी बैठक, सूर जमवू शकलो होतो.

तर तुम्ही गाणं गाऊ तर शकणार नाही, पण तरीही गाणं गायचं तर आहे आणि तुम्ही नाचू तर शकणार नाही, तरीही नाचायचं आहे. ह्याची काळजी करू नका की तुमचा नाच कसा आहे? तुम्ही काळजी घ्या एवढीच की तुमचं नाचणं बघून कुणा दुसऱ्यालाही नाचावंसं वाटेल. बस, हेच तर प्राप्त करायचं आहे.

तुम्ही हा विचार करू नका की, 'माझं गाणं किती पूर्ण आहे?' कुठलंच गाणं पूर्ण नसतं. 'पूर्ण' भाषेमधे येतच नाही. तुम्ही एवढीच काळजी घ्या की तुमचं गाणं ऐकून कुणी स्वत:चा कंठ जरा खवखवून बघेल. तुमचं गीत कुणाच्या हृदयाच्या तारा छेडू शकतं का बघा. त्या तुमच्या गीतांच्या लयीत कुणी त्याचा शोध घ्यायला बाहेर पडतोय का जसे तुम्ही माझं गीत ऐकून त्याच्या शोधार्थ बाहेर पडलाय.

ज्याला कुणाला मिळेल, त्याच्यासाठी एकच अनिवार्य अट आहे की त्याने वाटावं. जितकं मिळेल तितकं वाटावं. जसं होईल, तसं वाटावं. नाचून, गाऊन, चूप राहून. शांत होऊन कसंही, पण वाटावं. स्वत:चा रस्ता शोधा. कारण वाटूनच संपत्ती वाढते. न वाटता ती ठेवली तर संपते.

संसारातली संपत्ती वाटून संपते. नाही वाटली तर साठवण होते. परमात्म्याची संपत्ती ह्या विरुद्ध आहे. वाटून वाढत जाते. नाही वाटली तर कफल्लक करते.

आज इतकंच.

पग घुंगरू बांध मीरा नाची रे

प्रवचन पाचवे

सूत्र

माई री मैं तो लियो गोबिन्दो मोल ।
कोई कहै छाने कोई कहै चौड़े लियो री वजंता ढोल ।
कोई कहै मुंहगो कोई कहै सुंहगो लियो री तराजू तोल ।
कोई कहै कारो कोई कहै गोरो, लियो री अमोलिक मोल।
याही कूं सब लोग जाणत हैं, लियो री आंखी खोल ।
मीरां को प्रभु दरसण दीज्यो, पूरब जनम के कौल ।

मैं गोविंद गुण गाणा ।
राजा रूठै नगरी राखै, हरि रूठ्या कहं जाणा ।
राणा भेजा जहर पियाला, इमरत करि पी जाणा ।
डिबिया में भेज्या ज भुजंगम, सालिगराम करि जाणा ।
मीरां तो अब प्रेम दीवानी, सांवलिया वर पाणा ।

पग घुंगरू बांध मीरा नाची रे ।
मैं तो मेरे नारायण की आपहि हो गई दासी रे ।
लोग कहे मीरां भई बावरी, सास कहैं कुलनासी रे ।
विष का प्याला राणाजी भेज्यां, पीवत मीरां हांसी रे ।
मीरां के प्रभु गिरधर नागर, सहज मिले अविनासी रे ।

परमात्म्याचा शोध घेण्यासाठी खूप लोकं प्रयत्न करतात, पण शोधू शकत नाहीत. कारण त्याची जी किंमत मोजायला लागते. त्याची तयारी नसते.

फुकटात मिळायला हवं, काहीही न देता. कुठेही तडा न जाता सर्व हवं असतं. एकही काटा पायाला न टोचता, मिळायला हवं. म्हणून परमात्मा मिळावा ही अपेक्षा असते, पण हाती काही लागत नाही आणि हाती जेव्हा काही लागत नाही, तेव्हा अहंकार उभारून येतो. जेव्हा परमात्मा मिळत नाही तेव्हा त्याचे तर्क सुरू होतात. कोल्ह्याची गोष्ट आहे ना. 'कोल्ह्याला द्राक्षं आंबट' तसं.

जेव्हा परमात्मा हाताला लागत नाही, तेव्हा लोकं विचार करतात, परमात्मा नाहीच आहे. असता तर मिळाला असता.

लोक नास्तिक बनतात. आस्तिक होण्यासाठी काही किंमत चुकवावी लागते आणि किंमत चुकवत नाहीत म्हणून परमात्मा मिळत नाही, आणि लोकं नास्तिक होतात.

जेव्हा मी कुणा नास्तिक व्यक्तीला बघतो, तेव्हा मला त्याच्यात हरलेला आस्तिक दिसतो. कुठल्याशा जन्मात, कुठल्याशा यात्रेत त्याने प्रयत्न केला असणार. पण हा प्रयत्न स्वत:ला थोडंसं राखून केला असणार. पूजेचं ताट सजवलं असेल, ताटात निरांजन पेटवलं असेल. निरांजन पेटवलं, पण स्वत:ला नाही. मग तुमचं पूजेचं ताट व्यर्थ आहे, जर तुम्ही त्यात स्वत:ला धगधगवलं नसेल तर! फुलं वाहिली असतील पण ती तुमच्या प्राणाची फुलं नसतील. ती असतील कुठल्याशा झाडावरची. स्वत: फुलून त्या फुलांना जो वाहतो, त्याला परमात्मा मिळतो. गाणी गायली असतील, भजन म्हटलं असेल, किर्तनात सामील झाला असाल. पण ते

स्वर तुमचे नव्हते. सर्व उधारीचे शिळे! औपचारिक, हृदयांपासून न उमटलेले. तल्लीनता, वेडेपणा नसलेले.

जोपर्यंत वेडं प्रेम उभारत नाही तोपर्यंत ते प्रेम नाही. वेडं झाल्यावरच प्रेमाची पायरी गाठता येते. वेडेपणाशिवाय प्रेम हे तर तिरस्कारापेक्षा वाईट आहे. हे असं प्रेम पोकळ आणि नपुंसक असतं. तिरस्कारातही काही दम असतो. परमात्मा जेव्हा मिळत नाही तेव्हा खिन्नतेच्या त्या समयी मन स्वत:ला समजावत राहतं, सांत्वन करतं की असता तर मिळाला असता. नाहीच आहे. मग एका नकाराचा जन्म होतो. एका नास्तिकतेचा जन्म होतो. मग माणूस असंच म्हणत राहतो की ईश्वर नाहीच आहे. पुरावा काय आहे?

पुराव्याचा प्रश्नच नाहीये. ज्यांच्याकडे मूल्य आहेत त्यांच्याकडे पुरावा आहे. जो देण्यासाठी तयार आहे, त्याला मिळेल आणि हे देणं ही असं नकोय. थोडं जास्त संपूर्णपणे देऊन टाकायचं. कारण परमात्मा अखंड आहे. त्याचे तुकडे होऊ शकत नाहीत. असं होतंच नाही की आपण अर्ध देऊ आणि अर्धा परमात्मा मिळेल. त्याचे भाग होऊ शकत नाहीत. जोपर्यंत तुम्ही अखंड समर्पित होत नाही तोपर्यंत त्याला मिळवू शकत नाही. तुमची समरसताच वहायची आहे. शहीद झाल्याशिवाय परमात्मा मिळवता येणं शक्य नाही.

म्हणूनच सुफी फकीरांनी 'शहादत' ह्या शब्दाचे दोन मौल्यवान अर्थ सांगितले आहेत. शहादतचा एक अर्थ होतो, जो शहीद झाला आणि दुसरा अर्थ आहे, जो परमात्म्याला साक्षी झाला. शहादतचा अर्थ साक्षी आणि दोन्ही गोष्टी जोडल्या गेल्या आहेत. दोन्ही एकाच घटनांचे भाग आहेत. एकच दृष्टिकोन आहे. जो परमात्म्याच्या चरणी शहीद झाला, तोच त्याचा साक्षीदार आहे. तो त्याला पाहू शकतो. जो स्वत:ला मिटवून टाकतो. तोच त्याला पाहू शकतो. जो स्वत:ला वाचवतो तो कितीही पळू देत, कितीही आरडाओरडा करू देत सगळं व्यर्थ, फुकट जातं. तो कितीही तर्क, विचार करू देत. पूजा-अर्चा, विधी, तंत्र-मंत्र, योग ह्यात गुंतून राहू दे सर्व व्यर्थ असार आहे.

एकच गोष्ट करता येण्यासारखी आहे. आपल्या प्राणांना त्याच्या चरणी समर्पित करणं आणि निश्चितच त्याचा ठावठिकाणा आत्ता आम्हाला माहीत नाहीये. म्हणूनच जी व्यक्ती त्या अज्ञाताला समर्पित करू शकते. तीच त्याला मिळवू शकते. परमात्मा मिळाल्यावर समर्पण करणं हे खूप सोपं आहे. पण अडचण अशी आहे की आधी समर्पण मग परमात्मा मिळतो. जुगारी जे असतात तेच समर्पण करू शकतात, कारण त्यांना नफा-तोट्यांची चिंता नसते, ते हिशोब ठेवत नाहीत. भक्तीचा मार्ग ह्यांच्यासाठी नाही. हा तर हिम्मत, साहसी वृत्तींचा मार्ग आहे.

आजचं सूत्र अशा साहसी वृत्तींचं वर्णन करणारं सूत्र आहे.

'माई री मैं तो लियो गोबिन्दो मोल।'

मीरा म्हणते, 'मी गोविंदाला विकत घेतलं आहे.'

कसं विकत घेतलं मीराने? परमात्म्याला कोण कसं विकत घेऊ शकतं? स्वतःला संपवून विकत घेतलं. स्वतःला हरवून त्याला मिळवलं. स्वतःची मान त्याच्या चरणी अर्पण केली. बास, हीच एक अडचण आहे.

तुमची मान हीच अडचण! तुमचा अहंकार ही अडचण. तेच जर तुम्ही दिलंत तर परमात्मा तुमचा झाला.

फिर देखता हूं तो तेरा रूप नजर आता है

और सुनता हूं तो तेरी आवाज सुनता हूं

देखता हूं तो तेरा रूप नजर आता है

और सुनता हूं तो आवाज तेरी सुनता हूं

सोचता हूं तो फकत याद तेरी आती है

जिक्र करता हूं तो मैं जिक्र तेरा करता हूं

खामशी मेरी तेरा नगमाये खाबीदा है

मेरी आवाज? जो तू कहता है मैं कहता हूं

जो तो जां, जिस्म भी रोशन है तेरी लौ से मेरा

तेरे ही नूर से मैं शमा सिफ्त जलता हूं

भूख लगती है तो लगती है तेरे प्यार की भूख

चरण अमृत से ही मैं प्यास बुझा सकता हूं।

इथे तुम्ही संपलात की क्रांती झाली. तुम्हीच तुमच्या डोळ्यांवर पडदा होऊन पडला आहात. लोक मला विचारतात की परमात्मा पडद्याआड का आहे? त्याच्यावर पडदा का आहे? परमात्म्यावर पडदा नाहीये. तो तर नग्न उभा आहे. पडदा तुमच्या डोळ्यांवर आहे. जाळी तुमच्या डोळ्यांवर आहे. तुम्ही तुमच्या डोळ्यांवर दगडी चष्मे लावले आहेत. धारणा, सिद्धांत, शास्त्र, मंदिर, मसजिद, पंडित-पुरोहित हेच सर्व तुमच्या डोळ्यांत भरलेलं आहे आणि ह्या सर्व कारणांमुळे परमात्म्याला प्रविष्ट व्हायला जागाच नाहीये. ह्या सर्वांमुळे तुमचे डोळे नुसते भरून राहिले आहेत.

ही मान वाकू देत, हे नास्तिक चढू देत त्याच्या चरणाशी.

देखता हूं तो तेरा रूप नजर आता है।

मग तुम्ही जिथे बघाल तिथे– डोळे उघडाल तिथे– डोळे बंद केलेत तरीही– तोच!

और सुनता हूं तो आवाज तेरी सुनता हूं।

आणि मग पक्ष्यांच्या चिवचिवाटात, आकाशात लहरणाऱ्या ढगांत, वृक्षांमधून धावणाऱ्या वाऱ्यात, झरझर झरणाऱ्या पाण्यात, सर्वत्र परमात्म्याचाच आवाज ऐकू

येतो. त्याच्याशिवाय दुसरं कुणी नाहीच. हेच आश्चर्य आहे की जेव्हा तो हरएक ठिकाणी हजर आहे, आणि तरीही आम्ही त्याला पाहू शकत नाही. तो आहे, झाडांच्या हिरवाईत, आकाशाच्या निळाईत, आणि लोकांच्या डोळ्यांत, त्यांच्या अश्रूंत, त्यांच्या हसण्यात सर्व-सर्व ठिकाणी! माझ्या बोलण्यात आणि तुमच्या ऐकण्यातही. त्याने आत्ता तुम्हाला घेरलं आहे. तुम्ही जिथे कुठे असाल तिथे कायम त्याने तुम्हाला घेरलेलं आहे आणि जर डोळे मिटलेत की तो आत आहे.

सोचता हूं तो फक्त तेरी याद आती है
जिक्र करता हूं तो मैं जिक्र तेरा करता हूं।

मग तुम्ही जे काही बोलाल, ते त्याचंच नाव. जे बोलू. ते हरी-कथा! आत्ताही जे काही तुम्ही बोलता ती त्याचीच कथा आहे. फक्त हे तुम्ही ओळखू शकत नाही आहात.

खामशी मेरी तेरा नगमाये खाबीदा है।

मग तुम्ही बोलाल ती त्याची कथा आणि शांत-गप्प राहिलात तरीही त्याचं गाणं आत घुमत राहिलं. त्याचा अव्याहत नाद!

मेरी आवाज? जो तू कहता है मैं कहता हूं।

मग तुमचा आवाज तुमचा राहणार नाही. हीच खरी रीत आहे गोविंदाला मोल देण्याची. जेव्हा तुम्हीच राहणार नाही. तुमचा आवाज राहणार नाही. तुमचं स्वत:चं काहीही राहणार नाही.

जां तो जां जिस्म भी रौशन है तेरी लौ से मेरा

प्राण-तर-प्राण, पण त्यांच्या बरोबरीने माझा देहही तुझ्याच ज्योतीने तेजोमय झाला आहे

जां तो जां जिस्म भी रौशन है तेरी लौ से मेरा
तेरे ही नूर से मैं शमा सिफ्त जलता हूं।

आणि मग तुम्ही ओळखाल की तुम्ही कुणाच्या तेजाने, प्रकाशाने जळत आहात, तळपत आहात. कोण तुमच्या ह्या मातीच्या पणतीत ज्योत बनून राहतंय. ही तुमची चेतना म्हणजे काय आहे? हे तुमचं अस्तित्व काय आहे? ही परमात्म्याची किरणं आहेत, तुमच्या आत. हा जो तुमच्या देहात चमकतो आहे, डोळ्यांतून झळकतोय, हा जो आत्ता मला ऐकतोय, मौन धरून तो तेच आहे.

जां तो जां जिस्म भी रौशन है तेरी लौ से मेरा
तेरे ही नूर से मैं शमा सिफ्त जलता हूं।
भूख लगती है तो लगती है तेरे प्यार की भूख
चरण अमृत से ही मैं प्यास बुझा सकता हूं।

पण ही क्रांती तेव्हाच घडते, जेव्हा गोविंद मिळतो, स्वत:ला संपूर्णपणे विकून!

माई री मैं तो लियो गोबिन्दो मोल।

कुणीही इतकी हिम्मत दाखवली नाही, असं म्हणण्याची की 'मी परमात्म्याला विकत घेतलं.' हे तर वेडेच म्हणू शकतात. हे विकत घेणारे-देणारे दुकानदार त्यांच्याबद्दलचं नाहीये. हे असं म्हणणारे साहसीच असतात. हे तर तेच म्हणू शकतात ज्यांनी स्वतःला समर्पित केलं, ज्यांनी अहंकाराला गाडून टाकलं. अहंकाराचा साधा 'अ' स्वरही राहिला नाही.

कोई कहै छाने कोई कहै चौड़े...।'

काही जणं म्हणतात की परमात्म्याला मिळवायचं असेल तर लपून छपून मिळवायला लागतं. तर कुणी म्हणतं, परमात्म्याला मिळवायचं असेल तर लपून छपून कसं मिळवणार? मंदिरात, मशिदीत अगदी उघड्यावर, लोकांच्या समोर मिळवायला लागतं. तर काही जणं म्हणतात त्याला अंतरमनात मिळवायला लागतं. लपतछपत. तर काही म्हणतात, त्याला ह्या विशाल ब्रम्हांडातून मिळवायचं असतं, खुले आम!

'कोई कहै छाने' कुणी म्हणतं, लपून मिळवा

'कोई कहै चौडे' कुणी म्हणतं, खुले आम मिळवा सर्वांसमक्ष

कोणी म्हणतं, बाहेर मिळवा, कुणी म्हणतं आत मिळवा.

ह्या पृथ्वीवर दोन तऱ्हेचे धर्म आहेत. एक अंतर्मुखी आणि दुसरा बहिर्मुखी! अंतर्मुखी धर्म सांगतो, डोळे बंद करा. तुमच्या आत जा. ईश्वर बाहेर नाहीये, तुमच्या आत आहे. जैन, बौद्ध अंतर्मुखी आहेत. इसाई, हिंदू इस्लाम बहिर्मुखी धर्म आहेत. परमात्मा सर्व ठिकाणी आहे. डोळे संपूर्ण उघडा. संपूर्ण उघडा आणि त्याला मिळवा.

'कोई कहै छाने कोई कहै चौड़े...।'

कुणी म्हणतं, ईश्वर जवळ आहे, कुठे दूर जाऊ नका. कोणी म्हणतं, परमात्मा दूर आहे. मोठी यात्रा करावी लागेल.

'लियो री बजंता ढोल।'

आणि मीरा म्हणते की 'मी तर ह्या गोष्टीची अजिबात काळजी करत नाही की लपून छपून त्याला मिळवू. शांततेने, मौन बाळगून, जंगलात पळून जाऊन, डोंगरात लपून, कुठल्या गुहेत, मंदिरात, मशिदीत, जो व्यावहारिक, सामाजिक, औपचारिक पद्धती आहेत, त्यात परमात्म्याला शोधलं. मी तर ढोल वाजवत शोधलं.' लियो री बजंता ढोल,' ना आत, ना बाहेर. 'मी तर ढोल वाजवत शोधलं.' ना लपून, ना चोरून, ना सामाजिक, ना औपचारिक पद्धतीने. मी तर अपूर्व, अगदी विचित्र, अगदी अद्भूत पद्धतीने त्याला मिळवलं. मी तर आतमधे जो मृदंग पडला होता माझ्या, त्याला वाजवून परमात्म्याला मिळवलं.

लक्षात ठेवा, ह्यात मीराने एक अद्‌भूत गोष्ट सांगितली आहे. जेव्हा आतमधे ढोल वाजतो, तो वाजतो आत, पण ऐकू येतो बाहेर. जेव्हा आत एखादं गाणं सुरू होतं, तेव्हा ते बाहेर प्रकट होतं. गीताच्या माध्यमातून बहिर्मुखता-अंतर्मुखता जोडली जाते. गीत सेतू बनतं. आत-बाहेर जोडून देतं.

म्हणून मीरा म्हणते, 'मी ना बाहेर परमात्माला शोधलं आणि मिळवलं, ना आत. मी असं त्याला मिळवलं की आत-बाहेर-दोन्ही जोडले गेले. एक होऊन गेले. ना काही बाहेर होतं. ना काही आत. एकच होतं. जे आत होतं, तेच बाहेर होतं. 'लियो री बजंता ढोल!'

आणि आम्ही सर्वच जण त्या अपूर्व नादाला आपल्या आत घेऊन बसलो आहोत. जो नाद बाहेर वाजतोय. तोच आत मधेही. ह्या एकाच नादाने सगळे जोडले गेले आहेत. पण आम्ही जवळजवळ बेशुद्ध आहोत. आम्हाला काहीही ऐकू येत नाहीये. ना काही दिसतं आहे. आमच्या सर्व संवेदना मेलेल्या आहेत आणि तुमच्या तथाकथित धर्मगुरूंनी तुमच्या संवदेनांना एकदम नष्ट केलं आहे. कारण ते म्हणतात 'स्वाद, चव घेऊ नका.' ते म्हणतात प्रेमाने स्पर्श करू नका. ते तुम्हाला एक प्रकारची उदासी शिकवतात. एक तऱ्हेची संवेदना. शून्यता. जडता! ते इंद्रियांना मारायला शिकवतात. हळूहळू इंद्रियांना मारतात ते स्वतःच मरतात. कारण इंद्रियांत तुमच्या चेतनांचं वास्तव्य आहे.

'जो योग्य तऱ्हेने 'जागा' आहे' अशी व्यक्ती स्वाद घेत नाही. ही चुकीची गोष्ट आहे. योग्य जागा असणाराच योग्य स्वाद घेऊ शकतो. त्याचा स्वाद अगदी खोलवर जातो. महात्मा गांधींच्या आश्रमात 'अस्वाद' असं व्रत होतं. माझ्या आश्रमाचं व्रत 'स्वाद' असं आहे. गांधीजींच्या आश्रमात भोजन अन्नांत स्वाद घेणं हे पाप होतं. ह्या स्वादापासून वाचण्यासाठी ते कडुलिंबाची चटणी सुद्धा ठेवत. कारण अन्न जर स्वादपूर्ण, स्वादिष्ट वाटू लागलं तर थोडीशी ही चटणी मधेमधे चाटली जावी. कडुलिंबाची काय चटणी असते? पण हे जीभेला मारण्याचे उपाय आहेत.

पश्चिम मधला एक मोठा वैचारिक लुई फिशर गांधीना भेटायला आला. जेवायला बसले, तर त्याच्या ताटात कडुलिंबाची चटणी वाढली गेली. त्याला तर काही माहिती नाही. त्याने इतर पदार्थ चाखले, तशी चटणीही चाखली. तो एकदम घाबरला, हे विष कशासाठी? त्याने विचारलं तर गांधीजींनी सांगितलं. 'अस्वाद व्रत.' त्याने विचार केला की यजमानांचा अपमान करणं ठीक नाही. एकदाच, एकदम ती चटणी खाऊन टाकावी, म्हणजे अन्नाचा स्वाद, इतर पदार्थांचा स्वाद खराब होणार नाही. म्हणून एका घासात त्यांनी चटणी संपवली. त्याक्षणी गांधीजींनी आचार्याला सांगितलं, 'अजून आणा. लुई फिशरना चटणी आवडली आहे.'

स्वाद नष्ट करू शकतो. जिभेला विषारी खाद्यपदार्थ देत राहिलो, देत राहिलो, जीभ हळूहळू संवेदनाशून्य होत जाईल. जिभेच्या संवेदना नष्ट झाल्या की तुमचा आत्मा ही जड होईल. डोळ्यांना हळूहळू तसं करा की सौंदर्य दिसू नये, फूल, चंद्र, तारे, सुंदर स्त्रिया, सुंदर पुरुष, सुंदर मुलं, डोळ्यांना सौंदर्य दिसू नये. सूरदासने म्हणूनच डोळे फोडले होते, कारण सौंदर्य बघून वासना निर्माण होण्याची भीती असते. डोळे फोडले पण त्याच बरोबर आत्म्याची एक क्षमताही नष्ट केली, नष्ट झाली.

जी नजर स्त्रियांचं सौदर्यं बघते. तिच परमात्म्याचं सौंदर्यही बघते आणि हीच जीभ अन्नाचा स्वाद घेते, तीच परमात्म्याचा स्वादही घेते आणि हेच हात जे लोकांना स्पर्श करतात, तेच परमात्म्याचे चरणही स्पर्श करतात.

इंद्रियांना मारू नका. इंद्रियांना जागं करा. इंद्रियांना तीव्रता द्यायला हवी, सधनता द्यायला हवी, इंद्रियांना प्रांजळ करायला हवं, स्वच्छ, सुंदर करायला हवं. इंद्रियांना कौमार्य द्यायला हवं. डोळे इतके स्वच्छ व्हायला हवेत की जिथे नजर जाईल, परमात्मा दिसेल.

हा तर्काचा फरक समजून घ्या. ही विचारांची दिशा समजून घ्या.

एक असे आहेत की घाबरतात. सौंदर्य दिसलं तर त्यांना वासना जागृतीचं भय वाटतं. म्हणून मग डोळेच फोडून टाकायचे. अन्नात स्वाद रस निर्माण होईल आणि हावरेपणा येईल ह्या भयाने जिभेची चवच नष्ट करून टाकायची. हा जीवन निषेध आहे.

भक्त हा जीवन प्रेमी आहे, त्याच्या निषेधात नाहीये. त्याला बहिरेपण आणि अंधत्व नको आहे. त्याला जीवनाला जाणून घ्यायचं आहे, त्याच्याशी संबंधित व्हायचं आहे, अतिशय प्रगाढतेने की जिथे रूप दिसेल, तिथे प्रार्थना सुरू होईल. आत्ता जिथे रूप दिसतं, तिथे वासना निर्मिती होत्ये. हे खरं आहे. ह्यावर दोन उपाय आहेत. रूप बघूच नका म्हणजे वासना निर्मिती होणार नाही. किंवा रूपाला इतकं खोलवर बघा की प्रत्येक रूपात, सौंदर्यात त्याचंच रूप दिसेल, आपोआप प्रार्थना सुरू होईल.

भक्त रूपात 'परम रूप' बघू लागतो. सौंदर्यात परम सौंदर्य बघू लागतो. प्रत्येक स्वरात त्याचाच नाद ऐकू येतो. मग डोळे फोडण्याची गरज नाही, कान फोडण्याची गरज नाही, इंद्रियांना मारण्याची गरज नाही. ईश्वराने ही इंद्रियांची भेट दिली आहे, ती जर मारण्यासाठी असती, तर ईश्वराने ही भेट दिलीच नसती. इंद्रियांना मारण्याचा अर्थ होतो, की ही भेट तुम्ही नाकारता आहात. ही एका प्रकारची नास्तिकताच आहे.

मी गांधींना आस्तिक मानत नाही. ही आस्तिकता परकी आहे. आस्तिकतेचा

अर्थ असा आहे की जे त्याने दिलंय, ते योग्यच असणार. आम्ही त्याचा योग्य तो वापर करत नाही आहोत. पण ह्यात देणाऱ्याची काहीही चूक नाही.

तुम्हाला कुणी भेट म्हणून तलवार जर दिली तर तुम्ही हवं तर कुणाची हत्या करू शकता, हवं तर कुणाची होत असलेली हत्या वाचवूही शकता. तलवार तर तटस्थ आहे. तलवार काहीच सांगत नाही, हत्या करा, होत असलेली हत्या वाचवा!

तुम्हाला कुणी संपत्ती देतंय. हवं तर खरेदी करा, हवं तर जीवनासाठी त्याचा सदुपयोग करा. सर्व तुमच्यावर अवलंबून आहे. इंद्रियं ह्यासाठी दार बनू शकतं आणि प्रत्येक इंद्रिय प्रार्थनेत मग्न होऊ शकतं आणि आम्ही त्यालाच कलाकार म्हणू जो सर्व इंद्रियांना प्रार्थनेत मग्न करू शकतो. जो केवळ आत्म्याने हाक मारत नाही तर देहानेही साद घालतो, हाक मारतो. परमात्म्याचा प्रकाश. तेज फक्त प्राणांमधे झळाळून उठत नाही तर शरीराच्या कणाकणातून झळाळून उठतो. आत्मा तर परमात्म्यात बुडून राहू दे पण देहही बुडून जाऊ दे. तुमचे प्राण त्यात स्नान करू देत पण तनही त्यात स्नान करू दे. तुमचा श्वास न् श्वास त्यात सरमिसळून जाऊ दे.

माई री मैं तो लियो गोबिन्दो मोल।
कोई कहै छाने कोई कहै चौड़े, लियो री बजंता ढोल।

मीरा म्हणते, 'मी ह्या सर्वांनी बनवलेल्या सीमा रेषांचा विचार केला नाही की आत शोधू की बाहेर शोधू! मी तर ढोल वाजवून त्याला मिळवलं आहे.'

ही कुठल्या 'ढोल'ची गोष्ट करत्ये? अनाहत! तो जो अनाहत नाद आहे. तो जो आत लपलेला नाद आहे. त्यावरच जखम करत्ये. त्यावर थाप मारत्ये, टणकार वाजवत्ये. ह्या टणकाराचा नाद बाहेरपर्यंत पसरतो.

एक दगड तुम्ही सरोवरात फेकून पाहा. जिथे तो पडतो तिथे लहरी निर्माण होतात आणि मग त्या लहरी दूरपर्यंत पसरत जातात. दूर किनाऱ्यापर्यंत लहरी-लहरीच होत जातात.

परमात्म्याचा पहिला स्पर्श तर आतच होतो, कारण तिथूनच आपण त्याच्या अगदी निकट आहोत. ह्या झाडामधे परमात्म्याला बघितलंत तर गोष्ट जरा दूरची झाली. जर स्वत:मधे अजूनपर्यंत बघितलेलं नाही, तर झाडात कसं काय बघू शकाल? चंद्र-चांदण्यांमधे त्याला बघाल आणि आपल्या हृदयाच्या स्पंदनांमधे त्याला अजून ऐकलं नाहीत. इतक्या दूर त्याला कसं बघाल? ओळख तर जवळूनच व्हायला हवी. ओळखीची सुरुवात तशीच व्हायला हवी. चालायला सुरुवात तशीच व्हायला हवी. चालायला सुरुवात जिथे आपण आहोत तिथूनच व्हायला हवी.

...'लियो री बजंता ढोल!
कोई कहै मुहंगो, कोई कहै सुंहगो...।'

कोणी म्हणतं परमात्मा खूप महाग आहे. कोणी म्हणतं परमात्मा खूप स्वस्त आहे. जे लोक म्हणतात परमात्मा महाग आहे, शरीराला तपस्या करवा, इंद्रियांना छाटून टाका, सर्व सुखं सोडून द्या. आपल्या जीवनात दु:खाला सजवा, त्याचीच आराधना करा. घाव करवून घ्या आणि ते भरून देऊ नका. तपश्चर्या, उपास, व्रत!

हे जे दु:खवादी साधना करणारे लोक आहेत, ओशो त्यांना 'कृच्छ' म्हणतात, जे स्वत:ला सतावणारे लोक आहेत, ते म्हणतात, परमात्मा मिळवणं खूप महाग आहे, कारण कष्ट केल्यानंतरच तो मिळतो, हजार हजार नरकयातना भोगल्यावर मिळतो.

आणि काही लोकं म्हणतात, एकदम स्वस्त आहे. जसं महर्षी महेश योगी. ते म्हणतात, 'एकदम स्वस्त मामला आहे. दहा मिनिटं सकाळीच मंत्र म्हणा, दहा मिनिटं संध्याकाळी मंत्र म्हणा. बास संपलं', दुसरा म्हणतो, काही कठीण गोष्ट नाही. तुम्ही जसे आहात एकदम ठीक आहात. बस फक्त एवढी एक युक्ती करा आणि परमात्मा मिळून जाईल. हा तावीज घ्या आणि बांधा. हा पाहा मंत्र, हा सतत म्हणत राहा. ह्या मंत्राचा जप करा. हे बघा मंदिर, रोज दोन मिनिटं माथा टेकून या. ही बघा मशिद. नमाज करा, संपलं!' ह्या सर्व स्वस्त गोष्टी आहेत. तुम्हाला काही करावं लागत नाही. नमाज वाचता, काय करता? दोन-चार वेळा उठ-बस केली, थोडी कसरत केली. मंदिरात गेलात, दगडी मूर्ती समोर डोकं ठेवलंत. ह्यापेक्षा वेगळं काय करावं लागतं? तुम्ही जसे होतात तसेच राहता. जराही फरक पडत नाही. ना तुम्हाला तुमचं जीवन बदलावं लागतं, ना राहणीमानांत तुम्ही काही क्रांती घडवून आणत. काही करायचं नसतंच. मंदिरात गेलात, डोकं टेकलं, पळालात. जसे होतात तसेच आत गेलात आणि तसेच बाहेर पडलात. मग मंदिरात जाणारे आणि मंदिरात न जाणारे ह्यांच्यात काही फरक दिसतो का? दोघांना दुकानात बसलेले पाहून त्यातलं मंदिरात जाणारं कोण आणि न जाणारं कोण हे सांगू शकाल? हां, आता टिळा वगैरे लावून बसला असेल तर फरक कळेल. बाकी, एवढाच फरक. टिळा नसेल, तर मग तेही कळणार नाही. पण त्या टिळ्यामुळे कुणी परमात्मा मिळवणार आहे?

एक असे लोक आहेत, त्यांनी अति केलंय. ते म्हणतात, खूप कठीण आहे. दुकानात बसून तर मिळणार नाही. घरी बसलो तरीही मिळणार नाही. मूल-बाळ-बायको सर्वांना सोडा, जंगलात पळा, स्वत:ला क्लेष द्या, उकडत असलं तरी सर्व बाजूंनी होम करा, आणि थंडी असली तरी नग्न उभे राहा. खुल्या आकाशाखाली, खूप कठीण, कष्ट करून मिळेल आणि ही एका जन्माची गोष्ट नाहीये. कित्येक जन्म घालवावे लागतील असे.

हे असे एक. दुसरे अति, ते म्हणतात, 'ह्या सर्वांची काहीही गरज नाही. तुम्ही

जसे आहात तसेच ठीक आहात. काही करू नका. ही माळ घ्या. दिवसातून एकदा हिला फिरवा. लवकर, हळू, जशी जमेल तशी, लवकर फिरवा. हिला.'

तिब्बती आहेत, त्यांनी तर प्रार्थनेचं चाक बनवून ठेवलंय. तर ते ह्या चाकाला फिरवतात. त्या चाकावर प्रार्थना लिहिली आहे. चाक एकदा फिरलं. एक प्रार्थना पूर्ण झाली. असं आपलं कामही करतात आणि संधी मिळाली की त्या चाकाला एक धक्का मारतात, की चाक फिरत राहातं.

एक तिबेटी लामा माझ्याकडे पाहुणा म्हणून आला होता. मी त्याला सांगितलं, 'तुम्हाला माहीत नाहीये. वीज आल्ये. ह्याला वायर लावून विजेचं बटण लावा. आपलं आपण फिरत राहील. जसा पंखा फिरतो. नाहीतर, पंख्यावर प्रार्थना लिहा. चौवीस तास फिरत राहील. प्रार्थनाच प्रार्थना होऊन जाईल. लाभच लाभ मिळेल.

एका बाजूला स्वस्त उपाय शोधणारे लोक आहेत. राम नामाची चादर पांघरा. तुम्हाला काही करायची गरज नाही. राम नाम लिहिलेलंच आहे.

ह्या दोन्ही गोष्टी चुकीच्या आहेत. मीरा म्हणते.

'कोई कहै मुंहगो कोई कहै सुंहगो, लियो री तराजू तोल!'

मीरा म्हणते 'ह्या दोन्ही गोष्टी अति आहेत. जिथे तराजू समतोल होतो, ठीक मध्यभागी. ना कठीण रस्ता. ना स्वस्त रस्ता. ना तप तपश्चर्येने मिळाला आहे. ना असंच बसून मिळाला आहे, मंत्राचा जप करून, जिथे चित्ताचा तराजू समतोल होतो, जिथे अति राहत नाही. जिथे सम्यकत्व होतं. जिथे समानता येते, ही समजण्याची बाब आहे. 'लियो री तराजू तौल...!'

तराजूमधे कधी एक पारडं जड होतं, तर कधी दुसरं वर जातं, एक जमिनीपासून वेगळं होतं. कधी दुसरं पारडं जड होतं, तर जमिनीला लागतं. पहिलं वर जातं, पण हे कसंही झालं तरी असंतुलन होतं. ज्यांनी समजलं, परमात्मा महाग आहे, त्यांचं जीवन असंतुलित होतं. ज्यांनी समजलं एकदम स्वस्त आहे, करायचंच काय आहे, एकदा केव्हातरी आठवण काढा दिवसातून, मरताना पण आठवण काढा, चालून जाईल. अजामिलने मरताना आठवण काढली, निघून गेला आणि परमात्म्याची आठवण नव्हती. तर मुलाला हाक मारली. ज्याचं नाव नारायण होतं आणि वारला.

एका बाजूला अशी माणसं आहेत जी ईश्वराच्या नावाने भांडण तंटा करतात, ज्यांचं ईश्वराशी काही देणं-घेणं नाही आणि दुसरीकडे असे लोक आहेत, जे काहीही भांडण तंटा करू इच्छित नाहीत, जे त्यांच्यात कुठल्याही तऱ्हेचा फरक करू इच्छित नाहीत. जे काहीही किंमत मोजायला तयार नाहीत. हे दोघेही 'अति' आहेत.

बुद्धने ज्याला मध्यम मार्ग म्हटलं आहे. 'मज्झिम निकाय' मीराच्या भाषेत तेच 'लियो री तराजू तौल' जिथे तराजू समतोल होतो. जिथे चित्त अति करत नाही.

आणि ह्या गोष्टीला समजून घ्या. जिथे चित्त अति करत नाही. तिथेच ते मिटून

जातं. चित्त अतिमधे नेहमी जिंकतं.

एका राजकुमाराने बुद्धाकडे दिक्षा घेतली. त्याचं नाव श्रोण होतं. तो भोगी होता, महाभोगी. त्याच्या भोगाच्या कहाण्या सर्व देशात प्रचलित होत्या. बुद्धापर्यंतही त्याच्या ह्या कहाण्या बरेच वेळा पोहोचल्या होत्या. त्याचं आयुष्य भोगमय होतं. रात्रभर जागून नाच, गाणी, मदिरा आणि दिवसभर आराम. झोप. जिना चढताना जिन्याच्या दोन्ही बाजूंना नग्न स्त्रियांना उभं करायचा, जणू कठडा. त्यांच्या खांद्यावर हात ठेवत तो जिना चढायचा. तो महालाबाहेर कधी गेलाच नव्हता. गाद्यांवरून चालायचा. फुलांत जीवन जगायचा. काटे म्हणजे काय ह्याचा त्याला पत्ताच नव्हता.

मग त्याने बुद्धाला ऐकलं आणि लोकं आश्चर्यचकित झाले, जेव्हा बुद्धाला ऐकण्यासाठी तो प्रथम महालाबाहेर पडला आणि त्याने फक्त ऐकलं नाही तर उभं राहून बुद्धाला विनंती केली, 'मला दिक्षा द्या!' मी भिक्षुक बनू इच्छितो. लोकांना तर विश्वास वाटेना. असं तर नाही की हा जास्त मदिरा सेवन करून आला आहे? की रात्रीची नशा अजून उतरली नाही? त्याच्या मित्रांनी विचारलं, 'हे तुम्ही काय करताय?' जे करता आहात ते विचारपूर्वक करता आहात ना?

त्याने सांगितलं. 'मी थकलोय. मला उबग आलाय. सर्व भोग भोगून बघितलं. मला दिक्षा हवी. मी भिक्षुक होणार.'

तो महालात परतून आला नाही. तो संन्यासी झाला. बुद्धाच्या भिक्षुकांनी बुद्धाला विचारलं की हा तर मोठा चमत्कार आहे. तुम्ही काय केलं? काय जादू केलीत ह्या माणसावर?

बुद्ध म्हणाला, 'मी काही केलं नाही. हा तर अतिकारी. एक अति दुसऱ्या अतिवर झुकला. लंबक जसा डोलतो तसा. तसा खतरनाक माणूस आहे. एका अतिने थकला, म्हणून दुसऱ्या अति वर आला आणि ते म्हणाले, 'थोडा वेळ बघा, म्हणजे तुम्हाला समजेल. पंधरा दिवसांत जगजाहीर झालं. तो माणूस गाद्यांवर चालत होता. जमिनीला पाय लावत नव्हता, तो आता काट्याकुट्यांतून चालायला लागला. दुसरे भिक्षू तर पायवाटेवरून चालत बनवलेल्या रस्त्यांवरून हा काट्यांमधून चालत असे. त्याने त्याचे तळवे रक्तबंबाळ करून घेतले. पायांना चिरे पडले. दुसरे भिक्षू ऊन असेल तर वृक्षांच्या छायेत बसत, हा थेट उन्हाखाली उभा राहत असे. थंडी असेल तर इतर भिक्षू उन्हांत बसत, आणि हा सावलीत जाऊन बसे. तो उलट करत राहिला. भिक्षू दिवसांतून एकदा जेवत, हा दोन-चार दिवस उपाशी राहत असे आणि एखाद दिवशी एकदाच जेवत असे. आठवड्यांतून एक दोनदा जेवे. हडकुळा झाला, सुकून गेला. त्याचा सुंदर देह काळा पडला. शरीरावरचं मांस गेलं आणि हाडं उरली. तर बुद्धाने एक दिवस त्याच्या दारावर थाप मारली. ज्या झोपडीत तो राहत होता. अगदी मरायला टेकल्यासारखा.

बुद्धाने त्याला विचारलं, 'श्रोण, मी एक प्रश्न विचारायला आलो आहे. मी ऐकलंय की तू जेव्हा राजकुमार होतास तेव्हा वीणा वाजवण्यात कुशल होतास. मी तुला विचारण्यासाठी आलो आहे की वीणेच्या तारा जर जास्त आवळल्या तर वीणा वाजू शकते?

त्याने सांगितलं, 'नाही वाजणार. तारा तुटतील.'

'आणि वीणेच्या तारा खूप शिथिल असतील तर वीणा वाजेल?'

त्याने सांगितलं, 'नाही. तरीही वाजणार नाही. खूप शिथिल असतील तर आघात होणार नाही, म्हणून स्वर झंकारणार नाहीत.

मग बुद्धाने विचारलं, 'वीणा कशी असायला हवी म्हणजे संगीत झंकारेल?

तर श्रोण म्हणाला, 'तार जुळवणं, कसणं ही मोठी कला आहे. तार अशी हवी, ना ढिली, ना जास्त कसलेली. एक अशी स्थिती तारेची जी समतोल, ठीक, मध्य! ना जास्त दिली, ना जास्त आवळलेली. ठीक, मध्य!' आणि जेव्हा वीणेची तार ठीक मध्य असेल तेव्हा महासंगीत निर्माण होतं.

मग बुद्ध म्हणाले, 'हेच मी सांगायला आलो आहे. की जो नियम वीणेच्या संदर्भात आहे, तोच नियम जीवनाच्या संदर्भातही आहे. जीवनाच्या वीणेत संगीत तेव्हाच निर्माण होतं जेव्हा तारा ना कसलेल्या असतील, ना जास्त ढिल्या सोडल्या असतील. बघ. तुझ्या तारा खूप ढिल्या होत्या. तेव्हा संगीत निर्माण होऊ शकलं नाही. आता तू त्या जास्त कसून घेतल्या आहेस, आता तारा तुटत चालल्या आहेत, वीणेला फाशी लागल्ये. आत्ताही संगीत निर्माण होत नाहीये. तू एका मूर्खपणा वरून दुसऱ्या मूर्खपणाकडे गेला आहेस.

आणि मन हेच करतं. जास्त जेवण जेवलो तर मन उपास करण्याचा विचार करू लागतं, चला उपास करू या. उरळी कांचनला जाऊ. मग दोन-चार दिवस उपास केला. मग वाटतं आता जेवू. जेवणाचेच विचार येत राहातात. अशी मनाची अवस्था आहे. एका मूर्खपणातून दुसऱ्या मूर्खपणावर उडी मारतं. पण मध्य कधी नाही गाठत. तर तुम्हाला भोजन भट मिळतील किंवा उपास करणारे भेटतील. पण सम्यक भोजन करणारे फार कमी मिळतील. सम्यक म्हणजे ना जास्त, ना कमी.

हीच कला आहे. जीवनाच्या वीणेतून संगीत निर्माण करण्याचं हे शास्त्र आहे आणि हेच जीवनाच्या सर्व अंगांकरता लागू आहे.

जी लोकं संपत्तीच्या मागे असतात ती फक्त पैसा पैसा करत राहतात. ज्या दिवशी थकतात तेव्हा पैसा त्यांना सोडून पळून जातो. मग त्यांच्या मनात त्याग आणि त्यागच भरून राहतो. ह्या दोन्ही गोष्टी पराकोटीच्या आहेत. मनुष्याला मध्य समजला पाहिजे आणि तसं राहता आलं पाहिजे. धन हे जीवनाचं साध्य, लक्ष नाही पण जीवनाचं साधन जरूर आहे. तर धन ही धन मिळवत, साठवत राहण्यात

जीवनाचा सुरेख काळ जे हरवून बसतात, ते अविचारी आहेत आणि जे धन सोडून देतात आणि असं समजतात की संपत्ती सोडून दिल्यामुळे परमात्मा मिळेल. तर ते ही अविचारी आहेत. पैसा. पैसा मिळवत राहून सर्व काही मिळेल आणि पैसा सोडला की सर्व काही होतं. हे दोन्ही विचार अविचार आहेत. सम्यकत्व असायला हवं. जितकं जरुरी आहे, जी जीवन जगण्याची आवश्यकता आहे. तेवढीच संपत्ती, तेवढं करावं आणि इतकं सर्व जण करू शकतात. कारण जीवनाच्या आवश्यकता, गरजा फार कमी आहेत. जरुरी गरजा कमी आहेत आणि गैर जरुरी खूप आहेत.

तर मी असं म्हणत नाहीये की सर्व गरजा सोडून द्या, कारण हे अति आहे. मी म्हणतोय, अनावश्यक गरजा टाळा, तरी खूप आहे. जे खरोखरच गरजेचं आहे ते ही निश्चितपणे पूर्ण करा. त्यांना पूर्ण करणं कठीणही नाही आणि दुनियेत प्रत्येक जण जरुरी पुरत्याच गरजा पूर्ण करेल, तर कुणालाही काहीही अपुरं पडणार नाही. पण काही लोक वेडे आहेत. ते जरुरीपेक्षा जास्त साठवत जातात आणि ह्यामुळे काही लोकांना त्यांच्या जरूरी पुरत्या गरजाही पूर्ण करता येत नाहीत. मग वादविवाद, संघर्ष, वैमनस्य, द्वंद्व, हिंसा. दोन अतिंमधे मध्य गाठायचा आणि थांबायचं हे तराजूला तोलणं आहे. दोन्ही पारडी एका रेषेत आली, तराजूचा काटा मध्यची सूचना देऊ लागतो.

मध्यातून दार आहे.

तर मीरा ना तपस्विनी आहे, ना त्यागी आहे, ना भोगी आहे. ती मध्य गाठून थांबली आहे. तेच मीराचं सौंदर्य आहे. तेच तीच्या संगीताचं माधुर्य आहे. हे संगीताचं माधुर्य तिच्या जीवनाच्या माधुर्यातून वहात आहे. हा तिच्या जीवनाचा रस आहे, जो तिच्या संगीतामधेही आहे.

'माई री मैं तो लियो गोबिन्दो मोल।'

मी परमात्म्याला विकत घेतलंय, मीरा म्हणते. मोठ्या हिमतीने तिने वक्तव्य केलं आहे. कुणीही कधीही असं म्हटलं नाहीये की परमात्म्याला विकत घेतलंय! आणि विकत घ्यायची कला कशी आहे?

'लियो री तराजू तोल, लियो री बजंता ढोल।
कोई कहै कारो, कोई कहै गोरो, लियो री अमोलिक मोल।'

कोण म्हणतं परमात्मा असा, कोण म्हणतं परमात्मा तसा. सगळे व्याख्या करतात. कोण म्हणतं काळा, कोण म्हणतं गोरा. कोणी म्हणतं निर्गुण, कोणी म्हणतं सगुण, कोणी म्हणतं, इतके हात, इतकी मुखं, कोणी म्हणतं इतकी मुखं, इतके हात! वेगवेगळ्या व्याख्या आहेत. कोणी म्हणतं शून्य, कोणी म्हणतं पूर्ण. ह्या साऱ्या व्याख्या मनुष्यनिर्मित आहेत आणि ह्या त्यांनी निर्माण केल्या आहेत जे त्याला जाणत नाहीत. जे जाणतात ते म्हणतात, 'परमात्मा अव्याख्य आहे. त्याची

काहीही व्याख्या नाही, काहीही सांगू शकत नाही त्याच्या संबंधात! निर्वचन! त्याला जाणवू तर शकतो पण जाणवू देऊ शकत नाही.

'कोई कहै कारो कोई कहै गोरो'...

मीरा हे सांगत्ये की ना तो गोरा आहे, ना काळा, ना असा आहे, ना तसा. तो तर फक्त त्याच्यासारखा आहे. म्हणून तुम्ही त्याला कुठल्याही व्याख्येत बांधू नका. तुम्ही जे काही म्हणाल ती सीमा होईल आणि जी सीमा होईल ती त्याला घेऊ शकणार नाही कारण तो असीम आहे.

...'लियो री अमोलिक मोल।'

मीरा म्हणते, 'मी इतकंच सांगू शकते. त्याचं मूल्य करण्याचा काही उपयोग नाही. कारण तो अमौलिक आहे. त्याला पारखण्याची गरज नाही. त्याला तोलण्याची गरज नाही, अशी कुठली परिक्षा, असा कुठला तराजू नाही आणि तुमची शास्त्रं, तुमचे सर्व सिद्धांत कवडी मोलाचे आहेत. जे निर्गुण म्हणतात ते ही चूक आणि जे सगुण म्हणतात ते ही चूक. जिथे वादविवाद आहे तिथे सर्व बकवास आहे आणि वाद तिथेच आहेत जिथे जाणून घेतलं नाहीये. ज्यांनी जाणलं, ते गप्प बसतात. एकदम शांतता होऊन जाते. त्याला तुम्ही विचारा, 'परमात्मा कसा आहे?' तर तो म्हणेल. 'माझ्या डोळ्यांत डोकावून बघा.' तो म्हणेल, 'माझा हात पकडा.' तो सांगेल, 'माझ्या जवळ थोडा वेळ गप्प बसा, कदाचित कळेल. पण मी काय सांगू, परमात्मा कसा आहे? कसं काय सांगता येतं? परमात्मा-परमात्मा आहे; त्याच्यासारखाच आहे.

'कोई कहै कारो कोई कहै गोरो। लियो री अमोलिक मोल।'

तो अमूल्य आहे. काहीही उपाय नाही की आपण वर्णन करू शकू की कसा आहे. ज्यांनी जाणलं, त्यांनी जाणलं आणि दुसऱ्याला जाणवून देऊ शकत नाही. मी जाणलं तर मी तुम्हाला जाणवू देऊ शकत नाही. मी माझं डोकं आपटू, हजार तऱ्हा करू. तुम्ही ऐकून घ्यालही, तरीही हाताला काहीही लागणार नाही. कारण माझे शब्द तर तुमच्या पर्यंत पोहोचतील, पण अर्थ कसा पोहोचणार? अर्थ तर अनुभवातून येतो.

मी म्हटलं गुलाबाचं फूल. तुम्ही ऐकलंत आणि तुम्हाला अर्थही समजला. का? कारण गुलाबाचं फूल तुम्ही बघितलं आहे. तुम्हाला गुलाबाचं फूल म्हणजे काय हे माहीत आहे. मी गुलाबाचं फूल असं म्हटलं आणि तुमच्या नजरेसमोर गुलाबाचं फूल आलं आणि जर तुम्ही संवदेनाक्षम व्यक्ती असाल तर तुम्हाला गुलाबाच्या फुलांचा सुगंधही येऊ लागेल. तुम्ही जर जास्तच संवेदनाशील असाल तर गुलाबाचं फूल प्रत्यक्षात तुमच्या ह्रदयात स्पष्ट होईल. पण जर तुम्हाला गुलाबाचं फूल ही माहीतच नसेल, तुम्ही जर कुठल्या रेताड भागांतून जा-ये करत

असाल, तर जेव्हा मी म्हणतो, 'गुलाबाचं फूल' तेव्हा शब्द तुमच्या कानांवर पडतील, कारण ते मी उच्चारले आहेत, पण तुम्हाला समजणार नाही मी काय म्हणतोय ते. अर्थ प्रकट होणार नाही.

शब्दांतून अर्थ नाही जाणवत. शब्दामुळे तुमच्या आत अर्थ असतो, तो जागा होतो. जर आत अर्थ पडलेला नसेल तर शब्द काही करू शकत नाहीत. शब्द खडबड करून निघून जातात.

आंधळ्या माणसाला सांगा, प्रकाश. ऐकेल. कारण तो बहिरा नाहीये. खरं तर असं आहे की आंधळ्या व्यक्तींचे कान तीक्ष्ण असतात, डोळस माणसांपेक्षा. कारण आंधळ्यांना डोळे नसतात डोळ्यांची उर्जा श्रवणयंत्रणेशी जोडली जाते. डोळ्यांमधे खूप उर्जा असते. ऐंशी प्रतिशत उर्जा डोळ्यांमधे जाते, ती वाचते आणि कानांपाशी जोडली जाते. कारण दोन नंबरचं इंद्रिय कान आहेत. जी उर्जा डोळ्यांवाटे बाहेर पडायची ती पडू शकत नाही, तीच कानांचा मार्ग शोधते. ते दार बंद झालं, म्हणून दुसरं दार शोधते. म्हणून आंधळ्यांची श्रवणशक्ती अतिशय तीक्ष्ण असते. म्हणून आंधळे उत्तम संगीत तज्ज्ञ होतात. त्यांची संगीतातली पकड खोलवर असते. ध्वनी शास्त्र त्यांच्यासाठी सरळ सोपं होऊन जातं.

दुरून येणाऱ्या माणसांच्या पदरवांवरून आंधळी व्यक्ती कोण येतंय हे ओळखू शकते. पण तुम्ही ओळखू शकणार नाही. जे डोळस आहेत, ते ओळखू शकत नाहीत. डोळस लोकांनी कधी तसा विचार केला नाही की एखादा माणूस चालतो तर त्याच्या पायांचा आवाज कसा असतो. पण आंधळा तर कानांनाच डोळे समजून चालतो. आवाजच त्याचं आयुष्य आहे, आवाज हाच त्याचा अनुभव आहे. तुम्ही बोलता तर तो ओळखतो, कोण बोलतंय हे. जसं आपण चेहरे ओळखतो आणि म्हणतो अमूक एक माणूस येतोय. तसं अंध माणूस ध्वनी बघतो. चेहरा तर बघू शकत नाही, ध्वनी बघू शकतो, स्वर ऐकू शकतो. म्हणून आंधळ्यांचे कान खूप प्रगाढ रूपात संवेदनाशील होऊन जातात.

तर मी जर आंधळ्याला सांगितलं, 'प्रकाश' तर तो तुमच्यापेक्षा जास्त चांगलं ऐकतो, पण त्याने काही फायदा होत नाही. कितीही चांगल्या तऱ्हेने ऐकलं तरी प्रकाशाशी त्याचा काही संबंध नाही. त्याच्या मनांत कुठलाही अर्थ तयार होत नाही. शब्द कोरा येईल, कोराच निघून जाईल. रिकामा राहील, शब्द भरणार नाही.

तुम्ही तेवढंच समजू शकता, जितकं तुम्ही जाणता. परमात्म्याला मी तुम्हाला जाणवून देऊ शकतो, जर तुम्ही जाणलं आहेत. पण मग तेव्हा जाणवून द्यायची ही गरज नाही. तुम्ही जाणलं नसेल तर मग त्यावर काही उपाय नाही. एवढंच सांगू शकेन मी काय जाणलं. पण काय जाणलं, ह्या संदर्भात मी काही सांगू शकत नाही.

'कोई कहै कारो कोई कहै गोरो, लियो री अमोलिक मोल।'

मीरा म्हणते, 'मी ह्या विचारात, चर्चेत पडत नाही की काळा आहे की गोरा, निर्गुण की सगुण, मी जो अमौलिक आहे त्यालाच मोल दिलंय. मी तर सरळ त्याच्यापाशीच गेले. मी वादविवादात पडलेच नाही. मी पंडित पुरोहित, संप्रदाय ह्यांच्या जाळ्यात सापडले नाही. मी, ह्याचं मानू, का त्याचं मानू ह्या गुंत्यात सापडले नाही, सरळ त्याच्याचकडे गेले आणि जशी पोहोचले, समतोल झाले. मी माझ्या आतल्या सुरांना जागं केलं. जायचंय त्याच्याकडे म्हणून आतले स्वर शोधले.

मीरा स्वरांनी पोहोचली परमात्म्यापर्यंत, म्हणून तिच्या स्वरांत इतका गोडवा आहे.

'याही कूं सब लोग जाणत है, लियो री आंखी खोल।'

आणि मीरा सांगते, 'तो सर्वांसमोर हजर आहे. सर्वांच्या आत-बाहेर तोच आहे. फक्त अडचण इतकीच आहे की लोक डोळेच उघडत नाहीयेत. मी डोळे उघडले आणि मला तो मिळाला.

परमात्म्यावर पडदा नाहीये. जसं मी तुम्हाला सांगितलं, पडदा डोळ्यांवर आहे. डोळे उघडा, मिळेल. 'लियो री आंखी खोल'

दर्शनशास्त्र समजून घ्यायची गरज नाहीये. 'दर्शन' ही क्षमता जागृत करण्याची गरज आहे. बघण्याची क्षमता!

मेरे तसव्वर में मेरे दिल में मेरी नजर समा रहे हैं
वो जो हर जल्वाये हसीं को बहारे रंगी बना रहे हैं
वही बसे है सकूते लब में सकूने दिल में सरूरे जां में
वो बनके इक मौजे बेखुदी मुझको अपनी सुरत दिखा रहे हैं
मेरी खामोशी की लै वही है मेरी गजल का वही तरन्नम
वो पर्दाये साजे दिल भी खुद है वो इसपे नगमें भी गा रहे हैं।

तीच वीणा आहे, आणि वादकही तीच आहे. तोच आहे जागणारा आणि जागवणारा. ज्या दिवशी हे जाणाल, त्या दिवशी मिळवाल, परमात्म्या शिवाय दुसरा कुणी नाही.

माझ्या शांततेची लय तोच आहे. जेव्हा तुम्ही शांत असता तेव्हा तुमच्या आत तोही शांत गप्प असतो आणि माझ्या गझलेचं स्वरमाधुर्य तोच आहे आणि जेव्हा तुम्ही गाणं गाता तेव्हा त्या गीताचे स्वर ही तोच आहे आणि ते मधुर गाणं ही त्याचंच आहे.

'वो पर्दाये साजे दिल भी खुद है' तो जो हृदयाचा स्वर आहे, वाद्य आहे, हृदयाची जी वीणा आहे, तोच आहे. तो ह्यावर गाणी सुद्धा म्हणतो आहे आणि ह्यावरच गाणी तयार होत आहेत, गायलीही जात आहेत.

अयां है वो मेरी खल्वतों में निहां है वो अपनी जल्वतों में

ये खेल गैबो नमूं का यूं ही वो खेलते है खिला रहै हैं।

तोच त्या बाजूला, तोच ह्या बाजूला, दोन्ही तीर त्याचेच. खेळणारे तेच आणि खेळवणारेही तेच. खेळ त्यांचा.

कभी वो मेरी रगों में शोला कभी वो पलकों पे मेरी शबनम
कभी वो साहिल पे रक्स में हैं कभी वो तूफां उठा रहे हैं।

आणि इथे सर्व काही त्याचंच आहे. चांगलं पण, वाईट पण, दिवस पण, रात्र पण, जन्म ही आणि मृत्यू ही.

कभी वो मेरी रगों में शोला कभी वो पलकों पे मेरी शबनम

कधी आपल्या आत आगीसारखा भडका होऊन भडकतात तर कधी दव होऊन बरसतात. कभी वो साहिल पे रक्स मैं है... तर कधी किनाऱ्यावर नाचत आहेत, रास होत आहे. कधी तुफान उठवत आहेत. ह्या जीवनाचं सर्व काही परमात्मामय आहे. फक्त एकच गोष्ट हवी, 'लियो री आंखी खोल.'

डोळे उघडलेले नसतील तर आम्हाला काहीच समजत नाही. डोळे उघडलेले नसतील तर आम्ही तफावत करतो. म्हणतो, 'हे वेगळं, ते वेगळं. आम्ही हजारो भाग पाडतो आणि इथे एकच आहे, अखंड, अनवरत, एकाचंच वास्तव्य!

कभी वो मेरी रगो में शोला कभी वो पलकों पे मेरी शबनम
कभी वो साहिल पे रक्स में है कभी वो तूफां उठा रहे हैं
वही है कैफे निशाने हस्ती वही है सांजे गुदाजे हस्ती
कहीं बहाते हैं अश्के खूं वो कहीं खडे मुस्करा रहे हैं
इधर खामोशी उधर खामोशी हैं गुफ्तगू फिर भी हो रही हैं
वो सून रहे है बचश्मे खंदा बचश्मे नम हम सुना रहे हैं
जो मुस्कुराहट से उनकी उठती है नगमाये बेखुदी की मौजें
वही तो बनती हैं शेरे तेरे जिन्हें वो खुद गुनगुना रहे हैं
वो बात जिससे जहान सारा है आशना इसको दिल ही दिल में
समझ के हम राजे नाशगुफ्ता जमाने भर से छुपा रहे हैं।

डोळ्यांवरून जरासा पडदा सरकतो आणि एक चमत्कार घडतो. एक चमत्कार, की परमात्मा त्याच्याशिवाय कुणीही नाही, आणि अजून काहीही नाही. जोपर्यंत पडदा आहे, तोपर्यंत मनुष्य विचारत राहतो. 'परमात्मा कुठे आहे?' आणि जेव्हा पडदा सरकतो, मनुष्य विचारतो परमात्म्याशिवाय अजून काही नाहीये, आणि कुठे काय आहे? पडदा असेपर्यंत मनुष्य विचारत राहतो, की परमात्म्याला कुठे शोधू आणि पडदा उघडला की तोच म्हणतो की अशी कुठली जागा आहे का जिथे परमात्मा नाही? त्याला आता हलवू कसं? कुठल्या जागेतून?

नानक, ह्यांच्या बाबतीत असंच झालं होतं. मक्काच्या दिशेने पाय पसरून एका

संध्याकाळी झोपले. काबाच्या दगडाच्या दिशेने. पुरोहित नाराज झाले. पुरोहित नानक जवळ जाऊन म्हणाले, 'आम्ही ऐकलं होतं की तुम्ही संत फकीर आहात, तर हा दुराचार कशाला? पाय तेही पवित्र काबाच्या दिशेने?'

तर नानक म्हणाले, 'तुम्ही माझे पाय त्या दिशेला करा. वळवा, जिथे परमात्मा नाही. माझी खूप पंचाईत होते. मलाही ईश्वराच्या दिशेने पाय करायचे नाहीयेत. पण मग पाय ठेवू तरी कसे? अशी एखादी जागा आहे? तुम्हाला माहीत असेल तर तुम्ही माझे पाय कृपया त्या दिशेने ठेवा.'

ही कथा अतिशय गोड आहे. ह्यात तथ्य आहे, आणि नंतर काव्य आहे. पण काव्य सूचक आहे, अर्थपूर्ण आहे. तथ्य असेल, नसेल पण सत्य आहे. असं सांगतात पुजाऱ्यांनी त्यांचे पाय उचलेले आणि काबाच्या विरुद्ध दिशेला वळवले आणि काबा ही त्या दिशेला वळला. हे काव्य आहे. तथ्य तर नाही पण मी सांगतो हे सत्य आहे. कारण जिथे पाय वळतील परमात्मा तिथे आहे; काबा तिथे आहे. हा जो काबाचा दगड आहे, तो त्या दिशेने वळला नसेलही, पण हे सत्य कसं काय नाकारता येईल की जिथे पाय वळतील, तिथे परमात्मा आहे, काबा आहे, तिथेच काशी आहे, तिथेच कैलास आहे. डोळ्यांवर झापड असेल तर परमात्मा दिसणार नाही. डोळे नीट उघडा, झापड त्याच्याशिवाय दुसरं काही दिसणार नाही.

'याही कूं सब लोग जाणत हैं...।'

आणि मीरा जे सांगत्ये तेही नीट समजून घ्या. ती सांगत्ये की परमात्मा सर्वांच्या डोळ्यांसमोर आहे. सर्व जण त्याला जाणतात तरी अनोळखी होऊन बसले आहेत. जो जागा आहे, त्याला आश्चर्य वाटतं तुम्हाला बसलेलं बघून. परमात्मा समोर आहे आणि तुम्ही विचारताय की परमात्मा कुठे आहे? तुम्हाला दिसत का नाहीये? तुमची नजर, डोळे तर उत्तम आहेत, हे कळतंय. तुमचे कान व्यवस्थित आहेत. तरीही तुम्हाला ऐकू का नाही येत? तुमच्या हातांना स्पर्शज्ञान आहे, तर तुम्हाला काही स्पर्शत कसं नाही? तुम्ही स्पर्श का नाही करू शकत? आणि तोच आहे. सर्वत्र तोच आहे.

'याही कूं सब लोग जाणत...'

मीरा म्हणते, माझ्या दृष्टिकोनांतून सर्वच त्याला जाणतात, पण चमत्कार आहे. सगळे विसरलेत हे कसं काय? का स्वत:ला भटकवत राहिलेत? कसे आपले डोळे बंद करून बसलेत?

'मीरा को प्रभु दरसण दिज्यो पूरब जनम के कौल।'

इथे मीरा स्वत:चा आधीचा जन्म आठवू लागते, जेव्हा ती 'ललिता' होती आणि कृष्णाकडून वचन घेतलं असणार की मला पुढे कधी सोडू नकोस. पुढेही मला भेटत राहा. मी विसरले जरी, मी विसरू शकते. मी नासमज, अज्ञानी. तू मला

विसरू नकोस. पुढे मी कधी विसरले तरी तू लक्षात ठेव आणि जर मी पुढे विसरले तर तू मला आठवण कर.

तर मीरा त्याच वचनाची आठवण देते. म्हणते, 'तू जे मला वचन दिलं होतंस, ते तू विसरला तर नाहीस ना? ते तुझ्या लक्षात आहे ना?'

'मीरा को प्रभु दरसण दिज्यो पूरब जनम के कौल।'

ह्या इथे ही एक गोष्ट समजून घ्यायला हवी की मीरा असं म्हणत नाही की माझा काही अधिकार आहे, माझी पात्रता आहे, काही सामर्थ्य आहे. मीरा इतकंच सांगते की तू तुझ्या वचनाला विसरू नकोस. मी अपात्र आहे. चालेल. पण तू वचनपूर्ती कर. ते तुझ्या लक्षात ठेव आणि ही जी गोष्ट आहे. अनेक अर्थांनी महत्त्वाची आहे. तुम्ही पण न जाणो कोण-कोणत्या जन्मी, कोण-कोणत्या सद्‌गुरूंकडे राहिला असाल आणि तेव्हा तुम्ही पण वचनं घेतली असतील. वचन असं असेल की, 'आम्हाला विसरू नका, लक्षात ठेवा.'

पण तुम्ही ही गोष्ट सुद्धा विसरून गेला आहात, तुम्हाला ह्याची आठवण नाही आणि आज जर परमात्मा तुमच्याकडे येण्याचा प्रयत्न करतोय, तर तुम्ही शंभर अडथळे उभे करता. हजार तऱ्हेची कारणं समोर मांडता. ज्यांनी तुम्हाला वचन दिलं होतं, ते त्यांचं वचन पूर्ण करतील. ते पुन्हा त्याच देहात परतून आले नसतील, ते वेगळ्या देहातून वचन पूर्ण करतील. ते वेगळ्या माध्यमातून वचन पूर्ण करतील.

बुद्ध आज नाहीयेत, त्याने काय फरक पडतो, ते रमणच्या मार्फत पूर्ण करतील. महावीर आज नाहीयेत, तर काय फरक पडतो, रामकृष्णांच्या मार्फत पूर्ण करतील. कारण सत्य तर एकच आहे आणि सत्यात जागलेला त्या एकाच्या बरोबर होऊन जातो.

दोन बुद्धांमधे काहीही फरक नाही. देह वेगवेगळे असतील, पण 'बुद्ध' ह्याचा अर्थ असा आहे की जो देहातून मुक्त झाला. ज्याला देहा पलीकडचं दिसायला लागलं. त्या देहा पलीकडे जे आहे त्यात तर काही फरक नाही. हे घर वेगळं आहे आणि शेजारचं वेगळं आहे. घराप्रमाणे वेगळं आहे. पण ह्या दोहोंत जे आकाश भरलेलं आहे, ते तर एकच आहे.

शरीरं वेगवेगळी आहेत. आत जो आत्मा प्रविष्ट झाला आहे तो त्या आकाशासारखा आहे. भिंती कुणी सोन्याच्या बनवल्या असतील, कुणाच्या मातीच्या असतील, ह्याने काही फरक पडत नाही. भिंतीमधे जी रिकामी जागा आहे, आकाश आहे. ते तर एकच आहे. तर मीरा हेच सांगत्ये की आणि भक्त कायमच हेच सांगतात की आमच्या तर लक्षात नाहीये आणि आमची पात्रताही नाहीये. पण तू तुझं वचन विसरू नकोस आणि तुझी दया सुद्धा विसरू नकोस.

आरज़ूए बका नहीं बाकी

दिल में खौफे फना नहीं बाकी
जल्वागार हर तरफ है तू ही तू
कोई तेरे सिवा नहीं बाकी
आलमें रंगो बू नहीं कायम
हस्तिये मासबा नहीं बाकी
कारवां का पता न मंजिल का
राह गुम रहनुमा नहीं बाकी

भक्त तर म्हणतो, 'आम्हाला काहीही माहीत नाही. ना यात्रेकरूंचा ना मुक्कामाचा. आम्ही कुठे जात आहोत, का जात आहोत, कशासाठी जात आहोत, हे ही काही माहीत नाही. आम्ही आलो कुठून, का आलो, कशासाठी आलो, ह्याचाही आम्हाला पत्ता नाही. आम्हाला हेही माहीत नाही, की आम्ही कोण आहोत?

कारवां का पता न मंजिल का
राह गुम रहनुमा नहीं बाकी

रस्ते हरवलेत आणि रस्ते सुचवणारा ही कोणी नाही.

खत्म किस्सा हुआ मनो तू का
कोई भी माजरा नहीं बाकी
हस्त ही हस्त का है एक अहसास
अब शऊरे फना नहीं बाकी
तुझसे मैने तुझे जो मांग लिया
और कुछ इलतजा नहीं बाकी

भक्त म्हणतो, 'आता काही मागण्यासारखं उरलं नाही.

तुझसे मैंने तुझे जो मांग लिया
और कुछ इलतजा नहीं बाकी
शौके दिदार तेजतर कर दे
और कोई हुआ नहीं बाकी।

भक्त म्हणतो, 'अजून जरा दिस. अजून स्वच्छ. संपूर्ण, स्पष्ट दिस. धूसर वातावरणातून बाहेर ये. धुक्यातून बाहेर ये. माझ्या डोळ्यांना अजून तेजस्वी कर. माझे डोळे अजून उघड. माझा पडदा अजून उघड. माझी तुझ्या दर्शनाची अभिलाषा अजून देदिप्यमान कर. माझ्या नजरेची क्षमता अजून वाढव, चमकदार कर. अजून काहीच मागणं नाही. अजून माझी काहीच प्रार्थना नाही.

मीरा म्हणते,

'मीरा को प्रभु दरसण दीज्यो, पूरब जनम के कौल।'

माझं काही सामर्थ्य नाही, पात्रता नाही. तू तुझ्या वचनाची काळजी घे, आठवण

ठेव, विसरू नकोस.

'मैं गोबिन्द गुण गाणा ।
राजा रूठै नगरी राखै हरि रूठ्या कहं जाणा ।
राणा भेजा जहर पियाला इमतर करि पी जाणा ।
डिबिया में भेज्या ज भुजंगम सालिगराम करि जाणा ।
मीरां तो अब प्रेम दीवानी सांवलिया वर पाणा ।
मै गोबिन्द गुण गाणा ।'

मीरा म्हणते, 'माझं सामर्थ्य, माझी योग्यता इतकीच की मी तुझे गुण गाऊ शकते. माझ्यात अजून कुठलेच गुण नाहीत. तुझे गुण गाऊ शकते, तुझी स्तुती करू शकते, तुझ्यासमोर नाचू शकते. माझ्या ह्या नाचात कुशलता नाही, वेडा वाकडा नाच आहे. माझं हे अंगणही स्वच्छ नाही, वेडंवाकडं तिरपं आहे. ही माझी गाणी, सुंदर गाणी नाहीत. बास फक्त हृदयाचा भाव आहे, बेढब. ना ह्यात मात्रा, ना छंद, ना काव्य, ना यमक. काव्याचा कुठलाच नियम नाही. पण मी अजून काही करूही शकत नाही. तेवढं माझं सामर्थ्य नाही. मी तुझे गुण गात राहीन. मी तुझे गुण गाऊ शकते.

भक्तांनी परमात्म्याचे गुण गाणं, ह्याला महत्त्वपूर्ण प्रक्रिया बनवलं आहे. त्याचे गुण गाता गाता तुम्ही त्याच्यामधे लीन होऊन जाता. त्याचे गुण गाता गाता, त्याची आठवण काढता काढता तुम्ही मिटून जाता, हे असंच होतं. म्हणून भक्त म्हणतात, 'सत्संग' जिथे चार वेडे भेटतात, गोष्टी होतात ईश्वराच्या. त्याचे गुण, त्याचं प्रेम. चार जणं मस्तीत, आनंदात एकत्र डोलतात, तर पाचव्याच्या अंगावर काही थेंब पडतात. एवढा पाऊस पडतो, तर पाचवा त्यात न भिजता, कोरडा राहील. असं होऊ शकेल का? अशी भक्तांची जमात असते, साधूंची संगती असते.

ज्यांनी त्याला थोडं मिळवलंय ते त्याचे गुण गातात. ज्यांना इतकंही मिळालं नाहीये ते त्याच्या गुण गायनात हळूहळू बुडत जातात. एक एक पाऊल.

धुंदी सांसर्गिक असते. मीराने खूप जणांना वेडं केलं, आजही करत्ये. आजही तिचे वचन, गाणी ताकदीची ठरतात आणि हे वचन अगदी सरळ साधे आहे. आता ही काय मोठी कविता, मोठं काव्य आहे का?

'मैं गोबिन्द गुण गाणा ।
राजा रूठै नगरी राखै हरि रूठ्या कहं जाणा ।
राणा भेजा जहर पियाला इमतर करि पी जाणा ।
डिबिया में भेज्या ज भुजंगम सालिगराम करि जाणा ।
मीरां तो अब प्रेम दीवानी सांवलिया वर पाणा ।

ही काय कविता आहे? ह्यात काव्य म्हणावं असं काय आहे? वेडीवाकडी

कविता असं म्हणणं पण कठीणच आहे. पण हे महाकाव्य आहे. कविता असेल नसेल. शब्दांची चिंता करू नका. ह्यात शब्दांपेक्षा जास्त काहीच नाहीये. शब्दांच्या मधे, दोन शब्दांच्या मधे सर्व काही आहे. रिकाम्या जागेत शोधा. हे प्रभूच्या गुणांचं संगीतमय गाणं आहे.

मीरा सांगते, राजा जर रुसला तर प्रजेने कुठे लपवून ठेवावं. राजा नाराज असेल तर प्रजेने त्यांच्या घरात लपवून ठेवावं.

'राजा रूठै नगरी राखै, हरि रूठ्या कहं जाणा।'

पण तू जर रुसलास, तर मी कुठे जाऊ? मग तर लपण्यासारखी दुसरी जागाच उरत नाही. कारण तू तर सर्वव्यापी आहेस. तर तू रुसू नकोस, रागावू नकोस आणि माझ्याकडे तुझे गुण गाण्याव्यतिरिक्त अजून कुठलंच कौशल्य नाही. माझ्यावर रागावू नकोस. मी माझ्या पात्रतेचं काही कौतुक करत नाही कारण माझ्यात पात्रता नाहीच आहे. ना मी साधुत्वाचा दावा करत्ये, ना चरित्राचा ना पुण्याचा दावा करत्ये. माझ्याकडे कर्तृत्वाच्या नावावरही काहीही नाही, जे मी तुझ्या समोर ठेवू शकेन. माझ्याजवळ ह्या संसाराचं कुठलंही प्रमाणपत्र नाही. पण काही प्रमाणपत्रं आहेत की तू कधी कधी माझी आठवण काढली आहेस. ते क्षण माझ्या लक्षात आहेत. मीरा म्हणते, जेव्हा राणाने विषाचा पेला पाठवला होता, तेव्हा तो माझ्यासाठी अमृताचा पेला तर झाला नव्हता. तूच अमृत केलं असशील!

'राणा भेजा जहर पियाला इमरत करि पी जाणा।'

हे माझ्यामुळे तर झालं नसणार. मी तर तुझे गुण गाणारी आहे. ह्या व्यतिरिक्त माझ्यापाशी अजून काहीच नाही. तूच काही तरी केलं असशील. मी तुला आठवून देते की तूच आला असशील. तूच विषाला बदलून टाकलंस, अमृत केलंस.

भक्ताची निरहंकारिता अद्भूत आहे. भक्त स्वतःला गुणी समजत नाही. सर्व गुण त्याचेच आहेत, सर्व दुर्गुण माझे आहेत, अशी भक्ताची भावदशा असते. चूक असेल तर माझी आणि योग्य असेल तर ते त्याचं. जर मीरा विष पिऊन मेली असती, तर मीरा त्याचे गुण गात गात मेली असती की, माझीच काही चूक झाली असणार म्हणून विषबाधा झाली. विष अमृत झालं, मीरा मेली नाही. विषातूनही वाचली, तरीही गुण त्याचेच. काहीही होवो, गुण त्याचेच. मारलं तरी, जगवलं तरी, गुण त्याचेच.

'राणा भेजा जहर पियाला इमरत करि पी जाणा।'

ह्यात चांगलं काय आहे? मीरा म्हणते, 'तुझ्यावर विश्वास आहे, म्हणून अमृत समजून मी प्यायले. हा तुझा विश्वास, विश्वासच ठरला, उपयोगी पडला. तुझ्यावरची श्रद्धा उपयोगी पडली. जिझसच्या जीवनातला एक प्रसंग असा उल्लेखलेला आहे, की एक स्त्री पळत पळत आली आणि तिने पाठमोऱ्या जिझसचं उपरणं पकडलं.

जिझसने वळून बघितलं. ती स्त्री वर्षो न् वर्षं आजारी होती. खंगली होती. ती स्त्री पायांतून वाकली होती. तिने म्हटलं, 'तुझे लाख लाख धन्यवाद. तू मला बरं केलंस.'

जिझस म्हणाले, 'क्षमा कर. बरं करणारा तो एकमेव आहे. मी कसं काय बरं करणार?' कुणी जिझसला म्हटलं, की 'तू मोठा महात्मा आहेस, संत आहेस, सात्विक आहेस.' जिझसने म्हटलं, 'नाही. तोच एकमेव. जर माझ्यात काही गुण दिसत असतील तर ते त्याचेच गुण माझ्यातून दिसत असतील, त्याच्याच कला, त्याचेच गुण झळकत असतील. माझे स्वतःचे असे गुण काय असणार?'

भक्ताचे सततच हेच भाव असतात.

राणा भेजा जहर पियाला, इमरत करि पी जाणा ।
डिबिया में भेज्या ज भुजंगम, सालिगराम करि जाणा ।

ज्यांना सर्वत्र परमात्मा दिसतो, त्यांना सर्पातही परमात्माच दिसला असणार. मीराला सर्पातही परमात्माच दिसला. अजून कुणी असू शकतही नाही. हेही रूप त्याचंच आहे. तोच आला आहे. अशी भावदशा जर प्रगाढ असेल तर सर्पातही तोच आहे. आहे तर तोच, फक्त आपल्याकडे ती नजर नाहीये, श्रद्धा नाहीये की आपण बघू शकू.

सर्पाला बघून तुम्ही घाबरून जाता, पळून जाता. अश्रद्धा निर्माण होते, भीती जागृत होते. तर साप आहे आणि तुम्ही बघितलं आहेत की कधी कधी दोरीला साप समजलं जातं आणि भीती निर्माण होते. माणूस घाबरत घाबरत जातोय आणि कुणी सांगितलं की 'सांभाळून जा रे बाबा, त्या रस्त्यावर साप असतात' तर तो आधीच विचार करू लागतो की आता येईलच साप. साप असतातच आणि एक जाड दोरी अंधारात पडलेली दिसली. बस, पळाला, पडला. पळता पळता, हात-पाय तुटले आणि तिथे साप तर नव्हताच. ही गोष्ट समजून घ्या. साप नसेल तरी माणूस हात-पाय तोडून घेईल. साप नसला तरी माणूस घाबरून मरेल. मरू शकतो.

मी एका घरी पाहुणा म्हणून गेलो होतो. त्या मित्राला रात्री कुणी तरी चावलं. बघितलं तर नाही. पलंगावर झोपला होता, पलंगावरच चावलं. पण पायावर चावल्याची खूण होती. तर मी म्हणालो, उंदीर असेल, तू काळजी करू नकोस.' तो म्हणाला, असेल. उंदीर ह्या घरात खूप आहेत. सापाचा तर विचारच नव्हता, कारण साप त्या घरात कधी दिसलाही नव्हता. उंदीर असू शकतो आणि तसंच दिसत होतं. उंदराने थोडी कातडी खेचल्यासारखी, तीन दिवस सरले. सारं ठीक होतं. चौथ्या दिवशी घरात साप दिसला आणि जसा साप दिसला, तो मित्र बेशुद्ध पडला. त्याच्या तोंडातून फेस बाहेर पडू लागला. मी त्याच्या पत्नीला म्हटलं. 'हे तर आश्चर्य आहे. तीन दिवस उंदीर होता तर सर्व ठीक होतं. आता हे तर पक्क

आहे, की चला धरून चालू सापाने चावलं, पण तीन दिवस तर काहीही गडबड झाली नाही. तीन दिवसांनंतर साप चावल्याचा परिणाम होतो का? पण ही मानसिकता. मनात ती गोष्ट ठसली, की ठसली.

सुफी गोष्ट आहे. जुनैद एका गावाबाहेर थांबला होता. त्याने बघितलं की रात्रीच्या वेळी गावात मृत्यू येतो आहे. तर त्याने विचारलं, 'कुठे चालला आहेस?' तर तो म्हणाला, 'जावं लागतंय गावात. पाचशे माणसांना घेऊन जायचं आहे. त्यांचा मृत्यू आला आहे. त्यांची वेळ भरली आहे.'

गावात महामारी पसरली होती. मृत्यू जवळ गेला, आत गावात गेला. जेव्हा सात दिवसांनंतर गावातून बाहेर येत होता, तेव्हा जुनैदने मृत्यूला परत थांबवलं. 'थांब. मी विचार करत होतो की कमीत कमी मृत्यू खोटं बोलणार नाही. कारण माणूस भीतीने खोटं बोलतो. मृत्यूच्या भीतीनेच माणूस खोटं बोलतो. मृत्यूला कुणाची भीती? तू का खोटं बोललास? तू म्हणालास पाचशे घेऊन जायचे आहेत आणि पाच हजार मेले आहेत.'

तर मृत्यू म्हणाला. 'मी काय करू! मी तर पाचशेस घेऊन जात होतो. साडेचार हजार आपले आपणच मेले. घाबरून मेले. त्यांना घेऊन जाण्याची आज्ञा नव्हती आणि माझ्या यादीतही ते नव्हते. पाचशे मी मारले, साडेचार हजार आपले आपण मेले. दुसऱ्यांना मरताना बघून!

हे असं रोज होतंय. ही गोष्ट अर्थपूर्ण आहे. खूप कमी जणं आहेत जे दुसऱ्यामुळे प्रभावित होत नाहीत आणि प्रभावाचा परिणाम होणार. कारण शेवटी तुमच्या चित्तात जो भाव उमटतो, त्याचा परिणाम होतो. जर दोरी तुमच्या भावामुळे साप बनू शकते तर विष चढणार आणि जर सापाला तुमचा भाव दोरी समजतो तर विषबाधा होणार नाही. हे तर सर्वसामान्य मानसशास्त्र आहे. पण त्या मानसशास्त्राबद्दल काय बोलणार, ज्यांना परमात्मा ही दिसतो.

तर मीरा म्हणते, 'माझं ह्यात काही वैशिष्ट्य नाही. मी पेटारा उघडला तो हाच विचार करत की तूच आला असशील, कारण तू नेहमी येतोस. कुठल्या रूपात आला असशील. तर मी लगेचच सापाला उचलून घेतलं. शाळीग्राम समजून, की छान! आलात, भले आलात, तुम्हाला शतशः प्रणाम! विष आलं होतं, मला वाटलं तुम्हीच पाठवलं असणार. राणामधेही तुम्हीच आहात आणि विषातही तुम्हीच आहात. तर ते अमृत झालं. पुन्हा आठवण देत्ये तुम्हाला की माझ्याजवळ तुमचे गुण गाण्यापलीकडे अजून काही नाही. पण कधी कधी तू गुण गाता गाता ही माझ्याजवळ येतोस, काही ना काही कारणाने. मला कधी कधी तू धन्य केलं आहेस.

'मीरा तो अब प्रेम दिवानी।'...

आणि तुझ्या त्या छोट्या छोट्या उपकारांमुळे, ह्या छोट्या छोट्या भेटींमुळे मीरा

प्रेम दिवाणी झाली आहे. आता तर तू मला वेडं केलं आहेस. आता मला शुद्ध नाही. मी माझ्यात नाही.

'सांवलिया वर पाणा ।'

आता तर एकच भाव आहे की तुला कधी एकदा भेटू? तुझ्या मिठीत कधी एकदा येऊ? आता हे दूर दूर राहणं, नाही चालणार. आता मैत्रीवर माझी तृष्णा भागत नाही. आता कधी एकदा तुझ्या माझ्यातलं हे अंतर संपूर्णपणे मिटेल? आता कधी एकदा ही दूरी मिटेल. मी तुझ्यात नी तू माझ्यात सामावून जाऊ?

'मीरा तो अब प्रेम दीवानी सांवलिया वर पाणा।
पग घुंगरू बांध मीरा नाची रे।'

ह्या वेडेपणात, दिवाणीत मीरा पुन्हा नाचू लागली. ह्याच वेडात नाच सुरू झाला. ह्याच वेडात तिच्यात उत्सव सुरू झाला.

'पग घुंगरू बांध मीरा नाची रे।
मैं तो मेरे नारायण की आपही हो गयी दासी रे।'

आणि जिथे प्रेम आहे, तिथे समर्पण आहे. जिथे प्रेम आहे तिथे द्वैत नाही. जर कुणी तुम्हाला दासी व दास बनवतं तर तिथे बंड असतं, विद्रोह असतो. पण प्रेमात जिथे तुम्ही दासी व दास बनता तेव्हा ही गोष्ट अपूर्व होते. ह्या दोन्हींत मोठा फरक आहे. जमीन आसमान फरक!

पती पत्नीला समजावतो की मी परमात्मा आहे आणि तू दासी, माझी दासी! आणि पत्नी समजून असते दास कोण आहे! पत्रांतून लिहितेही, 'तुमची दासी;' पण सर्वांना माहीत आहे, मालक कोण आहे!

मुल्ला नसरुद्दीन एक दिवस बायकोशी भांडत होता आणि बायको सांडशी घेऊन त्याला मारायला धावली. तर तो घाबरून पलंगाखाली लपला. मोठा पलंग. अगदी मागे पलंगाखाली, भिंतीला टेकून बसला. तेवढ्यात कुणी दार वाजवलं. बायकोने दरवाजा उघडला तर दारात दोन-तीन शेजारच्या बायका त्याला भेटायला आल्या होत्या. आता ती घाबरली कारण मुल्ला तर पलंगाखाली जाऊन बसला होता. तिने त्या बायकांना सांगितलं. 'जरा थांबा, मी आलेच.' मुल्लाची बायको म्हणाली, लवकर बाहेर या. मुल्ला म्हणाला, 'नाही येत. बघतोच कोण मला बाहेर काढतंय. आज हे सिद्ध व्हायलाच हवं की ह्या घराचा मालक कोण?'

ही युक्ती मुल्लाने केली, केवळ मालक कोण हे सिद्ध करण्यासाठी. बघू कोण बाहेर काढतंय?'

ती म्हणाली, 'हळू बोला, शेजारणी आल्या आहेत.'

तो म्हणाला, 'सगळे येऊ देत आणि बघू देत की घरचा मालक कोण?'

हे जे पती आणि परमात्मा आणि मालकीहक्क. ही जबरदस्ती आहे. जबरदस्ती

पग घुंगरू बांध मीरा नाची रे । १५९

आहे, म्हणून बायको निरंतर संघर्ष करत राहते. निरंतर प्रयत्नात राहते की कसंही करून तुम्ही मालक नाही आहात, मी मालक आहे. बायको चिडते आणि भांडते ह्याच एका भावामुळे, कारण दासीपण जबरदस्तीने माथी मारलेलं असतं. तशी व्यवस्था आहे ह्या संसारातली. पण प्रेमाचंही एक दासीपण असतं. हे जबरदस्तीने कुणी माथी मारत नाही, आतून येतं. तेव्हा त्याचा अपूर्व महिमा असतो. असं नाही की जेव्हा प्रेमाचं दासीपण येतं तेव्हा तुम्ही मालक होता आणि तुमच्यावर प्रेम करणारी स्त्री दासी होते. नाही. दोघंही दास होऊन जाता प्रेमाचे. एक-दुसऱ्याचे दास कुणी कधी होतं का? आणि एक दुसऱ्याला पत्ताही लागत नाही, ह्या कानाचं त्या कानाला कळत नाही.

मीरा म्हणते,

'पग घुंगरू बांध मीरां नाची रे.

मैं तो मेरे नारायण की, आपहि हो गई दासी रे.'

नारायणाने मला दासी बनवलेलं नाही, मी माझी आपणहून झाले आहे. हे प्रेमातून उमटलेले भाव आहेत.

'लोग कहै मीरा भई बावरी, सास कहै कुलनासी रे.'

स्वाभाविक आहे. परिवारातल्या लोकांना हे नाही भावलं. कसं जमेल? इथे जे माझ्या बरोबर हळूहळू वेडे होत चालले आहेत, त्यांना माहीत आहे की घरातल्या लोकांना हे जमत नाही. त्यांना अडचण होते.

माझ्या एका मित्राने पत्रं लिहिलं आहे की जेव्हा ते संन्यासी झाले, तेव्हा त्यांची बायको संशयाने वेडी झाली. त्यांच्या मुलांनाही शंका येऊ लागली. मुलं त्यांना म्हणाली, डॅडी, तुम्हाला काय झालंय? पूर्वी तुम्ही अगदी छान होता. आता तुम्ही हे काय करताय?

आणि हा असा उन्माद आहे की ते नाचतात, गातात. त्यांच्या घरी भक्तांचा मेळा गोळा होतो. तिथे नवीन घटना घडत राहते. पण परिवारातले लोक समजावत राहतात. कसंही करून शुद्धीवर या. हे काय केलंत? ही नवीन कुठली सणक आल्ये? असे तर तुम्ही कधी नसता. शिकले सवरलेले आहात. इज्जत-प्रतिष्ठा आहे, सर्व घालवून बसाल.

पण अशी एक वेळ येते. जेव्हा वरतून घनवर्षाव होतो तेव्हा सर्व काही हरवण्याची तयारी असते. तो दुसऱ्यांना दिसत नाही, ही खरी अडचण आहे. मीरा का नाचत्ये? तिला असं काय मिळालंय? हे तिच्या सासूला तर दिसत नाही. तिला एवढंच दिसतंय, 'हे काय झालंय?' ही कसली अभद्रता! राजघराण्याची सून, रस्त्यावर नाचत्ये. सामान्य माणूस गर्दी करून हे बघतोय. सासूला इतकंच कळलं की तिची सून बाजारात भर रस्त्यावर नाचत्ये. तिला हे दिसलंच नाही, की सून त्या

गर्दीत नाचतच नाहीये. तिच्या समोर गर्दी नाहीच आहे. तिच्यासमोर कृष्ण उभे आहेत. अनेक रूपांतून. हे गोपाळच वेगवेगळ्या वेषातून आले आहेत. हा बाजार नाही. हा त्याचाच खेळ आहे. तोच दुकानदार आहे, तोच ग्राहक आहे. सुनेला तर कृष्णाच कृष्ण दिसतोय. सर्व संसारच कृष्णमय झाला आहे. पण हे तर सुनेचे डोळे सांगतात. सासूला कसं समजेल? सासूजवळ तर ते डोळेच नाहीयेत. सुनेला काय मिळालंय, हे तिला ज्ञात नाही. तिला क्षमा करा. तिच्यावर नाराज होऊ नका.

लोक नेहमी विचार करतात, की सासू दुष्ट असेल. असा विचार करू नका. हे चुकीचं आहे. दुष्ट नाही. सामान्य आहे, साधारण आहे. तशीच आहे, जसे संसारात लोक असतात. लोक विचार करतात, 'जो राणा विष पाठवतो, मीराचा दीर आहे, हा माणूस राक्षस आहे, का त्याच्या डोळ्यात सैतान शिरला आहे, की हा ईश्वराचा शत्रू आहे, का कृष्णाच्या विरोधात आहे?' नाही. असं काही नाहीये. हा राणा कृष्णाष्टमीला मंदिरात जात असणार. त्याच्या घरातही कृष्णाचा पाळणा हलत असणार. पण हे सर्व औपचारिक आहे. हे सामान्य आहे. कोणी राक्षस नाही. पण हे त्याच्या कल्पनेच्या, समजुतीच्या बाहेरचं आहे, की प्रतिष्ठित घराण्यातली सून अशी भर बाजारात निर्लज्ज होऊन नाचते. ही निर्लज्जता त्याला वाटते, दिसून येते.

'लोग कहै मीरां भई बावरी, सास कहै कुलनासी रे।
विष का पियाला राणाजी भेज्यो, पीवत मीरां हांसी रे।'

आणि मीरा हसते. हा विषारी पेला मिळाला, ती हसत्ये. कारण परमात्म्याशी नातं जुळलं. आता तिच्यासाठी विष नाहीच आहे, मरणच नाहीये. तिच्यासाठी केवळ अमृतच अमृत आहे. आता मृत्यू नाहीच. मृत्यू होतो अहंकारामुळे. जिने अहंकार सोडून दिला, ज्यांनी ज्यांनी अहंकार सोडून दिला, त्यांच्याजवळ मरण, त्यांच्यासाठी मरण राहिलंच नाही. जे मरणार होतं त्याचा त्याग केला. आता जे संपू शकत नाही, मिटू शकत नाही तेच राहिलं. तर हसली असेल, 'विष कुणाला पाठवलंय?'

मन्सूरने त्याच्या मारकांना हेच सांगितलं होतं की, 'तुम्ही कुणाला मारत आहात? तुम्ही ज्याला मारत आहात, त्याला तर मी केव्हाचंच सोडून दिलंय आणि जो मी आहे, त्याला तुम्ही मारू शकत नाही. कुणीच मारू शकत नाही.'

हेच एका हिंदू संन्यासाने सिंकदरला सांगितलं होतं. जेव्हा सिकंदर त्याला म्हणाला, 'जर माझ्याबरोबर आला नाहीस तर तुझी मान उडवीन.' तो म्हणाला. 'उडव! मी स्वत:नेच माझी मान वेगळी केली आहे. आता मान आहेच कुठे? तुला माझी मान दिसत्ये?'

सिकंदरने तलवार उपसली. तो काही अध्यात्म चर्चेकरता नव्हता आलेला. तो माणूस त्याच्या पद्धतीचा होता. तो म्हणाला, 'आता जर जास्त बडबड केलीस तर

मान तोडून टाकीन.' फकीर हसू लागला. म्हणाला, 'तू वेगळी करच. तू मान पडताना बघशील. मीही बघेन. मानच कापशील, तू मला कापू शकणार नाहीस. नैनं छिन्दंति शस्त्राणी... मला कुठंलही शस्त्र कापू शकत नाही. 'नैनं दहति पावका... मला कुठली आग जाळू शकत नाही. तू काप!'

सिकंदर जर कुणासमोर हरला असेल तर तो त्या साधूपुढे. त्याने तलवार म्यान केली. त्या माणसाला कापण्यात काही अर्थ नव्हता. तो घाबरतच नव्हता. इथे मारण्याचं काही कारणच नव्हतं. मारून स्वत: पश्चातापदग्ध झाला असता, अशा प्रेमळ माणसाला मारून! त्याने खूप लोकं बघितली. त्याने अशी माणसं बघितली होती, जी त्याची तलवार बघून घाबरत. थरथरत! अशीही माणसं बघितली होती, जी त्याची तलवार बघून स्वत:ची तलवार उपसत, लढत. पण हा तिसराच माणूस होता. ना पळाला, ना लढला. तिथेच उभं राहून हसत राहिला आणि जेव्हा सिकंदरने तलवार म्यान केली, तो पुन्हा म्हणाला, 'अरे, तलवार म्यान का केली? विचार बदलला का? मारणार नाहीस? जो कापला जाईल, तो मी नाहीये.'

मीरा म्हणते, *'विष का प्याला राणाजी भेज्या, पीवत मीरां हांसी रे।'*

मीरा हसली. आता काय विष! आता काय मृत्यू?

आणि जेव्हा लोकांनी म्हटलं असेल, *'लोग कहै मीरा भई बावरी,'* तेव्हाही मीरा हसली असेल. लोकांना पत्ताच नाहीये की महाधन मिळालं आहे. अमृताचा वर्षाव होत आहे. वसंत ऋतू आला आहे. प्यारा, प्रियकराचं घर रोज जवळ जवळ येत चाललंय आणि जेव्हा प्रियकराचं घर रोज जवळ येतंय तर, पायांत घुंगरू बांधून नाचणार नाही. तर काय करणार?

पण हे प्रियकराचं घर, दुसऱ्या कुणाला दिसत नाही, ते मीराला दिसतं. लोकांना तर फक्त मीराच्या पायांतले पैंजण दिसतात. लोकांना इतकंच दिसतं की मीरा नाचत्ये. लोकांना हे दिसत नाही की तिला नाचवतंय कोण? नाचवणाऱ्याला बघत नाहीयेत, फक्त नाच बघत आहेत.

मीरासाठी तर लोकं दूर झालेले आहेत, अर्थहीन, धुरकट झालेत. कृष्ण ठळक, प्रगाढ होत चाललेत आणि ह्या दोन्ही गोष्टी एकत्र होतात. जस जसा परमात्मा प्रगाढ, ठळक होत जातो तसा तसा संसार दूर होत जातो. जणू 'स्वप्नात कुणी तरी काही तरी बोललं.' असं होऊन जातं.

> 'मीरा के प्रभु गिरधर नागर सहज मिले अविनासी रे।'
> न तो दुनियाही बदलती है, न दुनिया वाले
> फैज जल्वा से नजर अपनी बदल जाती है।

परमात्म्याच्या अनुभवाने ना जग बदलतं, ना जगात राहणारे, पण त्याच्या लीला बघून आपली नजर बदलत जाते.

न तो दुनिया ही बदलती है न दुनिया वाले
फैज जल्वा से नजर अपनी बदल जाती है
न तअयुन है मकां को न जमां को है करार
जिंदगी कैफे मुहब्बत से सम्हल जाती है
बेखुदी में हमीं हो जाते है फितरत से बुलंद
ये नहीं होता की फितरत ही बदल जाती है
दूर तक फैले है आफाक में गम के साये
जिंदगी चीर के इन सब को निकल जाती है
इश्के सद मेहरो दरकशां वो खुदी बनती है
शोलाये हुस्ने तजल्ली में जो ढल जाती है।

लोक बदलत नाहीत, जग बदलत नाही, पण जेव्हा तुमची दृष्टी बदलते तेव्हा सर्व काही बदलतं

न तो दुनिया ही बदलती है न दुनियावाले
फैज जल्वा से नजर अपनी बदल जाती है

आता विष-विष दिसत नाही आणि साप-साप दिसत नाही आणि लोकं म्हणतात, वेडी झाली आहे, तर त्यात काही अपमानही वाटत नाही आणि सासू म्हणते कुळाचा नाश करणारी आहे, तरीही त्याचं दु:ख होत नाही. जखम होत नाही.

न तअयुन है मकां को न जमां को है करार
जिंदगी कैफे मुहब्बत से सम्हल जाती है

जेव्हा जीवन प्रेमात सावरतं, प्रेममय होतं. तेव्हा कुठलीही गोष्ट संकल्पापासून विचलित करत नाही. मग कुठलीही गोष्ट सरकवत नाही. मग वादळ येवो, झंझावात येवो, अपमान होवो, राग येवो लोकांचा, वैमनस्य, स्पर्धा काहीही होत नाही.

जिंदगी कैफे मुहब्बत से सम्हल जाती है
बेखुदी में हमी हो जाते है फितरत से बुलंद
ये नहीं होता की फितरत ही बदल जाती है

जेव्हा मनुष्य स्वत:ला विसरून परमात्म्यामधे बुडून जातो, विसरतो बाकी सर्व, तेव्हा प्रकृतीपेक्षा मोठा होतो. प्रकृती बदलते असं नाही, पण माणूस प्रकृतीपेक्षा मोठा होतो.

जसे तुम्ही परमात्म्याशी जोडले जाता, तसे तुम्ही मोठे होता. मालकाशी जोडले जाता, चित्रकाराशी जोडले जाता तर चित्रापेक्षा मोठे होता. कवीशी जोडले गेलात तर काव्यापेक्षा मोठे होता.

बेखुदी में हमी हो जाते है फितरत से बुलंद
ये नहीं होता की फितरत ही बदल जाती है

इश्के सद मेहरो दरकशा वो खुदी बनती है
शोलाये हुस्ने तजल्ली में जो ढल जाती है।

ज्या दिवशी तुम्ही तुमची छोटीशी ज्योत त्या परमज्योतीत मिळवाल त्या दिवशी सर्व काही बदलेल. तेव्हा जीवनाचे नियम तुमच्यासाठी राहत नाहीत. तर कधी विष अमृत होतं आणि साप शाळीग्राम होतो. तेव्हा आयुष्याचे सर्वसाधारण नियम तुम्हाला लागू होत नाहीत आणि असं नाही की प्रकृती बदलते, बदल तुमच्यात झालाय, म्हणून नियम लागू नाहीयेत. प्रकृती तर जशीच्या तशी, जिथे होती तिथेच आहे.

'मीरा के प्रभु गिरधर नागर सहज मिले अविनासी रे।'

आणि मीरा म्हणते, 'प्रभूमीलन अगदी सहजी होतं. त्यासाठी काही साधना करावी लागत नाही. काही जप-तप, उगीचच वेगळी तपस्या करावी लागत नाही. ह्या सहजी होणाऱ्या गोष्टी आहेत. 'सहज' ह्याचा अर्थ सोपं असं घेऊ नका. 'सहज'चा अर्थ स्वाभाविक असा आहे. सहजचा अर्थ हा तुमचा स्वभाव आहे की तुम्ही परमात्म्याशी एकरूप व्हाल, होऊ शकता. जोपर्यंत तुम्ही ठरवलं नाही तोपर्यंत थांबलेले आहात. ज्या दिवशी तुम्ही जरा ढील द्याल, अडथळे दूर कराल, दारं-कवाडं उघडाल, स्वाभाविक होऊन जाईल.

असं सकाळी सूर्योदय झाल्यावर, तुम्ही दरवाजे बंद करून आत बसला आहात आणि डोळेही बंद केले आहेत, तर ती तुमच्यासाठी अमावस्येची रात्र आहे. काळोखी रात्र! बाहेर सूर्योदय झाला आहे. गोष्ट अगदी स्वाभाविक आहे. तुम्ही दारं उघडा,सूर्य आत येईल. तुम्ही डोळे उघडा, तुम्हाला त्याचं दर्शन होईल. ह्याचा अर्थ सरळ नाहीये. कारण डोळे बंद करून वहाण्यात जर तुमचा स्वतःचा काही स्वार्थ असेल तर डोळे उघडता येणं कठीण आहे आणि जर जन्मोन् जन्म तुमचे डोळे बंद असतील तर अचानक ते उघडणं हे सोपं नाही आणि दरवाजे तर तुम्ही कधी उघडलेले नाहीत तर आत्तापर्यंत कदाचित ते घट्ट बसले असतील. कदाचित त्यांना उघडणं इतकं सोपं नसेल. समजून घ्या. 'सहज'चा अर्थ 'सरळ साधा' असा होत नाही. स्वस्त असाही होत नाही. सहजचा अर्थ स्वाभाविक असा आहे. ईश्वरापासून दूर असणं, हे अस्वाभाविक आहे. ईश्वराच्या जवळ असणं हे स्वाभाविक आहे कारण ईश्वर आमच्या प्राणाचा प्राण आहे.

तेरे पास बैठके दो घडी तुझे हाले दिल है सुना लिया।
मुझे अपना मान न मान तू, तुझे मैने अपना बना लिया।
मुझे अपना मान न मान तू, तुझे मैने अपना बना लिया।
तेरे पास बैठके दो घडी तुझे हाले दिल है सुना लिया।
कई तेज गाम भटक गये कई बर्करो हुए लापता।

तेरे आस्तां पै जो रुक गये उन्हें आके मंजिलने पा लिया ।

भराभर चालून अनेक गावं भटकलो. काही लोकं खूप भरभर चालतात. तसे चालणारे होते, ते भटकते, मोठे तपस्वी, खूप संघर्ष करणारे मोठे संकल्पवाले.

कई तेज गाम भटक गये, कई बर्करो हुए लापता
तेरे आस्तां पै जो रुक गये...

पण ज्यांनी तुझ्या चरणांशी माथा टेकला

तेरे आस्तां पै जो रुक गये उन्हें आके मंजिलने पा लिया ।

त्यांना मुक्कामापर्यंत जावं लागलं नाही. त्यांना शोधत मुक्काम आला. 'सहज'चा हा अर्थ आहे.

ये नजर का अपनी कसूर है कि हिजाबे जलवा की है खता
कोई एक किरन को तरस गया, कोई चांदनी में नहा लिया।

काही लोक आहेत, जे एका किरणासाठी तिष्ठत आहेत, आणि काही जण चांदण्यात न्हाऊन निघत आहेत. हे असं का? हा मामला काय आहे? हा मामला काहीही नाही. जो स्वाभाविकतेने चालेल तो चांदण्यात न्हाऊन निघेल. जो इच्छा धरेल, स्वत:ला सिद्ध करण्याचा प्रयत्न करेल तो एकेका किरणासाठी तडफडेल.

कई तेज गाम भटक गये, कई बर्करो हुए लापता
तेरे आस्तां पै जो रूक गये उन्हे आके मंजिलने पा लिया ।
ये नजर का अपनी कसूर है कि हिजाबे जल्वा की है खता
कोई एक किरन को तरस गया, कोई चांदनी में नहा लिया ।
मेरे साथ होती न बेखुदी तो भटक गया होता मै कहीं
मेरी लगजिशों ने कदम कदम मुझे गुमरही से बचा लिया ।

हे सुरेख वचन लक्षात ठेवा. जर माझ्यात मूर्च्छित अवस्था नसती, अजाणता नसती, आणि जर मी स्वत:ला विसरून तल्लीन होऊ शकलो नसतो, तर कधीचाच भरकटलो असतो. ह्या माझ्या बेशुद्ध आणि अजाण अवस्थेनेच मला वाचवलं.

मेरे साथ होती न बेखुदी तो भटक गया होता मैं कहीं
मेरी लगजिशों ने कदम कदम मुझे गुमरही से बचा लिया ।

ह्या बेशुद्धतेमुळेच मी अडखळत, चाचपडत चालत आहे. ह्या चाचपडण्यामुळेच मी भटकलेलो नाहीये. कारण काही जणं भराभरा गेले, गावं भटकत राहिले.

भक्त म्हणतो, 'परमात्म्याला मिळवणं स्वाभाविक आहे. परमात्मा स्वत:च येतो. तुम्ही त्याला आवाज द्या. तुमची हाक पूर्ण असू दे. तुम्ही तृष्णेने भरून जा. तुमची तृष्णा पवित्र असो.'

परमात्मा स्वभाव आहे म्हणून सहज आहे. ना स्वस्त, ना महाग, अमोल आहे. काही केलं म्हणून मिळत नाही, नुसतं बसून राहिलं म्हणूनही मिळत नाही. तिसरीच

गोष्ट हवी. हृदयाची आर्त हाक हवी. हृदयाची गहन तृष्णा नाही आणि कृती म्हणजे अहंकार, मोठा संकल्प!

कई तेज गाम भटक गये कई बर्करो हुए लापता
तेरे आस्तां पै जो रुक गये उन्हे आके मंजिलने पा लिया ।

भक्त सांगतो, 'परमात्मा तुम्हाला शोधतो आहे. तुम्हीच फक्त त्याला शोधताय असं नाही. म्हणून सहज आहे. एकटा माणूस शोधतोय तर तो मिळाला कसा असता? कुठे हरवला असता पण त्याचा हातही तुमच्या दिशेने पसरलेला आहे. तो ही तुम्हाला शोधतोय.

आणि त्याक्षणी मिलन होईल, ज्या क्षणी तुमची तृष्णा तुमच्या प्राणांना व्यापून टाकेल. आग होईल एक भडकारा! एक मिठी! कण न् कण त्यात लपेटून जाईल. तुम्ही तृष्णा-तृष्णा होऊन जाल. अशी प्रार्थना, अशी आस, अशी तृष्णा, अशी साद...

रडा त्याच्यासाठी– तीच प्रार्थना आहे.
साद द्या त्याला– तीच साधना आहे!

आज इतकंच!

ओशो – एक परिचय

ओशो हे कोणत्याच अवकाशात मावणारे नाहीत. माणसाच्या व्यक्तिगत शोधापासून ते समाजातल्या सर्व सामाजिक तसंच राजकीय प्रश्नांवर प्रकाश टाकणारी अशी त्यांची प्रवचनं आहेत. ओशोंनी स्वत:ही पुस्तकं लिहिलेली नाहीत. जागतिक स्तरावर सर्व श्रोत्यांसमोर दिलेल्या प्रवचनांच्या ऑडिओ व्हिडीओच्या वार्तांकिनांचं संकलन म्हणजे त्यांची पुस्तकं आहेत. ते म्हणतात ''मी जे काही सांगतो ते केवळ तुमच्यासाठीच नसून भविष्यातल्या पिढींसाठी सांगत असतो.

लंडनच्या 'संडे टाइम्स'नं विसाव्या शतकातल्या जग बदलून टाकणाऱ्या एक हजार व्यक्तींमध्ये त्यांची गणना केलेली आहे. टॉम रॉबिन्स या अमेरिकन लेखकानं तर त्यांना 'जिझस ख्राईस्ट' नंतरचं सर्वांत 'खतरनाक' व्यक्तिमत्त्व असं बिरुद त्यांना बहाल केलंय. भारताचं भाग्य बदलवणाऱ्या गांधी, नेहरू आणि बुद्ध यांच्या बरोबरीनं भारतातील 'संडे-मिडडे'नं त्यांचा गौरव केला आहे.

आपल्या कार्याविषयी ते म्हणतात,'नवीन आधुनिक मनुष्याच्या जन्मासाठी मी

'भूमी' तयार करतो आहे.' या नवीन मनुष्याला ते 'झोरबा द बुद्ध' म्हणतात. झोरबा अशा की, ज्यामध्ये पृथ्वीवरची सर्व सुखं उपभोगण्याची क्षमता असेल, तसंच बुद्धांची शांत, सौम्य अशी प्रवृत्ती असेल. ओशोंच्या सर्वांगीण विचारांमध्ये जीवन-दर्शनाचा एक झुळझुळता प्रवाह आहे. त्यामध्ये पूर्वेकडची कालातीत असलेली प्रज्ञा आणि पश्चिमेकडचं विज्ञान, तसंच तंत्रज्ञानाच्या सर्वोच्च शक्यतांचा समावेश आहे.

आंतरिक परिवर्तनाच्या शास्त्रात 'ओशो' म्हणजे क्रांतिकारी उपदेशासाठी उत्तम पर्याय आहेत. तसंच ध्यानाच्या विविध पद्धतीचे प्रसारक आहेत. आत्ताच्या आधुनिक वेगवान जीवनशैलीला अनुसरून या पद्धती त्यांनी निर्माण केल्या आहेत.

सक्रिय ध्यानपद्धती अशापद्धतीनं तयार केलीय की, त्यामध्ये शरीर आणि मन या दोन्हीमध्ये एकत्रितपणे ताणतणावांचा निचरा होऊ शकेल आणि रोजच्या जीवनात सहज स्थिर मनोवृत्ती प्राप्त होऊ शकेल आणि गाढ शांतीचा अनुभव येईल.

ओशोंची दोन आत्मकथात्मक पुस्तकं याप्रमाणे.

१) 'ऑटोबायोग्राफी ऑफ ए स्पिरिच्युअली इनकरेक्ट मिस्टीक', सेंट मार्टिस प्रेस, यूएसए.

२) 'ग्लिम्प्सेस ऑफ ए गोल्डन चाइल्डहूड', ओशो मीडिया इंटरनॅशनल, पुणे, भारत.

ओशो इंटरनॅशनल मेडिटेशन रिझॉर्ट

ठिकाण : मुंबईपासून शंभर मैलावर दक्षिणपूर्वेला असलेल्या संपन्न अशा आधुनिक पुणे शहरात सुट्टी घालवण्याचं एक सुरेख असं स्थान म्हणजे, 'ओशो इंटरनॅशनल मेडिटेशन रिसॉर्ट!'' घनदाट झाडीमध्ये लपलेलं हे रिसॉर्ट सर्वांपेक्षा वेगळं असून अठ्ठावीस एकराच्या बगिचामध्ये पसरलेलं आहे.

वेगळेपण : शंभरपेक्षाही जास्त अशा निरनिराळ्या देशांमधून हजारो पर्यटक दरवर्षी या रिसॉर्टला भेट देतात. इथला अनुपम असा परिसर उत्साहानं परिपूर्ण, शांत-निवांत असा असून काहीतरी सर्जनात्मक असं नवीन जीवन जगण्याविषयी प्रेरणा देणारा आहे. संपूर्ण वर्षभर चोवीस तास चालणारे निरनिराळे उपक्रम इथे आहेत. अर्थात काहीही न करता नुसतं शांत बसणं, हाही त्यातलाच एक भाग!

इथल्या सर्व कार्यक्रमांच्या रचनेत ओशोंच्या 'झोरबा द बुद्ध'ची आंतरदृष्टी समाविष्ट आहे. यामध्ये एका नवीन मनुष्याचा नवीन ढंग आहे. जो माणूस रोजचं दैनंदिन जीवन सर्जनात्मक पद्धतीनं जगूनसुद्धा मौन तसंच ध्यानामध्ये मग्न होण्याची क्षमता राखतो.

इथली कार्यक्रमपद्धती :

ध्यान : दिवसभर चालणाऱ्या ध्यान कार्यक्रमांमध्ये सक्रिय तसंच निष्क्रिय, परंपरागत तसंच क्रांतिकारक, खासकरून 'ओशो डायनॅमिक मेडिटेशन'पद्धतीनुसार, प्रत्येक व्यक्तीनुसार अनेक ध्यानपद्धती उपलब्ध आहेत. या सर्व ध्यानपद्धती जगातल्या सर्वांत भव्य अशा 'ओशो ऑडिटोरियम' ध्यान सभामंडपात पार पाडल्या जातात.

विविधता : इथल्या विविध व्यक्तिगत सेशन्समध्ये, शिबिरात सर्जनशील अशा कलांपासून ते संपूर्ण स्वास्थ्यापर्यंत, तसंच व्यक्तिगत परिवर्तन, व्यक्तिगत

संबंध, जीवनातील अग्रक्रम, कार्यध्यान, गुह्यविज्ञान, खेळ, मनोरंजन या सर्व गोष्टीत अगदी 'झेन पद्धती'चा सुद्धा समावेश आहे. इथल्या (मल्टिव्हर्सिटी) विविध गोष्टींच्या यशाचं रहस्य म्हणजे इथले सर्वप्रकार पूर्णपणे ध्यानाशी जोडलेले आहेत. त्यामुळे इथल्या माणसांमध्ये हा विचार घट्टपणे रुजवला जातो की, 'मनुष्य म्हणजे फक्त शरीराशी निगडीत नसून त्यापलीकडेही खूप आहे.'

बाशो स्पा : हिरव्यागार झाडांच्या सान्निध्यात, मोकळ्या हवेत असलेला भव्य असा, पाण्यात मनसोक्त तरंगण्याचा आनंद देणारा जलतरण तलाव म्हणजे मोठं आकर्षण आहे. वैशिष्ट्यपूर्ण तयार केलेली मोठी झकूझी, सौना, जीम, टेनिसकोर्ट या सर्वांचा समावेश इथे केलेला आहे.

भोजन : निरनिराळ्या पद्धतींनी बनवलं जाणारं इथलं स्वादिष्ट भोजन पूर्णपणे शाकाहारी असून ते पाश्चात्त्य तसंच आशियाई ढंगामध्ये उपलब्ध आहे. मेडिटेशन रिसॉर्टसाठी विशेषत्वानं लागवड केलेल्या सेंद्रिय भाज्याच इथं वापरल्या जातात. ब्रेड आणि केक रिसॉर्टच्या स्वत:च्याच बेकरीत बनवले जातात.

संध्याकाळचे कार्यक्रम : या कार्यक्रमांची यादी तर खूप मोठी आहे. पण सर्वांत पहिल्या स्थानावर आहे नृत्य! इतर कार्यक्रमात चांदण्यारात्रीतलं ध्यान, विविध मनोरंजक कार्यक्रम, संगीताचे कार्यक्रम तसंच रोजच्या जीवनासाठी ध्यान हे सम्मिलित आहे.

याव्यतिरीक्त प्लाझा कॅफेमध्ये मित्र-परिवारा बरोबर गाठीभेटी तसंच रात्रीच्या शांतवेळी या परिकथेसारख्या वाटणाऱ्या वातावरणात भटकण्याचा आनंदही घेऊ शकतो.

सोयी : रोजच्या उपयोगाच्या वस्तू आपण रिसॉर्टच्या दुकानांमधून खरेदी करू शकता. मल्टिमीडिया सभागृहात ओशोंची सर्व 'मीडिया' सामुग्री मिळू शकते. बँक ट्रॅव्हल एजन्सी तसंच सायबरकॅफेची सोयही इथे आहे. खरेदीची आवड असणाऱ्यांना पुण्यामध्ये भरपूर गोष्टी उपलब्ध आहेत. अगदी पारंपरिक भारतीय वस्तुंपासून ते आंतरराष्ट्रीय बँडपर्यंतची सर्व दुकाने आहेत.

राहाण्यासाठी : ओशो गेस्टहाउसमध्ये एखादी छानशी खोली मिळू शकते. खूप दिवस राहायचं असेल, तर 'लिव्हिंग-इन'चं पॅकेज घेऊ शकता. याव्यतिरिक्त आसपास बरीच चांगली हॉटेल्स आणि सर्व्हिस्ड अपार्टमेंट सुद्धा आहेत.

अधिक माहितीसाठी

सध्या सोशल नेटवर्किंगद्वारा संपूर्ण माहिती मिळू शकते. हे माध्यम फक्त तरुण वर्गच वापरतो असं नाही. काळ बदलतोय तसंच आम्हीही बदलतोय.

* विविध वेबसाइट – www.OSHO.com

* हिंदीसाठी – www.OSHO.com/hindi

* ओशो लायब्ररीमध्ये आपल्या आवडत्या विषयांसाठी
  www.OSHO.com/library
  www.OSHO.com/library-hindi

* संपूर्ण ओशो ध्यानपद्धती आणि संबंधित संगीतासाठी
  www.OSHO.com/Meditation

* ओशोंचं संपूर्ण हिंदी-इंग्रजी साहित्य आणि इ-बुक्ससाठी
  www.OSHO.com/shop
  www.OSHO.com/shop-hindi
  www.OSHO.com/ebooks

* ऑडिओ प्रवचनांसाठी MP3 व इतर
  www.OSHO.com/hindiAudiobooks

* रिसॉर्टला येण्यासाठी माहितीखातर
  www.OSHO.com/MeditationResort

* ओशो इंटरनॅशनल न्यूजलेटरच्या मोफत सदस्यत्वासाठी
  www.OSHO.com/newsletters
  www.OSHO.com/hindinewsletters

* ओशो टॅराकार्ड ऑनलाइन वाचनासाठी
  www.OSHO.com/tarot

* ओशो हिंदी रेडिओसाठी पाहा.
  www.OSHOtalks.info
  radiohindi.OSHO.com

* इथल्या कार्यक्रमांसाठी, उत्सवांसाठी माहिती घेण्यासाठी
  www.facebook.com/OSHO.International

∗ विविध उपक्रम, कार्यक्रमांसाठी माहिती
   www.facebook.com/OSHO.International.Meditation.Resort

∗ ओशो व्हिडीओ चॅनल, कुठेही केव्हाही
   www.youtube.com/OSHO.International

∗ दिवसाची सुरुवात ओशोंच्या संदेशानं
   www.twitter.com/OSHOtimes

∗ या साइट्सवर रजिस्ट्रेशन तसंच ब्राउज करण्यासाठी थोडा वेळ काढा. ओशोंबद्दल भरपूर माहिती मिळेल.

∗ या व्यतिरिक्त आणखीनही निरनिराळ्या रोचक पद्धतीनं आपण शोधू शकता ज्यायोगे 'ओशोंना जगभरात' प्राप्त करता येईल.

ओशो का हिंदी साहित्य

उपनिषद
सर्वसार उपनिषद
कैवल्य उपनिषद
अध्यात्म उपनिषद
कठोपनिषद
ईशावास्य उपनिषद
निर्वाण उपनिषद
आत्म-पूजा उपनिषद
केनोपनिषद

बुद्ध
एस धम्मो सनंतनो (बारह भागों में)

महावीर
महावीर-वाणी (दो भागों में)
जिन-सूत्र (दो भागों में)
महावीर या महाविनाश
महावीर : मेरी दृष्टि में
ज्यों की त्यों धरि दीन्हीं चदरिया

कबीर
सुनो भई साधो
सुनो भई साधो
कस्तूरी कुंडल बसै
कहै कबीर दीवाना
कहै कबीर दीवाना
मेरा मुझमे कुछ नही
कहै कबीर मैं पूरा पाया
गुंगे केरी सरकारा
कहै कबीर मैं पूरा पाया
न कानों सुना न आंखों देखा
होनी होय सो होय (कबीर)
अकथ कहानी प्रेम का (फरीद)

कृष्ण
गीता-दर्शन
(आठ भागों में अठारह अध्याय)
कृष्ण-स्मृति

अष्टावक्र
अष्टावक्र महागीता (नौ भागों में)

लाओत्से
ताओ उपनिषद (छह भागों में)

अन्य रहस्यदर्शी
अथातो भक्ति जिज्ञासा (शांडिल्य)
(दो भागों में)
भक्ति-सूत्र (नारद)
शिव-सूत्र (शिव)
भजगोविन्दम् मूढ़मते (आदिशंकराचार्य)
एक ओंकार सतनाम (नानक)
जगत तरैया भोर की (दयाबाई)
बिन घन परत फुहार (सहजोबाई)
मैने राम रतन धन पायो (मीरा)
झुक आई बदरिया सावन की (मीरा)
नहीं सांझ नहीं भोर (चरणदास)
संतो, मगन भया मन मेरा (रज्जब)
कहै वाजिद पुकार (वाजिद)
मरौ हे जोगी मरौ (गोरख)
सहज-योग (सरहपा-तिलोपा)

बिरहिनी मंदिर दियना बार (यारी)
प्रेम-रंग-रस ओढ़ चदरिया (दूलन)
दरिया कहै सब्द निरबाना (दरियादास बिहारवाले)
हंसा तो मोती चुगैं (लाल)
गुरु-परताप साध की संगति (भीखा)
मन ही पूजा मन ही धूप (रैदास)
झरत दसहुं दिस मोती (गुलाल)
नाम सुमिर मन बावरे (जगजीवन)
अरी, मै तो नामके रंग छकी (जगजीवन)
कानों सुनी सो झूठ सब (दरिया)
अमी झरत बिगसत कंवल (दरिया)
हरि बोलौ हरि बोल (सुंदरदास)
ज्योति से ज्योति जले (सुंदरदास)
जस पनिहार धरे सिर गागर (धरमदास)
का सोवै दिन रैन (धरमदास)
सबै सयाने एक मत (दादू)
पिव पिव लागी प्यास (दादू)
अजहूं चेत गंवार (पलटू)
सपना यह संसार (पलटू)
काहे होत अधीर (पलटू)
कन थोरे कांकर घने (मलूकदास)
रामदुवारे जो मरे (मलूकदास)
जरथुस्त्र: नाचता-गाता मसीहा (जरथुस्त्र)
संसार और मार्ग (च्यांगत्सु)
सत्य असत् (च्यांगत्सु)

प्रश्नोत्तर

नहिं राम बिन ठांव
प्रेम-पंथ ऐसो कठिन
उत्सव आमार जाति, आनंद आमार गोत्र
मृत्योर्मा अमृतं गमय
प्रीतम छवि नैनन बसी
रहिमन धागा प्रेम का
उड़ियो पंख पसार
सुमिरन मेरा हरि करैं
पिय को खोजन मैं चली
साहेब मिल साहेब भये
जो बोलैं तो हरिकथा
बहुरि न ऐसा दांव
ज्यूं था त्यूं ठहराया
ज्यूं मछली बिन नीर
दीपक बारा नाम का
अनहद में बिसराम
लगन महूरत झूठ सब
सहज आसिकी नाहिं
पीवत रामरस लगी खुमारी
रामनाम जान्यो नहीं
सांच सांच सो सांच
आपुई गई हिराय
बहुतेरे हैं घाट
कोंपलें फिर फूट आईं
क्या सोवै तू बावरी
कहा कहूं उस देस की
पंथ प्रेम को अटपटो
फिर पत्तों की पांजेब बजी
मैं धार्मिकता सिखाता हूं, धर्म नहीं
फिर अमरित की बूंद पड़ी
एक एक कदम
नये समाज की खोज
नये भारत की खोज
नये भारत का जन्म
भारत का भविष्य
देख कबीरा रोया
देख कबीरा रोया
अस्वीकृति में उठा हाथ

भारत के जलते प्रश्न
- भारत के जलते प्रश्न
- सामजवाद से सावधान
- समाजवाद अर्थात आत्मघात
- स्वर्ण पाखी था जो कभी
- ओशो उपनिषद
- एक नई मनुष्यता का जन्म
- भविष्य की आधारशिलाएं

अंतरंग वार्ताएं
- संबोधि के क्षण
- प्रेम नदी के तीरा
- सहज मिले अविनाशी
- उपासना के क्षण
- अनंत की पुकार

झेन, सूफी और
उपनिषद की कहानियां
- बिन बाती बिन तेल
- सहज समाधि भली
- दीया तले अंधेरा
- मनुष्य होने की कला
- सदगुरु समर्पण
- उस पथ के पथिक
- अंतर्यात्रा के पथ पर

योग
- पतंजलि : योग-सूत्र (पांच भागों में)
- योग : नये आयाम

तंत्र
- संभोग से समाधि की ओर
  - संभोग से समाधि की ओर
- युवक और यौन
- क्रांती सूत्र
- तंत्र-सूत्र (पांच भागों में)

विचार-पत्र
- क्रांति-बीज
- पथ के प्रदीप

पत्र-संकलन
- अंतर्वीणा
- प्रेम की झील में अनुग्रह के फूल
- ढाई आखर प्रेम का
- पद घुंघरू बांध
- प्रेम के फूल
- प्रेम के स्वर
- पाथेय

बोध-कथा
- मिट्टी के दीये

साधना-शिविर
- साधना-पथ
  - साधना-पथ
- अंतर्यात्रा
- प्रभूकी पगडंडियां
- मैं मृत्यु सिखाता हूं
- जिन खोजा तिन पाइयां
- समाधि के सप्त द्वार (ब्लावट्स्की)
- साधना-सूत्र (मेबिल कॉलिन्स)
- ध्यान-सूत्र
- जीवन ही है प्रभु
- असंभव क्रांति
- रोम-रोम रस पीजिए

ध्यान, साधना

विविध

धर्म की यात्रा	घाट भुलाना बाट बिनु
स्वयं की सत्ता	पथ की खोज
सुख और शांति	जीवन अलोक
नारी और क्रांति	जीवन की कला
सम्यक शिक्षा	जीवन क्रांती की दिशा
शिक्षा में क्रांति	जीवन गीत
गहरे पानी पैठ	मन का दर्पण
ज्योतिष विज्ञान	आंखों देखी सांच
नव संन्यास क्या	आनंद की खोज
सत्य का अन्वेषण	स्वर्णिम बचपन
सत्य का दर्शन	

ओशोंच्या साहित्यासंबंधी माहितीसाठी तसेच मागणीकरिता संपर्क :

ओशो मिडिया इंटरनॅशनल

१७ कोरेगाव पार्क, पुणे ४११००१ (महाराष्ट्र-भारत)

फोन नं. +९१ (२०) ६६०१९९८१

Email : distribution@osho.net

ओशोंच्या ऑडियो व्हिडियो प्रवचनांसंबंधी माहितीसाठी तसेच मागणीकरिता संपर्क :

ओशो मल्टिमीडिया ॲन्ड रिसॉर्ट्स प्रा. लि.

१७, कोरेगाव पार्क, पुणे ४११००१ (महाराष्ट्र-भारत)

फोन नं. +९१ (२०) ६६०१९९८१

Email : distribution@osho.net

श्रोत्यांसमोर प्रत्यक्ष दिलेल्या तत्कालीन प्रवचनांचा समावेश असणारी ही ओशोंची पुस्तकं आहेत. ओशोंची सर्व प्रवचनं, पुस्तकरूपात तसंच ऑडिओ रेकॉर्डिंगच्यारूपात उपलब्ध आहेत. ही रेकॉर्डिंग्ज तसंच पुस्तकं यांच्यासाठी www.OSHO.com/library या संकेतस्थळावर संपर्क साधता येईल.

मीरा एक वसंत आहे

ओशो

अनुवाद

स्वाती चांदोरकर

जेव्हा दु:खाचा भडिमार होतो तेव्हा सामान्य मनुष्य ईश्वराला दोष देतो, वेठीला धरतो आणि मीरा मात्र ईश्वराचे आभार मानते. 'सर्व मोहपाशातून सुटका केलीस,' असं म्हणते. 'ईश्वराराधना व्हावी म्हणूनच अशी तजवीज केलीस.' असं म्हणते. ती ईश्वराराधनेत कधी रममाण होते, हे तिचं तिलाही कळत नाही. ईश्वराराधना म्हणजे फक्त कृष्णाची आराधना. पंचवीस हजार वर्षांपूर्वी अवतरलेल्या कृष्णावर ती पंचवीस हजार वर्षांनंतर स्वत:ला समर्पित करू शकते.

अशा भक्तीला नावं ठेवली जातात, कलंक लावला जातो, जीवे मारण्याचा यत्न केला जातो. तरीही प्रसन्नता, शांतता, सुमधुर हास्य विलसत राहतं. न पाहिलेल्या मीरेचं रूप नजरेसमोर तरळत राहतं. शिल्पकारांनी त्यांच्या कल्पनेनुसार घडवलेली मीरा नजरेसमोर येते आणि वाटून जातं, 'खचितच, मीरा अशीच दिसत असणार.

शांत, सुंदर, जगाचं भान नसलेली, कृष्णमय झालेली.'

मृत्यू अमृताचे द्वार

ओशो

अनुवाद
मीना टाकळकर

''सारे जग ज्या मृत्यूला घाबरते त्याच मृत्यूने माझे मन आनंदित होते.'' —
कबीर

जे अज्ञानी आहेत तेच मृत्यूला घाबरतात.
ज्यांनी मृत्यू ओळखला आहे, त्यांनी जीवन जिंकले आहे.
मृत्यूसारखी परम सुंदर गोष्टच नाही या जगात.
जर तुमची सावली नष्ट करायची असेल तर तुम्ही एका जागी स्थिर होता,
सावली आपोआप नाहीशी होते.
जसे प्रत्येक समस्येकडे डोळे उघडून पहाता, समस्या आपोआप संपून जाते.
मृत्यूचेही तसेच आहे.
मृत्यूपासून पळायचा प्रयत्न केलात तर तो पाठलाग करेल. पण त्याकडे
निर्भयपणे पहाल तर तो अमृतासमान भासेल.
थांबा आणि मृत्यूला सामोरे जा.
मृत्यू ओळखायला शिका. तुम्हाला परमेश्वर भेटेल.

कबिरांच्या सुंदर दोह्यांमधून ओशो जीवनाचा नवा अर्थ शोधू पाहतात.
ओशोंच्या रसाळ भाषेतले हे अर्थ वाचून कदाचित आपल्यालाही जीवन
समजेल.

हसत-खेळत ध्यानधारणा

ओशोंनी दिलेल्या पाच अमृत-प्रवचनांचे संकलन

ओशो

अनुवाद
मीना टाकळकर

ध्यान हे आपल्या आनंदी जगण्याचे एक दार आहे.

ध्यान केवळ आध्यात्मिक पातळीवरच न राहता, त्याच्याकडे एका वैज्ञानिक दृष्टिकोनातूनही बघितले जावे, हे ओशोंनी अनेक दाखले देऊन समजावले आहे. मनाच्या पलीकडे जाऊन ध्यान काय आहे, हे ओशोच सांगू जाणे.

ध्यान ही मनाची अवस्था आहे. मानसिक बळ वाढविण्यासाठी ध्यान जणू औषधाचेच काम करते. ध्यानामुळे जीवनाकडे बघण्याचा दृष्टिकोनच बदलतो आणि तो अधिकाधिक विधायक होत जातो. ध्यान ही कल्पना धर्मातीत आहे. व्यक्तिगत व सामाजिक जीवनातही धर्माचे स्थान काय आहे, हेही त्यांनी सांगितले आहे. ध्यान मनुष्याला अंतर्बाह्य बदलवते, हे ओशोंनी संभाषणाच्या खास शैलीतून व्यक्त केले आहे.

आध्यात्मिक क्षेत्राबद्दल सामान्य माणसाच्या मनात निर्माण होणाऱ्या प्रातिनिधिक प्रश्नांची सविस्तर उत्तरे आपल्याला या पुस्तकातून निश्चितच मिळतात.

www.ingramcontent.com/pod-product-compliance
Lightning Source LLC
Chambersburg PA
CBHW051138020726
47501CB00005B/1565
* 9 7 8 8 1 8 4 9 8 1 2 9 2 *